D1772326

வனம் திரும்புதல்

வனம் திரும்புதல்
பொ. கருணாகரமூர்த்தி (பி. 1954)

இலங்கை, புத்தூரில் பிறந்தவர். 1980இல் பெர்லினுக்குப் புலம்பெயர்ந்தார். வாடகைவண்டிச் சாரதீயத்தின் மூலம் பெற்ற அனுபவங்கள்; முது பிரஜைகள் நலன்பேண் அலுவலராகப் பணியாற்றியதில் பெற்ற அனுபவங்கள் ஆகியவற்றைப் படைப்புகளில் பதிவுசெய்துள்ளார்.

1985இல் *கணையாழியில்* வெளிவந்த 'ஒரு அகதி உருவாகும் நேரம்' குறுநாவல் மூலம் சிறுபத்திரிகை வாசகர்களுக்கு அறிமுகமானார். காருண்யன், கொன்.ஃபூசியஸ், புதுவை நிலவன், அழகுமுருகேசு முதலிய பெயர்களில் கவிதைகள் எழுதியுள்ளார். கனடா தமிழ் இலக்கியத் தோட்டத்தின் 2010ஆம் ஆண்டுக்கான சிறந்த சிறுகதைத் தொகுப்பாக 'பதுங்கு குழி' தேர்ந்தெடுக்கப்பட்டது.

மனைவி: ரஞ்ஜினி, பெர்லின் தமிழாலயத்தில் தன்னார்வத் தமிழாசிரியை.

குழந்தைகள்: காருண்யா, அச்சுதன், ஜெகதா, பூமிகா.

தொடர்புக்கு	:	P. Karunaharamoorthy, Skalitzerstr.142 10999 Berlin, Germany
தொலைபேசி	:	004930.54493337
மின்னஞ்சல்	:	karunah08@yahoo.com karunah08@gmail.com
வலைப்பூ	:	Karunah.blogspot.com Couvin.blogspot.com pathungukuzi.wordpress.com

பொ. கருணாகரமூர்த்தி

வனம் திரும்புதல்

காலச்சுவடு பதிப்பகம்

அன்பார்ந்த வாசகருக்கு,

வணக்கம்.

காலச்சுவடு நூலை வாங்கியமைக்கு நன்றி.

நூலின் உள்ளடக்கம், உருவாக்கம், அட்டைப்படம் இன்ன பிற அம்சங்கள் பற்றிய உங்கள் கருத்துகளையும் ஆலோசனைகளையும் காலச்சுவடு வரவேற்கிறது. தகவல், எழுத்து, வாக்கியப் பிழைகள் தென்பட்டால் கட்டாயம் தெரிவித்து உதவுங்கள். நூல் தயாரிப்பில் கடும் குறைபாடு இருப்பின் மாற்றுப் பிரதி உங்களுக்குக் கிடைக்கக் காலச்சுவடு ஏற்பாடு செய்யும்.

மின்னஞ்சல்: publisher@kalachuvadu.com

காலச்சுவடு நாகர்கோவில் தலைமையகத்துக்கும் கடிதம் அனுப்பலாம்.

தங்கள்
எஸ்.ஆர். சுந்தரம் (கண்ணன்)
பதிப்பாளர் — நிர்வாக இயக்குநர்

வனம் திரும்புதல் ❖ சிறுகதைகள் ❖ ஆசிரியர்: பொ. கருணாகரமூர்த்தி ❖ © பொ. கருணாகரமூர்த்தி ❖ முதல் பதிப்பு: டிசம்பர் 2019 ❖ வெளியீடு: காலச்சுவடு பப்ளிகேஷன்ஸ் (பி) லிட்., 669 கே.பி. சாலை, நாகர்கோவில் 629001

காலச்சுவடு பதிப்பக வெளியீடு: 964

vanam tirumputal ❖ Short Stories ❖ Author: P. Karunaharamoorthy ❖ © P. Karunaharamoorthy ❖ Language: Tamil ❖ First Edition: December 2019 ❖ Size: Demy 1 x 8 ❖ Paper: 18.6 kg maplitho ❖ Pages: 184

Published by Kalachuvadu Publications Pvt. Ltd., 669 K.P. Road, Nagercoil 629001, India ❖ Phone: 91-4652-278525 ❖ e-mail: publications@kalachuvadu.com ❖ Printed at Compuprint Premier Design House, Chennai 600086

ISBN: 978-93-89820-30-0

12/2019/S.No. 963, kcp 2556, 18.6 (1) rss

பொருளடக்கம்

நிலங்கீழ்வீடு	9
Donner Wetter	23
Galle Face Hotel	42
இராணுவத்தில் சித்தார்த்தன்	53
ஓடுகாலித் தாத்தா	64
காலச்சிமிழ்	71
தாயுமானவள்	89
மனைமோகம்	101
மாயத் தூண்டில்	124
மேகா அழகிய மனைவி	136
வடிவான கண்ணுள்ள பெண்	146
வனம் திரும்புதல்	150
ஜிமிக்கி ஸ்பெஷலிஸ்ட்	159
ஸோபிதாவுக்கு பெர்லின் காட்டுதல்	166

நிலங்கீழ்வீடு

எமது 15 வருஷ கனடிய வாழ்வின் அருஞ் சேமிப்பில் இந்த வீட்டை நோபிள் ரியல் எஸ்டேட்ஸ் குழுமத்தின் அனுசரணையுடன் வாங்கினோம். இங்கு வீடுகள் வாங்கும் அநேகமான தமிழர்கள் செய்வதைப்போலவே நாங்களும் நில அறைகளுள்ள வீடாகத் தேர்வு செய்தோம். ஆனால் எப்படி ஒரு அடுக்ககத்தின் உச்சிமாடத்தில் கூரைமுகடுகளுக்குள் அமைந்த வீடுகளைக் குடியிருப்பாளர்கள் தவிர்த்துக் கொள்வார்களோ, அதேபோல் இந்த நிலங்கீழமைந்த வீடுகள் குடியிருப்பாளர்களின் முதல் விருப்புக் குரியவையல்ல.

நிலங்கீழ் வீட்டை யாருக்காவது வாடகைக்கு விட்டால் அவர்கள் தரக்கூடிய வாடகையும் எமது மாதாந்தத் தவணைத்தொகையைச் செலுத்துவதற்கு உதவும் என்பதே நாங்கள் இவ்வகை வீட்டைத் தேர்வு செய்ததின் சூக்குமம். நிலவறைகள் என்றால் கிட்டங்கி மாதிரிகளையோ, அலுவலகங்களிலிருக் கும் பொருட்களை வைப்பதற்கான களஞ்சியவறை களையோ நீங்கள் உருவகப்படுத்திவிடக் கூடாது. அவையும் வதியுமறை, படுக்கையறை, சமையலறை, குளியலறை, கழிப்பறை எல்லாவற்றுடனும் கூடியதும் மானுஷர் வதிவதற்கேற்றதுமான (பேஸ்மென்ட்ஸ்) மனைகள்தான்.

இந்த மாதிரியான மனைகளைக் குடியிருப் பாளர்கள் தேர்வுசெய்யாமைக்குக் காரணங்களும் இல்லாமலில்லை. பனிவீழ்ச்சியும் நீண்ட குளிர்காலங் களுமுள்ள நாடுகளில் ஏனைய வீடுகளை விடவும்

இவ்வீடுகளைக் குளிர் மிகையாகத் தாக்கும். அதனால் கணப்புகளுக்கான மின்சாரம்/எரிவாயுச் செலவுகளும் சற்றுக் கூடுதலாகவே இருக்கும். கடவுளர்கள் மலைகளில் குளிர் அதிகமாகியோ, கொஞ்சம் பணி ஓய்வுகொள்வோமென்றோ, இல்லை ரொறொன்டோ தேவதைகளை அணுக்கத்தில் பார்த்துக் கண்ணில் ஒத்திவிட்டுப் போகலாமென்றோ இவ்வகை மனைகளுக்கு வெளியே வந்து நின்றாலும் அம்மனைவாசிகளுக்கு அவர்களின் தரிசனம் கிட்டாது. அஃதாவது நேரடியான சூரிய ஒளிக்கதிர்கள் இவ்வகை மனைகளுக்குள் கடவுள்களில் பட்டுத் தெறித்து வந்தாலும் பாயாது. ஒரேயொரு பொருண்மிய அநுகூலம் அவற்றின் மலிவான வாடகைதான். 100 ச.மீ விஸ்தீரணமான சாதா வீடொன்றுக்கு வாடகை 1000 டாலர்கள் என்றால் இது போன்றவற்றை 500, 600க்குள் தேற்றிவிடலாம். இவ்வகை வீடு களில் கணிசமான மக்கள் வதிவதும் லௌகீக வர்க்க நியதியே.

எமது நிலவீட்டை வாடகைக்கு விடத் தீர்மானித்தபோது நான் யாரேனும் மாணவர்களுக்கோ, குறைவருமானமுள்ள குடும்பத்துக்கோதான் இது பொருத்தமாக இருக்குமென்று நினைத் திருந்தேன். இன்னும் எம் குடியிருப்பாளன் சத்வகுணத்தோ னாகவோ, உதாரபுருஷனாகவோ இல்லாவிட்டாலும் கொஞ்சம் சிநேகபாவமுள்ள, மானுஷநேயனாகவும், எதிர்ப்படும் வேளைகளில் ஒரு முகமன் செய்யக்கூடிய அளவுக்கு இயல்பானவனாகவும் இருக்கவேண்டுமென விரும்பினோம். சாதனாவும் "மனை, மனைவி, குழந்தைகள், குதிரை மாத்திரமல்லப்பா ... நல்ல அயலவன் வாய்ப்பதுவும் 16 வகைச் செல்வங்களில் ஒன்றென" பெரிய மனுஷி மாதிரி அடிக்கடி சொல்லுவாள். அறிவுரையோடு அறிமுகப்படுத்துவதிலிருந்து அவளே என் பத்தினி என்பதைப் புரிவதில் சிரமமிருந்திருக்காது. நானும் அவளின் கருத்தூட்டலில் என் வல்லபத்துள் விழிப்பாகத்தான் இருந்தேன், எனது வாகனத் திருத்தகத்துக்கு உருத்திரன் என்றொரு வாடிக்கையாளன் வந்து சேரும்வரை.

உதைப்பந்தாட்ட வீரனைப்போல் கட்டுமஸ்தான தேகம், தலையில் சியாமளம் குறைவு, அதை மறைக்க சாதுர்யமாகத் தலையை முற்றாக மழித்துவிட்டிருந்தான். அவனது வண்டிக் கான திருத்தச்செலவு உதிரிப்பாகங்களுடன் 600 டாலராகி யிருந்தது. "இந்த மாதம் இது நான் கொஞ்சமும் எதிர்பாராத ஒரு செலவண்ணே ... 600 டாலரை இந்தக் காருக்கு இறைத்தேனா இந்த மாதம் குழந்தைக்குப் பால்மா வாங்கவே நான் சிங்கியடிக்க வேண்டியிருக்கும்" என உணர்வுப்பூர்வமாக என்னைத் தாக்கினான். மனசு ஈரமாகவும் எனக்குள்ளிருந்து இதைக் கேட்டுக்கொண்டிருந்த கர்ணன், பாரியிடமிருந்து வந்திருக்கக்

கூடிய ஜீன் ஒன்று விழித்து அதிர்ந்து என் நாவின் நரம்புகளைத் தூண்டி "சரி இந்த மாதம் ஒரு போர்ஷனைக் கொடும், அடுத்த மாதம் மீதியைக் கொடுத்துவிடும்" என்று சொல்லவைத்தது. போன் நம்பரைத் தந்துவிட்டுக் கிளம்பிப் போய்விட்டான். அடுத்த மாதம் இரண்டாவது வாரமாகியும் பெம்மானைக் காணவில்லை. அம்மறவனுக்குப் போன் பண்ணி விசாரிக்க எண்ணியிருந்தபோது எதிர்பாராத ஒரு மாலையில் நான் திருத்தகத்தை அடைக்கத் தயாராகையில் ஒரு *Honda - CR V Truck* வண்டியுடன் வந்து மிக்க மரியாதையுடன் வாயிலிருந்த சிகரெட்டைத் தூர எறிந்துவிட்டுப் புகைகலந்து,

"ஒரு சின்னவேலை அண்ணே ... பிறேக் லைட்ஸ் ஒன்றும் எரியுதில்லை" என்றான்.

"சரி விட்டிட்டுப்போய் நாளையின்றைக்குப் பின்னேரம் வாரும், பார்த்துவைக்கிறன் ..."

"ஐய்யோ ... ஐய்யோ ... ஐய்யோ ... இது என்னுடைய வைஃபின்ட டிறக் அண்ணே ... இதுமட்டும் இல்லையென்றால் நாளைக்கு பிள்ளையளின்ர பள்ளிக்கூடம், அவளின்ர வேலை எல்லாம் பட்டுப்போடும்."

"இப்படிக் கடைசி நேரத்தில வந்திட்டு என்னை என்ன செய்யச் சொல்றீர்."

"ஒரு சின்ன வேலை அண்ணை, நீங்கள் சடக்கென்று செய்துபோடுவியள் ... பிளீஸ்."

"அப்படிச் சின்ன வேலை என்றால் நீரே செய்திருக்கலாமே ... பிறகேன் இங்கே கொண்டுவந்தனீர்."

"என்னட்டை றிப்பேர் பிற், அணியங்களெல்லாம் கிடக்கே ... என்ன கதையிது."

"வேணுமென்ட ரூல்ஸ்ஸெல்லாம் நானே தாறன் ... எடுத்து வைச்சு றிப்பேரைப் பண்ணி முடிச்சிட்டு நீரே கராஜையும் அடைச்சிப் போட்டுப்போம்."

"என்னண்ணே இப்படிச் சொல்லுறியள் ... என்ட நிலைமையைக் கொஞ்சமும் யோசியாமல்."

"நான் ஆறுமணிக்கும் மேலே இதுக்குள்ள நொட்டிக் கொண்டிருந்தேனென்றால் உற்றுக் கேட்டுக்கொண்டிருக்கிற பக்கத்து வீட்டுக் கிழவி ஒன்று உடனே 911 ஐக் கூப்பிட்டுடுவாள் அப்பனே ... பிறகு வேலையளைத் தள்ளிவைச்சிட்டு நான் பொலீஸுக்கும், கோட்டுக்கும் உலைய வேண்டியிருக்கும் ...

அவங்கள் கராஜ் பெர்மிட்டைத் தூக்கினாலுந் தூக்கலாம், என்னுடைய பக்கத்தையும் யோசியும் . . . ப்ளீஸ்."

"உங்களை விளங்கிறன் . . . ஒரு தமிழன் இன்னொரு தமிழனுக்கு இக்கட்டில் உதவாட்டி எப்பிடி."

"தோழர் பாரும்... என்னால முடிஞ்ச காரியமென்றால் நான் செய்வன், இது எனக்கும் மேல... ஒரு லைட் மாத்திரம் எரியவில்லையென்றால் ஏதும் லூஸ் கொன்டாக்டினாலாக இருக்கும், பார்த்திடலாம்... பிறேக்லைட் ஒன்றுமே பத்தவில்லை யென்றால் அது முழு யூனிட்டையும் கழற்றித்தான் செக் பண்ணவேணும் அப்பனே, குறைஞ்சது இரண்டு மணித்தியாலம் பிடிக்கிற ஒரு எஃபோர்ட் அது. நினைச்சவுடன செய்யேலாது... எனக்கும் அரை மணிக்குள்ள வைஃபை வேலையிலையிருந்து பிக் அப் பண்ணவேணும் என்ன."

"என்னுடைய நிலைமைய அனுசரிச்சுக் கொஞ்சம் மனசு வையுங்கோ ப்ளீஸ்"

நொய்த இடத்திலேயே அவன் அடுத்தடுத்து நொட்டவும் மயங்கினேன்.

சாதனாவை போனில் அழைத்துக் குரலில் பரிவைக் குழைத்து "இன்றைக்கு குட்டி இளவரசன் கொண்டாந்திருக்கியாம்மா" என்றேன். "ஆமா என் பாக்கில இருக்கு... எதுக்குக் கேட்கிறீங்க?"

"இங்கேயொரு அர்ஜன்ட் வேலை இன்னும் முடியாமல் இருக்கு செல்லம்... அருகிலிருக்கும் *Tim Hortons* க்குப்போய் ஒரு கோப்பி குடித்துக்கொண்டே குட்டி இளவரசன் மீதியையும் படித்துக்கொண்டிருப்பியா, இதோ ஒரு மணிநேரத்தில வந்திடறேன்."

"என்ன *Tim Hortons* இல தனியாப் போய் கோப்பி குடிக்கிறதோ . . ."

"ஓமடா என்ர தங்கமல்லே . . . ஒரு காரை இன்றைக்கு முடித்தேயாக வேண்டியிருக்கு, அந்த கஸ்டமர் மிட் நைற்போல யாரையோ ஏர்போர்ட்டுக்குப் பிக் அப் பண்ணப் போக வேணுமாம் டியர்" இறைஞ்சினேன்.

"மாஸ்டர் குழையும்போதே நினைச்சன் வில்லங்கம் ஒன்று வருகுதென்று . . . அவனோட கார் றிப்பேர் என்றால் அது அவனோட பிரச்சனையப்பா . . . அவன் வேற காரைப் பார்க்கட்டும். இல்லை டாக்ஸியில போகட்டும், நீங்கள் எதுக்கப்பா லூஸுமாதிரி அவன்ட பிரச்சனையை உங்க தோளில ஏத்திறியள்."

“நிஜந்தான் . . . உஸ்ஸ்ஸ்ஸ் மெல்ல, பக்கத்திலதான் கஸ்டமர் நிக்கிறார் . . . Only Primates Can help Primates அதோட காசும் வருகுதல்லே ஹனி . . . எப்படியும் ஜஸ்ட் ஒரு மணியில வந்திடுவேன்டா . . . என் கண்ணில்ல.”

சிணுங்கினாள், அவள் வேறேதாவது மடுத்துச் சொல்லும்முன் போனை அணைத்துவிட்டு வேகமாக அவன் வண்டியைக் கழற்ற ஆரம்பித்தேன்.

வேலை முடிந்ததும் வண்டியில் ஏறி அமர்ந்துகொண்டு “எவ்வளவு அண்ணே” என்றான்.

“வழக்கத்தில் 400 டாலர் வாங்கவேண்டிய ஜொப் . . . நீர் ஒரு 300ஐக் கொடும்” ஆசனத்தில் அமர்ந்தபடியே பிட்டத்தை உயர்த்தி ஜீன்ஸின் பின் பொக்கெட்டில் விரல்களைச் செலுத்தினான். பின் உதடுகளைப் பிதுக்கியபடி,

“அண்ணை நான் அவதியில ஃபேர்ஸை எடுக்க மறந்திட்டன், குறை நினைக்காதையுங்கோ . . . பொறுங்கோ ‘வண் மினிட்’ ஒருவேளை இதுக்க ஏதாவது . . .” என்றுவிட்டு வண்டியின் கொன்ஸோலுக்குள் தேடி 100 டாலர் தாள் ஒன்றை எடுத்துத் தந்தான்.

“நீர் பழைய பாக்கியையுமல்லோ சேர்த்துத் தருவீரென்று றிஸ்க் எடுத்துச் செய்தனான் . . . இப்படிப் பண்றீரே. தொழில் செய்பவனுடைய கூலியை அவன் வியர்வை உலரமுதலே தீர்த்துவிட வேணுமென்று விதியிருக்கு . . . ஏன் உம்மட்ட அந்தக் கிறெடிட், டெபிட் கார்ட்டுகள் ஒன்றும் இல்லையோ?”

“எல்லாம் இருக்குத்தானண்ணை . . . தெரியுந்தானே கடனைத் தந்திட்டுப் பிறகு பாங்குகள் என்ன வீதத்தில வட்டி உரிக்குமெண்டு.”

“அப்ப பாங்க் வட்டியையும் என்ரை தோள்ல வைச்சா எப்பிடி . . .”

“அப்படி இல்லையண்ணை . . . இப்போதைக்கு இப்படி செய்தாப் போச்சு . . . போனமுறை தந்த 300 இல 100 ஐக்கழிச்சு இந்த 100 டொலரோட வையுங்கோ இன்டைக்கு உங்களுக்கு 200 ஆச்சா, அப்ப முந்தினதில 100 போனா மிச்சத்தோட இன்டையான் பாக்கி 100ஐயுஞ் சேர்த்தா இன்னும் 400 தானே . . . யோசிக்காதையுங்கோ அடுத்த கிழமையே கொண்ணந்து விசுக்கிவிடுவன் . . . பொஸ், புறொமிஸ்.”

அண்ணை, உதவுந்தமிழர் எல்லாம் விடுத்து இப்போ திடுப்பென “பொஸ்” ஆக உயர்த்தப்பட்டேன்.

காரியத்தைச் சாதிப்பதற்காய் அநேகரும் பிரயோகிப்பதும், ஒரு அடிமைப் புத்தியிலிருந்து புறப்படுவதுமான இந்த "பொஸ்" ஐ யாரும் போட்டால் எனக்கு அண்டம் பிண்டம் எல்லாம் ஒன்றாய் பற்றும். இன்னும் அவன் சொன்ன கணிதத்தைப் புரிந்து கொள்ளவாவது எனக்கு *ABACUS* வகுப்பில் உடனடியாகச் சேரவேணும் போலிருந்தது. ஒருவேளை சரியாய்த்தான் சொல்லுகிறானோ நான் யோசிப்பில் சிக்க அவனது டிறக் வண்டி கண்ணுக்கெட்டாத தூரத்துக்குப் போயிருந்தது.

இப்படி சொகுசான இரண்டு வண்டிகள் வைத்திருக்கக்கூடிய ஒருவனுக்கு நிச்சயம் 500 டொலர்கள் ஒரு பொருட்டாக இருக்காது. என்ன சில நாதாரிகளுக்கு இருப்பில கைவைக்க மனம் வராது. அதனால பொய்க்குமேல் பொய்களாய் அடுக்குவார்கள். வட்டி வருமோ என்னவோ ஒருவனுக்குச் செலுத்த வேண்டியதைச் செலுத்திவிட்டு மனதை இலேசாக வைத்திருக்க முடிவதில்லை. தமிழர்களில் இப்படிப் பல பன்னாடைகளைத் தொழிலுக்கு வெளியேயும் கவனித்திருக்கிறேன்.

பின்னர் நான் தொலைபேசி எடுத்தபோதெல்லாம் என்னுடன் பேசுவதைத் தவிர்த்து வந்தவன் அடுத்த மாதம் வேறொரு திருத்த வேலை வரவே மீண்டும் வந்தான். நான் முதலில் அவனிடம் சொன்னேன். "இங்கே பாரும் உருத்திரன் ... இது என்னுடைய சொந்தக் கராஜ் இல்ல . . . நான் இன்னொருத்தனுடன் சேர்ந்துதான் இங்கே வேலை செய்யிறன். இப்படி எங்களுடைய ஆட்களுக்கு நான் கிறெடிட்ஸ்களை அனுமதிக்கிறேன் என்றால் அதை ஒரு கனடியன் ஒத்துக்கொள்ள மாட்டான்."

"இல்லை பொஸ், நான் வேணுமென்டே உங்கட காசை டிலே பண்ணேல்ல ... இந்த மாதம் முழுக்க வீடு ஒன்று தேடி அலைஞ்சு கொண்டிருந்தனா ... என் ஷெடூல்ஸ் எல்லாம் படு ரைற்றாப் போச்சு வெறி சொறி."

வீடென்றதும் எனக்கு நடுமண்டையில் வியர்த்தது.

"உமக்குத்தானே வீடு . . . எந்த ஏரியாவில தேடுறீர் . . ."

அவன் சொன்ன மூன்று ஏரியாக்களில் ஸ்காபறோவும் இருந்ததும், இப்படி ஆரம்பித்த துர்லபமான அந்த சம்பாஷணையும் சேர்ந்து 500 டொலர்களுடன் தொலைந்து போயிருக்கக்கூடிய ஒரு பிஸாசைப் பொத்திக்கொண்டுவந்து நடு வீட்டில் குடியமர்த்துவதில் முடிந்தது.

அவனுக்கு இன்னும் குழந்தைகளே பிறந்திருக்கவில்லை. அன்றைக்கு மனைவிக்குப் பிள்ளைகளைப் பாடசாலைக்கு

எடுத்துப்போக கார் அவசியம் என்றது 'றீல்'. ஏதோ தன் காரை அன்றைக்கே திருத்திவிட வேண்டும் என்பதற்காக விட்ட பொய்யென்று அதை மன்னித்தேன்.

'பேஸ்மென்ட் வீடு மொத்தமும் 70 சதுரமீட்டர், இரண்டு படுக்கை அறைகள்தான்' என்று அவனுக்கு நான் திரும்பத்திரும்பச் சொல்லியிருந்தேன். மனைவியோடு வந்து பார்த்தவிட்டு "சரியான சின்னனாய்க் கிடக்கு எங்களுக்குக் காணாது" என்றுவிட்டுப் போய்விட்டான். பிறகு அடுத்தநாள் இரவு போன் பண்ணி "அண்ணை யோசிச்சுப் பார்த்தம். உங்கட இடமென்றால் எனக்கு வேலைக்குப் போகக் காரே தேவையிருக்காது. சுற்றுச் சூழலுக்கும் என்னாலான உபகாரம். அதில இருந்தென்ன ஒரு கிலோமீட்டர்தான் எனக்கு, நான் சைக்கிளிலேயே போய் வருவன் ... வசதியாய் கொஞ்சம் விசாலமாயொரு வீடு கிடைக்கு மட்டும் அங்கேயே இருக்கலாமென்று யோசிக்கிறம்" என்றான்.

"உங்க விருப்பம், குட் நைட்."

"எப்பிடியும் ஒரு வருஷத்துக்குள்ள பெரிய வீடு எடுத்துப் போயிடுவம்" என்று அழுத்திச் சொன்னதால் நாங்களும் எழுத்திலான வாடகை ஒப்பந்தம் எதையும் செய்துகொள்ள வில்லை. அவர்களும் அதில் நாட்டம் காட்டவில்லை.

அதுதான் நாங்கள் விட்ட இரண்டாவது தவறு.

வீட்டுக்குக் குடிவர முதல் மேலும் பல பொய்கள் சொல்லி யிருக்கிறான். அவைகள் ஒன்றும் என்னை நேரடியாகப் பாதிக்காததாலும், என் வாக்கைக் காப்பாற்ற வேண்டும் என்கிற சத்தியவிருப்பிலும் அவனுக்கு வீட்டைத் தரமுடியாதென்று மறுக்க முடியவில்லை. இன்னும் நாலுபேரிடமும் அவனைப்பற்றி விசாரித்திருந்திருக்கலாம், சரி கடல் கடந்துவந்த இடத்தில் இவனும் ஒரு தமிழ் மறவன்தானே என்பதாலும் என் அசிரத்தை யாலும், உளவு வேலைகளில் தேர்ச்சியின்மையாலும் ஆறஅமரச் சிந்திக்காமல் அவர்களைக் குடியேற்றினேன்.

'ஒரு வருஷத்துக்குள்ள போயிடுவோம்' என்றவன் மூன்று வருஷங்களாக இழுத்தடிச்சுக்கொண்டு இருக்கிறான். அவன் இருந்தால் பரவாயில்லை, குடியிருப்புக்கு வாடகை தரவேண்டு மென்கிற விஷயம் அவன் மூளையின் ஞாபக அடுக்குகளிலிருந்து அழிந்ததைப்போல இருக்கிறான்.

எமது வளவுக்குள் வாகன நிறுத்தத்திலிருந்து வீடுவரைக்கு மான வழியில் இருவருக்கும் பொதுவான சீமெந்து நடைபாதை ஒன்று இருக்கிறது. அதில் பனிக்காலங்களில் பனி குவிந்திருக்கும். குடியிருப்பாளர்கள் அதைத் தள்ளித் துப்புரவாக வைத்திருந்தால்

யாரும் வழுக்கிவிழ வேண்டியிராது. பனிவீழ்ச்சியிருக்கும் நாட்களில் நான் பனியைத் தனித்துத் தள்ளி அப்புறப்படுத்துவதைக் கண்டால் “சிரமமான வேலைதான் என்ன பொஸ்” என்பான். தேங்காய்ப்பூவிலிருந்து நெல்லுப்பொரி வரையிலான பருமனில் பனித் துருவல்கள் உலர்நுரையைப்போல் தூவியிருக்கும்போது இலேசாகத் தள்ளிவிடலாம், அதுவே நிலத்தில் உருகி இறுகிற்றாயின் பிறகு தள்ளுவதோ வழிப்பதோ வல்லை. மென்மையான தூவலாகப் படிந்திருக்கும் நாட்களில்கூட அவன் ஒருமுறையேனும் பனியைத் தள்ளிவிட்டது கிடையாது. மற்றும்படி அவன் வீட்டில் ‘பொம்பிலிக் கருவாடு’போல் எதையாவது கொண்டுவந்து சமைத்துக் கந்தம் கிளப்புவது போன்ற பிறவகையான அலுப்புகள் இல்லை. ஆனால் எந்த நோக்கத்துக்காக வீட்டை வாடகைக்குக் கொடுத்திருந்தோமோ அதுக்குத்தான் மோசம் பண்ணினான். அதாவது முதல் ஆறு மாதங்கள் ஒழுங்காக வாடகை எம் வங்கிக் கணக்குக்கு வந்துகொண்டிருந்தது. பின்னர் மெல்ல ஆரம்பமாகின அவனது சாங்கியங்கள்.

ஒவ்வொரு மாதமும் 15ஆம் தேதி வந்திருக்கவேண்டிய வாடகையை முதலில் அவனாக 30ஆம் தேதிக்கு மாற்றினான். பின் அதையும் ஒரு மாதம் தாமதமாக்கி அடுத்த மாதம் 15இல் தருவதையே வாடிக்கை ஆக்கினான், பின் அதையும் அவனாகவே 30ஆம் தேதிக்கு நகர்த்தினான். கொஞ்சக் காலம் சகித்துப் பார்த்தோம்.

குடியிருப்பாளர் மாதாமாதம் குறித்த தேதியொன்றில் வாடகையை உரிய வங்கிக்கணக்கில் செலுத்திவிடுமாறு தன் வங்கிக்கு அறிவுறுத்தலாம். அவனுக்கும் அது தெரியாமலிருக்காது, இருந்தும் வங்கியில் அப்படியான ஏற்பாடொன்றைச் செய்து விடுமாறு அவனுக்கு ஆலோசனை வழங்கினேன்.

“பொஸ்... அதொரு சின்ன வேலை, பிரச்சனை என்னென்றால் பாங்கில காசிருந்தால் நான் டைமுக்குக் கட்டமாட்டனே, அப்படியான ஏற்பாட்டைச் செய்துவிட்டேனாயின் பாங்க் உரிய தேதிக்கே காசை பாஸ் பண்ணிவிட்டு நான் அதை பலன்ஸ் பண்ணும் வரையில் என்னட்டையல்லே வட்டி உரிப்பாங்கள்.”

வீட்டுக்குக் குடிவந்த நாளிலிருந்தே ‘பொஸ்’ என்று அழைப்பதை வாடிக்கையாக்கியிருந்தான். போகப்போகச் சேஷ்டைகள் எகிறத் தொடங்கின. அடுத்த இரண்டு மூன்று மாதங்களுக்கு வாடகையைச் செலுத்தாமல் இருந்தான். எனக்கும் அது வீட்டின் தவணைப் பணத்தைச் செலுத்துவதற்கு மிகவும் இடையூறாக இருந்தது. ஒருநாள் நானும் சாதனாவும் வீட்டின் வெளித்தளத்தில் புல்லை வெட்டிக்கொண்டிருந்தோம். வெளியே

போய்விட்டு லப்டொப் கேஸுடன் காரிலிருந்து இறங்கி வந்தவன் "குட் ஈவினிங் பொஸ்" என்றான்.

முகமன்களுக்கு ஒன்றும் குறைச்சல் இல்லை. என்னைக் கடந்துபோனவன் எதையோ நினைத்தாற்போல் திரும்பிவந்து "ஓட்டோவேய்ஸ் டிறைவ்களில பொஸ் ஸ்பீட் அப் பண்ணும்போது இஞ்ஜின்லயிருந்து ஒரு கேரல் சத்தம் வருது … அதோட அதுக்கு எம்.இ. டெஸ்டும் இந்த மாதம் செய்ய வேணும்" என்றான்.

"மிஸ்டர். உருத்திரன் நீர் கார் றிப்பேர் செய்த வகையால எங்கட கராஜுக்கு இன்னும் பாக்கி வைச்சிருக்கிறது உமக்கும் நினைவிருக்க வேணும், எங்களுடைய கராஜில கிறெடிட்டுக்கெல் லாம் றிப்பேர்கள் செய்யிறேல்ல, அது எனக்கும் பார்ட்னருக்கும் விரிசல்களை உண்டாக்கும், அதனால தயவுசெய்து நீர் உமக்கேற்ற இடமாய்ப் பார்த்து அதுகளைச் செய்விக்கிறதே நல்லது."

நிஜமாகவே மறந்துவிட்டவன்போல நெற்றியைத் தேய்த்துக் கொண்டு "ஜா … ஜா … கொஞ்சம் பலன்ஸ் இன்னும் இருக்கில்ல" என்றுவிட்டுப் போய்விட்டான். உருத்திரன் பிராட்டியும் பர்த்தாவுக்கு வாய்த்த பதிவிரதை. நான் எப்போதாவது போய் 'உருத்திரன் இருக்கிறானா' என்று விசாரித்தால் வாடகை விஷயமாகத்தான் வந்திருக்கிறேன் என்பது அவளுக்கு மூக்கில் வியர்த்துவிடும். "உதில கிட்டத்தான் கடைக்கோ எங்கேயோ போயிருக்கிறார்போல" என்பாள். ஆனால் அவனுடைய 44ஆம் நம்பர் சப்பாத்துக்கள் வாசல்நடையிலேயே கிடந்து சிரிக்கும்.

சாதனாவும் இப்போ என்னை நச்சரிக்கத் தொடங்கினாள். 'உந்த உலுத்தனோட இனியும் மல்லுக்கட்டேலாது. சினிமாக் கொமெடி சீன்களில வாறமாதிரிச் சும்மா மாசாமாதம் டெனெண்டைக் கலைச்சுக்கொண்டு திரியிறது துன்பமப்பா. அவனுடைய விளையாட்டெல்லாம் இனிப்போதும், எங்களுக்குத் தேவை முதல்ல நிம்மதி. அவனை வீட்டைவிட்டுக் கலையுங்கோ … உங்களுக்குச் சொல்லத் தைரியம் போதாவிட்டால் என்னை விடுங்கோ நான் போய் மூஞ்சைக்கு நேராய்ச் சொல்லிப் போட்டு வாறன் . . . அல்லாவிட்டால் உடனடியாய் ஒரு சொலிசிட்டரிட்டைப்போய் நோட்டீஸ் அனுப்புற வேலையைப் பார்ப்பம். நீங்கள் என்னண்டால் அவனைக் கண்டவுடனே ஏதோ சம்பந்தி மாதிரியல்லே உள்ளே இருத்தி பியரும், வைனுமாய்க் கொடுத்து உபசரிக்கிறியள் …" அம்மாமி மாதிரி நொடித்தாள்.

எங்கள் திருத்தகத்துக்கும் அடுத்தடுத்த மாதங்களில் வாடிக்கையாளர்கள் வருகையும் குறைந்தது. வீடு வாங்கியதுடன் வங்கியிலிருந்த கொஞ்சநஞ்சச் சேமிப்பும் தீர்ந்துபோக மிகவும் காய்ந்துபோனோம். உருத்திரனுக்கும் அன்றைக்கு வெளியே

போக ஒரு இடமும் தோதுப்படவில்லைபோல, வெகு இயல்பாக எங்கள் வீட்டுக்கு வந்திருந்தான். வழமைபோல் அவனை உபசரித்து பியரும் கொடுத்துக் கடிக்கக் கருவாட்டுப் பொரியலும் கொடுத்தேன். இருவரும் சேர்ந்து குடித்தோம், அவன் மூன்றாவது மக்கையும் நிரப்பத் தொடங்கியபோது மெல்லச் சொன்னேன் "பாங்க் எங்களுக்கு டியூஸ் பாக்கிக்காக ப்றெஷர் கொடுக்குது, தயவுசெய்து இனியும் அரியேர்ஸ் விடாமல் வாடகையைத் தந்து இதுக்குள்ளால எங்களைக் கொஞ்சம் 'றிலீஃப்' ஆக்கிவிட வேணும் உருத்து."

தலையைச் சிலுப்பி "என்ன டியூஸ்" என்றான் போதை ஏறிவிட்டவன்போல ஒரு பொய்யான பாவனையுடன்.

"இல்லை நான் எங்களுடைய ஹவுஸிங் டியூஸைத்தான் சொல்றன்."

"மாசம் எவ்வளவு கட்டுறியள் பொஸ்?"

"ஆயிரத்து அறுநூற்றிச்சொச்சம்."

சின்னதாய் கிளம்பிய ஏவறையை வெளிப்படுத்திவிட்டு "ஓ . . . பெரிய வீடென்றதால டியூஸும் அப்பிடித்தான் வரும் . . . எது உங்கட கொம்பனி" என்றான்.

"நோபிள் றியல் எஸ்டேட்ஸ் என்று ரொறன்டோவில இருக்கு அதன் ஹெட் ஒஃபீஸ்."

"நோபிள் றியல் எஸ்டேட்ஸ் . . . அடடடடடட . . . தெரியும் தெரியும் தெரியும் . . . நம்ம சிவபெருமான்ட கொம்பனி."

"என்ன உமக்குப் பார்ட்டியை தெரியுமோ . . ."

"தெரியுமாவது . . . அவன் என்ர சொந்தகாரப் பயல்தான், பார்த்தால் அவனுடைய அப்பா எனக்கொரு பெரியப்பாவாக்கும். காய் இப்ப றியல் எஸ்டேட் பிஸினெஸில பூந்து . . . ஹை றேஞ்ஜுக்கு எழும்பிவிட்டுது என்ன . . . பெரியப்பா குடும்பத்தை விட்டு அழகோ சொத்தோ கொஞ்சம் பிறத்திப்பெண்ணுக்காக இழுபட்டதால எங்களுக்க தொடர்புகள் கொஞ்சம் அப்பிடியிப்பிடியென்று ஈஞ்சுபோய்ச்சு . . . என்டாலும் பாதகமில்லை . . . வேணுமென்றால் நான் உங்களுக்காக அவனோட பேசி அந்த டியூஸைக் கொஞ்சம் குறைச்சுவிடுகிறன்."

நோபிள் குழுமத்தின் பிரதான பாகஸ்தரும் முகவருமான சிவபெருமானுக்கு 40 அகவைகளுக்கும் மேலிருக்கும். இவன் தனக்கும் அவருக்குமான நெருக்கத்தை நிரூபிக்கத்தான் அவரை 'அவன்' 'இவன்' என்கிறான்.

"தவணைப்பணம் குறைஞ்சால் அங்கால மற்றப் பக்கம் இன்றெஸ்டெல்லே எம்பிவிடும் . . . பிறகு லோனும் இழுபட கணக்கு எல்லாம் சரியாய்த்தான் இருக்கும் . . . இப்போதைக்கு உங்களால செய்யக்கூடியதும், நான் உங்களைக் கெஞ்சிக் கேட்கிறதும் எங்களுக்கு இழுத்தடிக்காமல், அரியேர்ஸ் வைக்காமல் மாதாமாதம் வாடகையை ப்றொப்ராய் கட்டிவிடுறதைத்தான் மை ஃப்றெண்ட்."

அதற்கு அடுதடுத்த மாதங்களிலும் "தங்கைச்சிக்கு பிள்ளைப் பேற்றுச் செலவு வந்திட்டுது, சகலனைச் சவூதிக்கு அனுப்பினேன், காருகள் இரண்டுக்கும் ஒன்றாய் இன்ஸூரன்ஸ் கட்டவேண்டி வந்திட்டுது" என்று சாட்டுக்களை அடுக்கினான்.

"தெரியாமல்தான் கேட்கிறன் உருத்திரன் நீங்கள் ஒரு கொம்பனி வீட்டில இருந்தாலும் இப்படியான கதையள் அங்கேயும் எடுபடுமோ."

"சச்சச்சச்சாய் . . . சாளம்பன் பிள்ளையார் அறிய இனிமேல் எல்லாம் 'கறெக்ட்' ஆயிருக்கும் டோன்ட் வொறி பொஸ்" என்று சத்தியம் பண்ணினான்.

மிஸ்டர். சிவபெருமான் மிகவும் நாணயமான மனிதர். இப்படி உலுத்தன்கள் அவருக்கு உறவென்றால் இன்னும் நிறைய விஷயங்களைச் சந்தேகப்படவேண்டியிருக்கும். அவரைக் காரியாலயத்தில் அடுத்தமுறை சந்திக்க நேர்ந்தபோது "சேர் . . . இப்பிடி மிஸ்டர். உருத்திரன் என்று ஒருத்தர் எங்கட பேஸ்மெண்டில குடியிருக்கிறார். உங்களைத் தன் பெரியப்பாப் பிள்ளை என்கிறார் . . . ஒருவேளை உங்களுக்கும் அவரைத் தெரியுமோ" என்று கேட்டேன்.

"எனக்குத் தெரிந்து யாருமில்லை. எங்கட தாத்தாவுக்கு என்னுடைய அய்யாவைவிட்டால் மற்ற அஞ்சும் பெண் பிள்ளைகள், தவிர வேறொரு வகையிலும் எனக்குப் பெரியப்பாவோ சித்தப்பாவோ கிடையாது" என்றார்.

நான் "அப்படியா" என்று அதிசயிக்கவும் "என்னுடைய ஞாபகத்தில உருத்திரன் என்றொரு பையன் வீடொன்றை வாங்கிற விஷயமா இங்கே இரண்டொரு தடவைகள் வந்திருக்கிறான், தானொரு 'இன்சொல்வன்ட்' என்கிறதை மறைக்கப் பார்த்தான், எனக்கு நம்பிக்கை வரேல்ல கேஸைத் திருப்பி விட்டிட்டன் . . . கவனம் உலுத்தன்கள் சும்மா எனக்கு பிறைம் மினிஸ்டர் ஹாப்பரைத் தெரியும், கமரூனைத் தெரியும், கபினெட்டில வேறையொரு குழாயற்றை சுட்டியரைத் தெரியும் என்று றீலுகள் விடுவாங்கள், ஒரு பயலையும் ஆதாரம் இல்லாமல்

நம்பிவிடாதையும்” என்றார். சாதனாவைப் போலவே அவரும் உருத்திரனை உலுத்தன் என்றது எனக்கு வியப்பாயிருந்தது.

பிறகும் வாடகை அடுத்து மூன்று மாதங்களாகியும் வந்திராமலிருக்கவே நானும் சாதனாவும் குடியிருப்பாளர், ஈடுவிவகாரங்களில் அனுபவமிக்க சொலிஸிட்டர் ஒருவரிடம் ஆலோசித்தோம். அவர் எமது பிரச்சனையை முழுவதும் கேட்டு விட்டுச் சொன்னார்:

“ஆறுமாசத்தில வீட்டைக் காலி பண்ணச்சொல்லி இவாகுவேஷன் ஓடரை அனுப்பலாம். ஆனால் அதிலேயுள்ள இரண்டொரு வியாகூலங்களையும் நீங்கள் எதிர்பார்க்கவேணும்.

ஒன்று ... பிரதிவாதி கோட்டில நாங்கள் வீடு தேடிக்கொண்டு தான் இருக்கிறோம் . . . இன்னும் எங்களுக்கு வீடு கிடைக்க வில்லை, மனைவி கர்ப்பமாயிருக்கிறா, எங்கட ஜிம்மிக்கு வாந்திபேதி போன்ற காரணங்களைக் காட்டி மேலுமொரு ஆறு மாதங்கள் ஸ்டே வாங்கலாம்.”

“பரவாயில்லை சேர்.”

“இரண்டாவது . . . இப்படியான ஒரு குடியிருப்பாளன் இவாகுவேஷன் ஓடரைக் கண்ட கணத்திலிருந்து உங்களுக்கு வாடகை தரமாட்டானே . . . பிறகு ஒன்றுஞ் செய்யேலாது. சொல்லுவமே அவன் மேலும் ஒரு வருஷத்துக்கு அங்கே இருந்திட்டுக் காலி பண்றானென்று வைத்தால் . . . பின்னாலும் நீங்கள் வாடகைப் பாக்கிக்காக இன்னொரு வழக்கு தாக்கல் செய்யவேண்டியிருக்கும்.”

“செலவுதான் எங்கிறீங்க.”

“செலவு மாத்திரமல்ல . . . அவன் என்னால இரண்டு வீடுகளுக்கு வாடகை செலுத்தேலாது வேணுமானால் உங்களுக்கு மாதம் 50 டாலர்படி செலுத்திக் கடனை மெதுவா அடைக்கிறே னென்று பல்டியடித்தானென்றால் உங்களால எதுவும் பண்ண முடியாது ... பெஞ்ச் அவனுடைய நியாயத்தைத்தான் முதல்ல கேட்கும்.”

விஷயம் விவகாரமாகி அரிவு சாலுக்குள் எதையோ விட்டு நசிபட்ட குரங்கின் கதியானது. இப்போது சட்டத்தை விடுத்த மேலும் சாணக்கியமான ஒரு மாற்று யோசனை அவசியமாகியது.

உடனடியாக எதுவும் புலனாகாததில் குடியிருப்பாளர்களால் இவ்வகையான நெருக்கடிகளைச் சந்தித்தவர்களையும் நெருக்க மான நண்பர்களையும் கலந்தாலோசித்ததில் அவர்களும் தத்தம்

பங்குக்குச் சில மாற்று யோசனைகளை அள்ளிவீசினார்கள். அவற்றுள் வேலைசெய்யுமென நம்பிய ஒன்றைப் பிரயோகித்துப் பார்க்க முடிவு செய்தோம்.

ஒரு நாள் முன்னறிவிப்பின்றிப் போய் அவர்கள் வீட்டுப் பஸ்ஸரை அமுக்கினேன்; அவனும் மனைவியும் இருந்தனர். இயல்பாகக் கொஞ்சநேரம் பேசிக்கொண்டிருந்தேன். அதேசமயம் வாடகை விஷயமாக என் எரிச்சலையும் அவர்களுக்கு உணர்த்த விரும்பி மேசையில் அவன் மனைவி கொணர்ந்துவைத்த பால்சேராத கோப்பியின் பக்கம் திரும்பியும் பார்க்காமல் இருந்தேன். அவன் கோப்பியைக் குடிக்க மூன்றாம் முறையாகவும் வற்புறுத்தியபோது அதைச் சட்டை செய்யாமல் "நாங்கள் வீட்டை விற்பதற்கு முடிவுசெய்துவிட்டோம்" என்றேன்.

ஒரு நிமிஷம் இருவரும் மௌனமாக இருந்தனர். நான் சொன்னது அவர்கள் காதுகளில் விழுந்ததா என்று சந்தேகமாகவும், அம்மௌனத்தைப் பொருள் பெயர்க்க முடியாமலுமிருந்தது. கதிரையில் சாய்ந்திருந்த நான் 'அட ... எதுக்கென்று காரணத்தைக்கூடக் கேட்கிறார்கிறார்கள் இல்லையே என்று நொந்துவந்த பெருமூச்சை அடக்கி எழும்புவதுமாதிரி உடம்பை நிமிர்த்துகையில் ...

"ஏன் ..." என்று இழுத்தனர் இருகுரலில்.

"வீட்டை போகப்போறன்."

"அதில்லை, ஏன் வீட்டை விக்கிறியள் ..."

"தவணை அரியேர்ஸ் 46,000க்கும் மேல வந்திட்டுது ... பாங்க் கொடுக்கிற பிறெஷர் எங்களால தாங்கேலாது ... நீங்களும் ஒழுங்காக வாடகை கட்டுறேல்ல ... தவணைக்காசு கட்டுறதுக்காக வெளியில பிறைவேற் பார்ட்டியளிடமும் கடன்பட்டுக் கடனுக்குமேல கடனாய் வளர்ந்திட்டிருக்கு, இனியும் எங்களால தாக்குப் பிடிக்கேலாது உருத்திரன். எங்களுக்கு வேறவழியொன்றும் தெரியேல்ல. மிஸ்டர். சிவபெருமானும் அதைத்தான் எங்களுக்கு சஜெஸ்ட் பண்றார் ... அதுதான் இந்த முடிவுக்கு வந்திட்டம். ஒரு டெனென்டை வைச்சுக்கொண்டு வீட்டை விக்கிறதும் கஷ்டம் ... வாங்கிறவனும் சம்மதிக்கான், என்ன ... நீங்களும் சீக்கிரம் வேற வீடு பார்க்கவேண்டியிருக்கும்."

இருவரும் நிலத்தைப் பார்த்துக்கொண்டு தொடர்ந்தும் மௌனமாயிருந்தார்கள்.

பின் உருத்திரன் வாய் திறந்தான்:

"நான் கொம்பனியோட கதைச்சு தவணைத்தொகையைக் குறைச்சுத்தாறன் என்டவும் சம்மதிக்கிறியள் இல்லை, நீங்க விற்கத் தீர்மானிச்சிட்டால் அதுக்கும்மேல ஆலோசனை சொல்ற தகுதி எனக்கு இல்லை... அந்தளவுக்கு நான் பெரிய ஆளுங் கிடையாது... ஆனா ஒன்று மட்டும் சொல்லுவன் பொஸ், வேணுமென்டால் நீங்களதை ஒரு வேண்டுகோளாயும் கொள்ளலாம்."

"எதென்டாலும் உம் மனதில படுறதைச் சொல்லும்."

"எங்களுக்குத் தெரியாமல் வீட்டை மட்டும் யாரும் அந்நியருக்கு வித்துப்போடாதையுங்கோ... நாங்களும் வீடுதான் தேடிக்கொண்டிருக்கிறம்."

வீட்டை அவர்களுக்கே விற்றுவிட முடிவுசெய்தோம். அந்தப் பிசினை அங்கிருந்து கிளப்புவதைவிட, இம்மாம் பரந்த கனடாவில் இன்னொரு வீட்டை வாங்குவது இலேசாகத்தான் இருக்கும்.

குமுதம் - தீராநதி
ஆகஸ்ட் 2015

Donner Wetter[1]

நான் போகவேண்டியிருந்த மருத்துவமனை பெர்லின் பெருநகரத்திலிருந்து சற்றே விலகி வளமனைகள் ஐதாகவும் பசுமரங்கள் அடர்ந்தது மான *Zehlendorf* எனும் வனப்பான பகுதியில் ஒரு கோடைகால வாசஸ்தலத்தைப் போல அமைந்திருக்கிறது.

நாற்பதைக் கடந்துவிட்ட யௌவனர்களைப் போல் வேறுபாடின்றி ஒவ்வொரு மூன்று மாதமும் கட்டாய குருதிப் பரிசோதனை செய்ய வேண்டுமென்று இங்கத்தைய மருத்துவக் காப்பீட்டு நிறுவனங்கள் பரிந்துரைக்கின்றன. உடலுக்கேற்படும் குறைபாடுகளை அவற்றின் ஆரம்ப நிலையிலேயே கண்டு சிகிச்சித்து மருத்துவச் செலவினத்தைக் குறைப்பதே அவர்கள் எண்ணமாயினும் அது மனுஷர்கள் யாபேரும் பிரீதிகொளவல சாங்கியந் தானே ?

அவ்வாறு கடந்தவாரம் என் குருதியில் செய்யப் பட்ட சோதனையின் பெறுபேறுகளை அறிவதற்காகக் குடும்ப மருத்துவரிடம் சென்றிருந்தேன், அவர் என் ஆய்வுக்கூட அறிக்கையைப் பார்த்துவிட்டு . . .

"நான் இதுவரை தந்த மருந்துகளிலே எதிர் பார்த்த அளவுக்கு உம்முடைய ஹோமோன் டிஸ்டேபன்ஸ் முன்னேற்றம் காணவில்லை. அதைக் கட்டுக்குள் கொண்டுவராவிட்டால் வேறு பிரச்சனைகளுக்குள்ளும் அது உம்மை இட்டுச்

1. அதிசயம்

செல்லக்கூடிய ஆபத்து இருக்கு, இதில சிறப்பான ஆய்வுகள் செய்துகொண்டிருக்கிற ஒரு மருத்துவமனை *Zehlendorf*இல் இருக்கு. கடிதம் தாறன், நீர் ஒரு வாரம்போய் அங்கே இருந்து உம்மள டியூன் பண்ணிக்கொள்ள முடியுமா" என்று கேட்டார். மனுஷ உடம்பும் மகிழுந்து போலத்தானோ, அப்பப்ப டியூன் பண்ணிக்கொள்ள? அவர்தான் என்னை 15 வருஷங்களாகக் கவனித்துவரும் குடும்ப மருத்துவர். அவரே பரிந்துரைக்கும்போது ஒரு வாரம் விடுமுறைபோல் கழித்துவிட்டு வரக் கசக்குமா என்ன, உடனே சம்மதித்தேன். ஜெர்மனியின் நல்ல மருத்துவர்கள் சும்மா காசு பார்ப்பதற்காகத் தம் நோயாளிகளை வைத்து நோண்டி விளையாடிக்கொண்டிருப்பதில்லை, விஷயம் தங்களுக்குப் பிடிபடவில்லையென்றால் அப்பிரச்சினை சார்ந்த விற்பன்னர்களிடம் அனுப்பிவிடுவார்கள். அடுத்த வாரமே சுரங்கத் தொடருந்திலும், பேருந்திலுமாக ஒரு மணிநேரம் பயணித்து *Zehlendorf*க்குப் போய் எனக்குப் பரிந்துரைக்கப்பட்ட *HELIOS Klinikum Emil Von Behring* எனும் மருத்துவமனையில் அனுமதிபெற்றேன்.

எனக்கிருந்த 'ஹோமோன் டிஸ்டேர்பன்ஸ்' எனப்படும் இப்பிரச்சனைக்கு ஒவ்வாமை, ஓய்வின்மை போன்றவற்றுடன் உளவியல் விஷயங்களும் காரணிகளாய் அமைவதலால் அம்மருத்துவமனையின் இத்துறைசார்ந்த மருத்துவர்கள் அனைவரும் தேவதைகளுக்கு மட்டும் இருக்கக்கூடிய அன்புடனும் பரிவுடனும் அங்குள்ளவர்களைக் கவனித்துக்கொண்டிருந்தனர்.

நான் அங்கு சென்று என் பெயரைச் சொன்னதும் அது அவர்களது கணினியில் இருந்ததால் செவிலி ஒருவர் என்னை நேரடியாக அழைத்துச்சென்று வார்ட்டில் அனுமதித்தார். செவ்வக வடிவிலான வார்ட்டில் வாசலுக்கு இடதுபக்கத்தில் ஒன்றும் வலதுபக்கத்தில் மூன்றுமாக நான்கு படுக்கைகள் இருந்தன. எதிர்ச்சுவர் பக்கச்சுவர் என முழுநீளத்துக்கும் கண்ணாடிச் சாளரங்கள் அமைக்கப்பட்டிருந்தன. அதனூடாக அவ்வளாகத்தின் பின்பக்கத்தில் உலங்கு வானூர்திக்கான இறங்குதளமும், அதற்குப் பின்னால் பெயர் தெரியாத மரங்களும் கோடைகால ஆரம்பத்தில் பூக்கள் நிறைந்து பலவரிசைகளில் நின்றன. அவற்றின் கீழே காலார நடப்பவர்கள் அமர்வதற்கான வாங்குகளும் அமைக்கப்பட்டிருந்தன.

வாசலுக்கு இடதுபக்கமாக இருந்த கட்டிலில் எம்மவருக்கிசை வான தோலின் நிறத்திலும் மெலிந்த உடல்வாகோடும் 20, 22 வயதும் மதிக்கத்தக்க ஒரு இளைஞன் படுத்திருந்தான். ஒருவேளை அவனும் நம்மாளாக இருப்பானோவென்ற என்

எண்ணம், அவன் எனக்கொரு முகலோபனமோ, முகமனோ சொல்லாததில் கழன்றது.

வலதுபக்கம் இருந்த கட்டிலில் படுத்திருந்த ஜெர்மன்காரக் கிழவர் எனக்கு *"Guten Tag"* என்று முகமன் சொன்னார். அவரதையடுத்துக் காலியாக இருந்த கட்டில் எனக்காகக் காத்திருந்தது. கூடவந்த செவிலி அந்தக் கட்டிலை எப்படிப் பொத்தான்களை அமுக்கி உயர்த்துவது தாழ்த்துவது மடக்குவது சரிப்பது போன்ற வித்தைகளைக் காட்டித் தந்தார். என்னிடம் அனுமதிகேட்டுப் பயணவுறையிலிருந்த என் உடுப்புகளை எடுத்து எனக்கான ஆடை அலமாரியில் அடுக்கியும் ஹாங்கரில் தொங்கவும் விட்டுவிட்டு "தயவுசெய்து காப்பியோ பானமோ குடித்துவிடாதீர்கள், உங்களுக்கான குருதிமாதிரியை நான் சேகரிக்க வேணும்" என்றுவிட்டுச் சென்றார். உடனே வேறொரு செவிலி வந்து என்னிடம் குருதிமாதிரியைச் சேகரித்ததும் முன்னவர் எனக்கு ஒரு காப்பி கொண்டுவந்து தந்தார். செவிலிகள் அறையைவிட்டு நீங்குவதற்காகவே காத்திருந்தவர் போலிருந்த ஜெர்மன்காரக் கிழவர் என்னைச் செவ்விக்கு உட்படுத்தினார். என் பூர்வீகத்தை உள்ளபடியும், ஏனையபிற தகவல்களைக் கொஞ்சம் முன்னேபின்னே மாற்றியும் அவருக்குச் சொல்லி வைத்தேன். கிழவர் அங்கிருக்கும் மற்றைய ரொய்ஃபல்ஸ்[1] எதுவும் தன்னுடன் அத்தனை அளவளாவுவதில்லை என்றும் குறைப்பட்டார்.

ஒரு மருத்துவர் அந்த ஒல்லியான இளைஞனின் இரத்த அழுத்தம், கண்கள், தொண்டை எல்லாவற்றையும் சோதித்தார். 'உனக்கு இப்போ என்ன செய்கிறது, மயக்கமாக இருக்கிறதா, களைப்பாகப் பலவீனமாக இருக்கிறதா' என்றெல்லாம் கேட்டார். எந்தக் கேள்வியையும் அவனால் புரியவோ, பதிலளிக்கவோ முடியவில்லை. மனநலம் குன்றியவன்போலச் சிரித்துக்கொண் டிருந்தான். 'கொஞ்சம் பொறு' என்பதைப்போல மருத்துவர் சைகை பண்ணிவிட்டுப் போய்விட்டார்.

❍

என் அயற்கட்டில் கிழவருக்குப் பெயர் *Stöwe*, அவருக்கு மூன்றாண்டுகளுக்கு முன்னர், தானும் மனைவியும் ஸ்ரீலங்காவுக்கும் மாலதீவுக்கும் போன ஒரு சுற்றுலாக்குழுவுடன் சென்றுவந்த விஷயம், என்னிடம் பகிர்ந்துகொள்ள வேண்டிய முக்கிய சமாச்சாரமாக இருந்தது. அன்று மாலையே தன் மனைவிக்கு அலைபேசியில் 'என் பக்கத்துக் கட்டிலுக்கு ஒரு

---

1. பேய்கள்

ஸ்ரீலங்கன் வந்திருக்கிறார்' என்பதைத் தெரியப்படுத்தினார். தேயிலைச் செடிகளையும், செடியில் பழுத்திருந்த பப்பாளி, அன்னாசிப் பழங்களையும், யானையையும் தான் அங்கேதான் முதன்முதலாக நேரில் பார்த்ததாகவும் சொன்னார். இணைவுக்கு முன்னதான கிழக்கு ஜெர்மனியில் வாழ்ந்தவர்களுக்கு அந்த நாட்டில் உற்பத்தியான காய்கறிகள், கனிகள், சீனிக்கிழங்கு தவிர பிறநாடுகளின் உற்பத்திகள் எதுவும் தெரிந்திராது – மா, பலா, வாழைவுட்பட என்பது கொசுறுத் தகவல் – ஸ்ரீலங்காவில் தெருக்கரையோரத்தில் சில சனங்கள் வாங்கொன்றில் அமர்ந்து கொண்டு – கையேந்தி உணவகமாயிருக்கலாம் – சோற்றைக் குழைத்துக் கைகளால் சாப்பிட்டதைச் சற்றே எள்ளலாகச் சொன்னார்.

ஸ்டோவே போலந்தின் எல்லையிலுள்ள Meckelenburg என்கிற இடத்தில் பிறந்தவராம். தற்போது பெர்லின் எல்லையிலிருந்து தெற்காக 12 கி.மீ தொலைவில் Teltow என்கிற இடத்தில் சீவியம். "நான் போரின்போது எத்தனை பிணங்களைப் பார்த்திருப்பேன் குவியலாயும் சிதறலாயும்" என்பதை தனக்கிருக்கும் ஒரு விஷேச தகுதியைப் போன்று பீற்றினார். எப்பேர்வழியானாலும் சரி அவர் பார்த்த போரின் நேரடி அனுபவங்களைக் கேட்டறிய வேண்டுமென்றிருந்தேன். எவ்வளவு முயன்றும் குண்டுகள் விழுந்து வெடிப்பதையும், தாங்கள் பதுங்குகுழிகளுக்குள் குதிப்பதையும், பிணங்களையும் தவிர அவரிடமிருந்து வேறெதையும் பெறமுடியவில்லை. 'Adolf Hitler, Adolf Eichmann, Himmler இவர்களில் எவனையாவது நேரில் பார்த்திருக்கிறாயா' என்றால் அதற்கும் 'இல்லை' என்று தலையை ஆட்டினார். எம்மிடையே சம்வாதங்கள் வளர்ந்து இப்போது ஒருவரையொருவர் ஒருமையில் விளிக்குமளவுக்கு நெருங்கி வந்திருந்தோம்

ஒருமுறை பேச்சிடையே "நீ நல்லாய்த் தண்ணியடிப்பாயா" என்றார்.

"சுமாராய் அடிப்பேன்."

"எப்படி? ஒரு நாளைக்கு ஒரு போத்தல்."

"இல்லை, வாரத்துக்கு ஒரு கோனியாக்... ஸ்கொட்ச் என்றால் பத்துநாளைக்கு வரும்."

"அதென்ன கோனியாக் என்றால் ஒரு வாரம், ஸ்கொட்ச் என்றால் பத்துநாள்."

பொதுவாகப் பல்பொருள் அங்காடிகளில் கோனியாக் *750 மி.லீட்டர் போத்தல்களிலும், ஸ்கொட்ச் விஸ்கிகள் 1000*

மி.லீட்டர் போத்தல்களிலுமே கிடைக்கும் என்ற சூத்திரம் பெம்மானுக்குத் தெரிந்திருக்கவில்லை. .

"சரி ... நீ நிறையக் குடிப்பியா ஸ்டோவே."

"அது மட்டும் கிடையாது ... குடிப்பழக்கம் எனக்கு இருந்திருந்தால் நான் இத்தனை வயதுக்கும் வாழ்ந்திருக்கமாட்டேன்."

"அது எப்படிச் சாத்தியமாயிற்று?"

"Donner Wetter, அது நெடிய கதை" என்று பீடிகை போட்டுது ஸ்டோவே.

இந்த 'Donner Wetter' என்பதற்கு நேரிடையாக இடியுடன் கூடிய காலநிலையென்றே அர்த்தம். ஆனால் Literal ஆக அதிசயம் / அற்புதம் / அபூர்வம் என்று பொருள் கொள்ளப்படும், சிலர் பேச்சிடையே கெட்ட அல்லது நாலாந்தர வார்த்தைகளைச் சேர்ப்பதைப்போல இவரும் அடிக்கடி 'Donner Wetter' எனும் மிளகைச் சேர்த்து ரசமூட்டுவர்.

"கொஞ்சம் எடுத்துத்தான் வைக்கிறது."

பின்னும் கண்களைமூடிச் சிந்திப்பதுபோலொரு பாவனை பண்ணிவிட்டுச் சொல்லத் தொடங்கியது.

"அது போர் நடந்துகொண்டிருந்த நேரம், எனக்கு 12 வயது வீட்டுக்குப் பின்பக்கமாக வெட்டி மூடப்படாதிருந்த இரண்டு மீட்டர் ஆழமான பதுங்குகுழிக்குள் விழுந்து என் மண்டையை உடைத்துக்கொண்டுவிட்டேன். கன்னமண்டையில் 10 இழைகள்போட்டு என்னைக் காப்பாற்றிவிட்டார்கள். ஆனால், வைன், பியர் போன்ற மென் சோமபானங்கள் குடித்தால்கூடப் பக்கவிளைவாகக் கன்னமண்டையின் நரம்புகள் புடைத்துத் தாங்கமுடியாத தலைவலி உண்டாகி மூஞ்சை சிவந்து எரிவு எடுக்கத்தொடங்க பபூன்குரங்கைப்போல் ஆகிவிடுவேன். உலகத்துக்கெல்லாம் போதையும் களிப்பும் தருகிற மதுவகைகூட, எனக்கு எரிச்சலையும் கடுப்பையுமே தருகிறது. முயற்சித்த ஒவ்வொரு தடவையும் அவஸ்தைப்பட்டிருக்கிறேன். அதனால நான் அந்தப் பஸாசைத் தொடுவதில்லை."

கன்னமண்டையில் சாய்வாக ஓடும் ஒரு தனியான இருப்புப் பாதைபோல / ஜிப் வைத்துத் தைத்ததைப்போலக் காயத்தின் நீண்டவடு இன்னும் அவர் தலையில் தெரிகிறது. "Donner Wetter" என்றேன். குடிக்காமலே அப்பிடித்தானே இருக்கிறாய் ... என்று சொல்லவும் வாயில் வந்தது; அதைமாற்றி, "அடடா ... உங்களுக்கெல்லாம் கொஞ்சம் மதுவோட குரங்கு அவதாரம் எடுக்கமுடிகிறது, அது எல்லோருக்கும் வாய்க்காதாக்கும்"

வனம் திரும்புதல்

என்றேனாகிலும் என் நினைவுகள் 'அட அந்தப் பஸாசு அப்படி யான ஒரு பக்கவிளைவை எல்லோருக்கும் கொடுத்துத் தொலைக்க லாமே' என்று வேறொரு திசையில் ஓடத்தொடங்கின.

○

சற்று நேரத்தில் வேறொரு பெண் மருத்துவர் வந்து "என் பெயர் ஜூலியா உங்களின் ஹவுஸ் ஆட்ஸ்[1]" என்று அறிமுகஞ்செய்து விட்டுப், பின் "முடிந்தால் நீங்கள் எனக்கொரு சிறு உதவி செய்தாகவேணும்" என்றார். "முடிந்தவரையில் சிறப்பாகச் செய்வேனே" என்றேன். அவர் 'நன்றி' சொல்லிவிட்டு முதல் கட்டிலில் படுத்திருந்த அந்த ஒடிசலான பையனைக் காட்டி "உங்களுக்குத் தெரிந்த மொழியில் அவனுக்கு என்ன பிரச்சனை என்றும், இப்போது ஏதும் வலியுண்டாவென்றும் கேட்டுச் சொல்லுங்கள்" என்றார்.

மருத்துவரின் கோதாவில் அவனருகில்போய் "ஹேய் . . . உனக்கு என்ன மொழி தெரியும்" என்று கேட்டேன். "ஓன்லி அராபிக்" என்றான்.

"எவ்வளவு காலம் இங்கே இருக்கிறாய்?" என்று ஆங்கிலத்தில் கேட்டேன். புரிந்துகொண்டு முதலில் மூன்று விரல்களைக் காட்டியவன் சடுதியில் ஒன்றை மடக்கி ஜெயலலிதாவைப்போல் இரண்டை மட்டும் காட்டினான்.

"ஓகே... உனக்கு இப்போது என்னதான் பிரச்சனை?" என்று கேட்கவும் முழு வயிற்றிலும் தோசை வார்ப்பதைப்போல் சுற்றித் தடவிக் காட்டி "அவ்வா . . . அவ்வா . . . அவ்வா" என்றான்.

நாங்கள் எங்காவது வலித்தால் 'ஐயோ' என்பதைப்போல் பிரெஞ்சுக்காரர்களும் ஸ்பானியர்களும் "அவ்வா ..." என்பார்கள், குழந்தைகள் வாயிலும், பிரசவ வார்ட்டுகளிலும் அடிக்கடி புரளும் இந்த 'அவ்வா.' அவன் சொன்னவரையில் அவனுக்கு வயிற்றினுள்ளே வலிக்கிறது என்பது மட்டும் மருத்துவர்களுக்குப் புரிந்தது. அவனது கட்டிலின் கால்மாட்டில் இருந்த பெயர் சுட்டியில் அவன் பெயர் *Rembrandt* என்றிருந்தது. யாரோ ஒரு ஜெர்மன்காரர் இவனைத் தத்து எடுத்திருக்க வேண்டும், அல்லது விலைக்கு வாங்கி வந்திருக்க வேண்டும், அல்லது இப்படியானதொரு ஜெர்மன் பெயர் வந்திருப்பதற்கு வேறு சாத்தியங்கள் இல்லை. மருத்துவரும் செவிலியரும் அப்பால் நகர்ந்ததும் அவனது பூர்வீகத்தை உசாவினேன்.

---

1. *House incharge*

தான் எரித்திரியா நாட்டுக்காரன் என்றும் கைகளைத் துப்பாக்கிபோல் பிடித்துக்கொண்டு தன் தேசத்தில் ஒரே 'புங்' 'புங்' 'புங்'தான் என்றும் செய்து காட்டினான். தான் அங்கிருந்து லிபியாவுக்குத் தப்பியோடி, லிபியாவிலிருந்து 5000 டொலர்கள் கொடுத்து சிறிய படகில் 85 பேர்வரையில் ஏறிக்கொண்டு இருட்டுக்குள் இத்தாலியை வந்தடைந்ததாகச் சொன்னான். அவனது மிகுதிப் பயணங்கள் எப்படி இருந்திருக்குமென்பது எனக்கு ஊகிக்கக்கூடியதாக இருந்தன.

அப்போதுதான் பணியை ஆரம்பித்த செவிலி ஒருத்தி Rembrandt தன் உடுப்புகளைச் சுருட்டித் கட்டிலுக்குக் கீழே தள்ளிவைத்திருப்பதைக் கண்டதும் "ஹே ... பையா உனக்கு எதுக்கு இந்தப் பெரிய அலமாரி தந்திருக்கு ... எதுக்கு உடுப்பு களைக் கட்டிலுக்குக் கீழே தள்ளிவைத்திருக்கிறாய்" என்று சத்தம் போட்டுவிட்டு அவனை ஒரு தேவாங்கைப் பார்ப்பதைப்போலப் பார்த்தாள்.

நான் அவனுக்கு "ஹே ... உன் உடுப்புகளை எடுத்து அலமாரியுள் வை" என்றேன். புரிந்துகொண்டு அவற்றை எடுத்து ஒவ்வொன்றாக உள்ளே வைத்தான்.

அவனுக்கு ஜெர்மன் கொஞ்சமும் புரியாது என்ற உறுதியில்,

"ஜா ... ஜா ... ஜா ... அப்படித்தான் ... கொஞ்சம் ஆவிவிட்டால்தான்[2] பட்டினிக்காரரிடம் காரியமாகும்" என்று சல்லாரி போட்டார் ஸ்டோவே.

"நீ எப்படி அவனைப் பட்டினிக்காரன் என்பாய் ... உன்னுடைய சாப்பாட்டைத் தரச்சொல்லி அவன் யாசித்தானா" என்றேன் இறுக்கமான குரலில்.

"ஆமாமா ... பிறகெதுக்கு இங்கே வாறாங்கள் ... எமக்குத் தெரியாதா."

கிழக்கு ஜெர்மனியில் பிறந்து வளர்ந்த பிரகிருதியாகையால் அவர் இரத்தத்தில் கொஞ்சம் ஃபாஸிசம் இருக்குமென்பது எதிர்பார்த்ததுதான்.

"வந்து இரண்டு வருஷங்கள் ஆச்சு, இன்னும் டொய்ச் பேசத் தெரியாத பன்றி" என்ற ஸ்டோவே திரும்பவும் Rembrandtஐ மேற்கண்ணால் காட்டி,

"அவனுடன் ஃப்றெஞ்சில் கதைத்தாயே எங்கேயிருந்து வருகிறானாம் ... ஏன் ஜெர்மனிக்கு வந்தானாம்" என்றது,

2. ஆவிவிடுவது: மிருகங்களைப்போல கூச்சல் இடுதல்.

அதிலே 'நீயும் ஏன் வந்தாய்' என்கிற தொனியும் கலந்திருந்ததாக எனக்குப் பட்டது.

"அநேகமாகச் சும்மா ஊரைச் சுற்றிப் பார்க்கவாகத்தா னிருக்கும்" என்றேன். *"Donner Wetter"* என்றுவிட்டு வாயைப் பொத்திக்கொண்டு எள்ளலாகச் சிரித்தது.

"நீண்டகாலமாகச் சுதந்திரத்துக்குப் போராடின ஒரு சிறிய நாடு, நாட்டுக்குச் சுதந்திரம் கிடைத்த பின்னாலே புதிய சர்வாதிகார ஆட்சியாளர்களாலே அந்த மக்களுக்குச் சுதந்திரம் இல்லாமல் போச்சு, அதுதான் தப்பித்து ஓடிவந்தானாம்" என்றேன்.

"எந்த ஷைச[1] நாடு அது?"

"எரித்திரியா."

"அதெங்கெ இருக்கு?"

"சோமாலியாவுக்குப் பக்கத்தில, அதில இருந்து பிரிந்ததுதான் எரித்தியா."

உதட்டைப் பிதுக்கியது ஸ்டோவே.

"அப்ப சோமாலியாவும் உனக்குத் தெரியாது, அதென்ன எங்கோ இருக்கிற மாலத்தீவு, ஸ்ரீலங்கா எல்லாம் தெரியுது, பாதத்தோடிருக்கிற சோமாலியாவைத் தெரியவில்லை" என்றேன். மௌனமாக இருந்துவிட்டு "நான் புவியியல் படிக்கவில்லை" என்றது. ஸ்டோவேயின் படிப்புகள் போரினாலும் குழம்பியிருக்க வாய்ப்பிருக்கு; நான் அதைப்பற்றி மேலும் நோண்டவில்லை.

"அவன் போர் நடந்த ஒரு நாட்டிலிருந்து தப்பியோடி வந்திருக்கிறான், ஒரு புதிய மொழியைப் படிக்க வேணும் என்கிற மனநிலையில் இருந்திருக்கமாட்டான். இதுகளைத் தெரியாமல் நீ அவனைப் 'பன்றி' என்கிறாய், அதை அறிந்தா னாயின் நித்திரையில் உன் மூச்சுக்குழலைக் கடித்துக் குதறிவிடுவான் . . . பார்த்துப் பேசு" என்றேன்.

உள்ளூரப் பயம் பயந்திருக்க வேண்டும், "அதைவிடு" என்றது.

"நான்கூட ஒரு போர் நடந்த நாட்டில இருந்துதான் வாறேன் என்பது தெரியுமோ . . . "

"இல்லை நான் கேள்விப்படவில்லை."

"அப்போ ஸ்ரீலங்கா போனதாகச் சொன்னது . . ."

---

1. கெட்ட

"அங்கே யாரும் போரைப்பற்றிக் கதைக்கலையே."

"ஸ்ரீலங்கா ஒரு தீவு என்றாவது உனக்கு யாராவது சொன்னார்களா, உனக்குத்தான் டொய்ச் தவிர வேறொன்றும் புரியாதே... போரைப் பற்றியெல்லாம் யார் சொல்லியிருக்கப் போகிறார்கள்" என்று குத்தினேன். காகம் கலைப்பதைப்போல ஒரு கையை முன்நோக்கி வீசி சம்வாதத்துக்கு முற்றுப்புள்ளி வைத்தது ஸ்டோவே.

○

அடுத்தநாள் பொழுது புலர்கையில் சிறு தள்ளுவண்டியில் காலையுணவை வைத்துத் தள்ளிக் கொண்டுவந்த செவிலிகள் முகமன் சொல்லி எங்களைத் துயில் எழுப்பினார்கள்.

பிரியமான நண்பர்கள் குழாமுக்குச் சொல்வதுபோல எல்லோருக்கும் அட்டகாசமாக 'Guten Morgen' சொல்லிக்கொண்டு கட்டிலால் எழும்பிநின்ற ஸ்டோவேயின் ஆகிருதியைப் பார்க்க கொமிக்ஸ் புத்தகங்களில் ஓவியர்கள் வேற்றுக் கிரகவாசிகளை நீண்ட கால்களுள்ள மண்டூகங்களைப்போல விகிதாசாரமின்றி வரைவார்களே அப்படித் தோற்றமளித்தார்.

நம் நாதசுர வித்துவான்கள் தம்கட்டி வாசிக்கும்போது தொண்டை பக்கவாட்டில் வீங்கிப் புடைப்பதைப்போல் ஸ்டோவேயின் தொண்டை புடைத்திருந்தது, கழுத்திலிருந்து இடுப்புவரை இறுக்கமாகப் பஞ்சடைந்த தலையணையைப் போலான கட்டையான அவ்வுடம்பைப்போல் இருமடங்கு நீளமான கால்கள். மனிதனின் நடை, அளவுக்கு மிஞ்சி வளர்ந்த மண்டூகம் இரண்டு கால்களில் எழுந்து நடப்பதைப் போலிருந்தது. இன்னும், வில்லுத்தகடு உடைந்துபோன பாரவுந்தைப்போலப் பக்கவாட்டில் சாய்ந்துசாய்ந்தும் நடந்தார்.

கட்டடங்களுக்குச் சலவைக்கல் பதிக்கும் பணிசெய்து ஓய்வு பெற்றவராம். அவர் முட்டுக்காலில் இருந்தபடி ஆயிரக்கணக்கான வீடுகளுக்கு மாபிள் பதித்துப்பதித்து தன் முள்ளந்தண்டு பக்க வாட்டில் சரிந்து தேய்ந்துவிட்டதென்று சொன்னார். சாத்தியம். உழைப்புக்குத் தயங்காத இனம் அது.

இளம் செவிலியர்கள் வார்ட்டுக்குள் வந்துவிட்டால் ஸ்டோவே குஷியாகிவிடுவார். அரை நிர்வாணியாகத் தன் ஆறுவரித் தசைகளுள்ள டாஸான் உடம்பு தெரியும்படி குறுக்கும் மறுக்கும் உலாவுவார். ஒருத்தியிடம் "நேற்று எங்கே போனே... நீ வராமல் வார்ட்டே சோபையிழந்து போச்சு தெரியுமா" என்று வருத்தப்படுவார். மற்றொருத்தியிடம் அவள் இதயத்துடிப்பை

வனம் திரும்புதல்

அளக்கையில் "என்னவோ நீ தொட்டதும் எனக்கு இதயத்துடிப்பு எகிறிவிடுகிறது" என்றும் சொல்லும்.

அன்று இரவு அவருக்கு *Laproscopy* கருவியேதோ வயிற்றுக்குள் இறக்கிப் பரிசோதிக்க இருந்தார்கள், அதனால் அவர் திரவ உணவுதவிர வேறெதையும் கொள்ளப்படாதென்று அறிவுறுத்தல். அன்று எங்களுக்கு மதியச் சாப்பாடு வந்தபோது ஒரு குழந்தையைப்போல "எனக்கும் தா" என்று அடம்பிடித்தது. செவிலி "சாப்பாடு தரலாம் . . . ஆனால், பதிலாக நாளை முழுவதும் பட்டினியிருக்க வேண்டிவரும், சம்மதமா" என்றதும் முகத்தைத் தூக்கி வைத்துக்கொண்டார்.

மாலையில் அரபுமொழி தெரிந்த மருத்துவமனை ஆம்புலன்ஸ் சாரதி ஒருவர் வந்து வைத்தியர்களுக்கு இளைஞனை மொழிபெயர்த்து உதவினார். அவனுக்கு பித்தப்பையில் கற்கள் விளைந்திருப்பது கண்டுபிடிக்கப்பட்டு இரண்டொரு நாட்களில் சத்திரசிகிச்சை செய்யப்பட்டது. பின்னர் அவனை அரபு தெரிந்த செவிலி ஒருவர் பணிபுரியும் வார்ட்டுக்கு மாற்றினார்கள்.

ஸ்டோவேயின் 'பித்தப்பையில் கற்கள் விளைந்திருக்குமா' என்கிற சந்தேகம் மருத்துவர்களுக்கு இருந்தது; கருவியை நுழைத்துப் பார்த்தபோது எதனையும் கண்டுபிடிக்க முடியவில்லை.

மேலும் அவருக்கு அடிக்கடி ஏதாவது திரவங்கள் ஏற்ற வேண்டியிருந்ததால் நிரந்தரமாகவே மணிக்கட்டில் கதேற்றரைப்[1] பொருத்தி வைத்திருந்தார்கள். ஒரு காலையில் ஸ்டோவே குளித்துவிட்டு வரவும் "ஹெர். ஸ்டோவே தயவுசெய்து கட்டிலில் அமர்ந்திரும். உமது கதேற்றரை அகற்ற வேண்டும்" என்றாள் இளம் வார்ட் செவிலி. "அதெல்லாம் முடியாது" என்றுவிட்டு வார்ட்டினுள் குறுக்கும் நெடுக்குமாக நடை பயின்றுகொண்டிருந்த ஸ்டோவேயைத் தோளில் அமர்த்தி அமரச்செய்து அவள் கழற்ற ஆரம்பிக்கவும் தானும் அப்பிளாஸ்டரை உரிக்க முயன்றார். அவரது கையை லேசாகப் பிடித்து அப்புறப்படுத்திவிட்டு அவள் மீண்டும் முயலவும் இவர் மீண்டும் தன் விரலை அங்கே கொண்டுபோனார். "ஹேர். ஸ்டோவே கதேற்றரை உமக்கு நோகாமல் உரிப்பது எனது வேலை, தயவுசெய்து உமது கையை அப்பாலே எடும்" என்றாள் செவிலி. "ஓகே . . . ஓகே" என்றபடி கையை எடுத்தார். ஆனாலும் மீண்டும் அவள் உரிக்க ஆரம்பிக்க அவரது விரல்கள் தானாகப் பிளாஸ்டரைத் தொட முயன்றன. அவரது கையைத் தட்டிவிட்டு அவள்,

---

1. *Peripheral venous vatheter*

“ஐயோ… இந்த நாதாரிக் கிழவன் என் புருஷனாயில்லையே” என்று கத்தினாள்.

“Donner Wetter… உம் புருஷன் என்றால் என்ன பண்ணுவியாம்” என்றுவிட்டு அவளைக் கண்களை இடுக்கிக்கொண்டு பார்த்தது.

“ணங்’கென்று உன் நடுமண்டை பிளக்கிற மாதிரியொரு குட்டு வைத்துவிட்டுக் கதேற்றரை என் பாட்டுக்குப் பிடுங்கிக்கொண்டு போயிருப்பேன்” என்றாள் செவிலி.

“க்கும்… நீயே என் பெண்டாட்டியாயிருந்தால் நீ உரிக்கும் வரைக்கும் என் முகத்தை உன் மார்புக்குவட்டுக்குள் வைத்துக் கொண்டு சமர்த்தாக அல்லவா இருப்பேன்” என்று கடித்தது ஸ்டோவே.

இன்னொரு இளம் அழகியும் எங்கள் வார்ட்டுக்கு துப்புரவுப் பணிக்காக வருவாள். பச்சைநிறச் சீருடையில் ‘சிக்’கென்றிருப் பாள். குளிப்பறையையும் தரையையும் ‘மொப்’ பண்ணுவது, மேசை தளபாடங்களைத் தூசியில்லாது துடைத்துவைப்பது அவளது பணி. அணிஞ்சில் பழத்தின் தோலை வார்ந்து ஒட்டிக் கொண்டதுபோலக் கடுஞ்சிவப்பாக இருக்கும் அவள் உதடுகள். ஒருநாள் அவள் வார்ட்டைத் துப்பரவு பண்ணி முடிக்கும் வரையில் ஸ்டோவே ஜொள்ளுடன் பார்த்திருந்துவிட்டு முடிவில் அவளைப் பேட்டி கண்டார்.

“ஏய் பெண்ணே … நீ எந்த நாட்டுக்காரி?”

அவளது தற்காப்புணர்வோ என்னவோ “ஈரான்” என்றாள். ஆனால், அவள் நிச்சயம் ஈரான்காரியல்லள். ருஷியாவிலிருந்து சிறிதும் பெரிதுமாய்ப் பிரிந்துபோன நாடுகளில் ஏதோவொரு நாட்டுக்காரியாகத்தான் இருக்க வேணும்.

ஸ்டோவேயின் அடுத்த கேள்வி,

“நீ திருமணம் செய்துகொண்டுவிட்டாயா?”

“இல்லை, எதுக்குக் கேட்கிறீங்க?”

“இங்கே இரண்டு இளைஞர்கள் இருக்கிறோமே… அதனால் தான்.”

அவள் வயிற்றை அமுக்கிப் பிடித்துக்கொண்டு விழுந்து விழுந்து சிரிக்கவும் அவளைக் கிட்டவரும்படி சுட்டு, நடு விரல்களை மடித்துச் சைகை காட்டினார். அவளும் விகற்பமில்லாமல் சிரித்தபடி அவரை அணுகவும் மார்பிலிருந்த அவள் பெயர்ச் சுட்டியில் தொட்டு,

“ஏன் இப்படி ஒரு ஆணின் பெயரை எதுக்கு வைத்திருக்கிறாய்” என்றார்.

“அது என் அப்பாவின் பெயர் *Lewinsky*”

“*Donner Wetter*, விவரங்கெட்ட சிறுக்கி, அப்பாவை எங்கே வைக்கிறதென்ற விவஸ்தையில்லை. நீ ... போ ... போ” என்றார் பொய்க் கோபத்துடன். காலத்தில கிழவன் என்ன கூத்தெல்லாம் அடிச்சிருக்குமோ ...

என் மருமகள் வெண்ணிலாவுக்கு *Zehlendorf* இல்தான் பணியகம் இருந்தது. பணிமுடிந்து வீட்டுக்குப் போகும்போது இடைசுகம் என்னை வந்து விசாரித்துவிட்டுப் போவாள். அவள் முதல்தடவை வந்தபோது, “உன் மனைவியா” என்றார்.

“ஐயகோ ... அவள் என் மகள் வயதுக்காரியப்பனே ... எனக்கென்ன வயசென்கிறாய் ஸ்டோவே?”

அப்போதுதான் பார்ப்பதைப்போல என் முகத்தை நுணுகிப் பார்த்துவிட்டு,

“என்னவொரு நாற்பத்தைந்திருக்கும்”

ஸ்டோவே தந்த 10 அகவைகளையும் போனஸாக வைத்துக் கொண்டேன்.

“சரி எனக்கென்ன வயசென்கிறாய் ... ” என்றது திருப்பி.

யுத்தத்தையெல்லாம் பார்த்த கேஸ், இருந்தும் ஆளைக் குளிர்த்திவிக்க “என்ன ஒரு 64 இருக்கும்” என்றேன்.

“இல்லையில்லை 78 அப்பனே.”

“இல்லை, உன் குதிப்பைப் பார்த்தால் அப்படிச் சொல்ல வராது.”

அன்று மதியம் திரும்ப ஸ்டோவேயின் மனைவி அவரைப் பார்க்க வந்திருந்தார். அவரை ஸ்டோவே முதலில் கேட்டது “என்ன கொண்டுவந்தாய்?”

“உனக்குத்தான் வெளிச் சாப்பாடு எதுவும் கொடுக்கக் கூடாதென்று சொல்லியிருக்கிறார்கள் தெரியாதா.”

“ ... க்கும் ஒரு *Eintorf*[1] ஆவது எடுத்து வந்திருக்கப்படாதா” என்றுவிட்டு முகத்தைக் கடுப்பாக வைத்துக்கொண்டிருந்தார். மனுஷி பாவம் இந்தக் குரங்குடன் எத்தனை காலந்தான் மல்லுக் கட்டுகிறாரோ.

---

1. ஒருவகையான சூப்பு

சற்று நேரத்தால் "அலிஸ்" என்று அவரை அழைத்து என்னைச் சுட்டிக்காட்டி "இந்த ஜுங்கமான்தான் (jungeman) நான் சொன்ன ஸ்ரீலங்காக்காரர்" என்றார். அவரும் வெகுநேரம் தங்கள் ஸ்ரீலங்காப் பயணத்தை நினைவுமீட்டிச் சென்றார்.

அவர் போனதும் "அலிஸ் பாவம், இத்தனை தூரம் மிதியுந்தை மிதித்துக்கொண்டு வந்திருக்கிறாள்" என்றார்.

"ஏன் காரில் வருவதுதானே" என்றேன்.

"அவளுக்கு இன்னமும் தனியனாக காரோட்டப் பயம், யாராவதொருவர் பக்கத்தில் இருக்க வேணும்" என்றவர்,

"நீயென்ன காரிலா வந்தாய்" என்றார்.

" ... ம்"

"என்ன வண்டி?"

"மெர்சடெஸ்தான்" ஸ்டோவே முகம் அந்தரமாகியது.

"ஏனோ மெர்சடெஸ்?"

"மெர்சடெஸ்தான் என் மனைவிக்குப் பிடிக்கும்."

"Donner Wetter, நான் டொய்ச் ... எனக்கு லாடா, உனக்கு மெர்சடெஸ் ... ம்ம்ம்" வெறுப்பை மறைக்கத் தெரியாமல் வார்த்தைகளில் கொட்டியது,

"ஏன் நீயொரு மெர்சடெஸை வாங்குவதற்கு நான் குறுக்கே நின்றேனா ... "

வேறு பக்கமாக முகத்தைத் திருப்பிக்கொண்டிருந்தது.

அன்று மாலை ஸ்டோவேயிடமிருந்து தப்புவதற்கு கையில் புத்தகமொன்றை எடுத்துக்கொண்டு ஒரு சுற்று நடந்துவிட்டு வரலாமென்று புறப்பட்டேன். ஸ்டோவே என்னை ஏக்கமாகப் பார்த்துக்கொண்டிருந்தது. நான் வந்ததும் வராததுமாய் 'எங்கெல்லாம் போய்விட்டு வருகிறாய்' என்று உசாவியது. நான் வழக்கம் போல் நான் சென்றுவந்த சுற்றைச் சற்று நீளமாக்கிச் சொன்னேன்.

நான் எப்படி நடந்துவிட்டு வருகிறேன் என்பதைத் தன் கைகளையும், இடப்புக் கால்களையும் வீசி நடந்து காட்டி "பார் நீ இப்படி உல்லாசப் பவனி போய்விட்டு வருகிறாய் ... என் முழங்கால் மூட்டுக்களையும் பார், எல்லாம் பிணைச்சல்களைப் போலத் தேய்ந்துபோச்சு ... உன்னைப்போல ஜாலியாக நடக்கவே முடியாது" என்றுவிட்டு உதட்டைப் பிதுக்கியது.

வனம் திரும்புதல்

அடுத்த நாள் செவிலி வந்ததும் வராததுமாய் அவள் காதில் எதையோ ஸ்டோவே ஓதவும், அவள் உடனே நுண்ணுயிர்க் கொல்லித் திரவம் எடுத்துவந்து எமக்குப் பொதுவாயிருந்த மேசையைத் துடைத்துச் சுத்தம் செய்தாள்.

"ஏன் ஸ்டோவே இரவு மேசைமேல் ஒண்ணுக்குச் சொட்டி விட்டாயோ" என்றேன் கிண்டலாய்.

"காலை மூன்றுமணிக்குக் கொட்ட விழித்துக்கொண்டு அந்த மேசையில் உன் கால்களைத் தூக்கிப்போட்டுக்கொண்டிருந்து புத்தகம் படித்தாயே மறந்துபோச்சா" என்றது பதிலுக்கு. ஆள் வெகு சுத்தம். காலை, மதியம், இரவுக்கென்று மூன்று உடுப்புகளும் உள்ளாடைகளும் மாற்றுவார்.

அடுத்த அடுத்த நாட்களிலும் மதியச் சாப்பாட்டின்போது பெரும் ரகளை பண்ணியது ஸ்டோவே.

எனது தட்டைக் காட்டி "ம்ம்ம்... அவருக்கு வெதுப்புக்கோழி, எனக்கு வெறும் குலாஷ் . . . குலாஷைச் சாப்பிடச்சாப்பிட எனக்கு 'மோஷனும்' குலாஷ் போலவே லூஸாய் ஓடுது."

"தயவுசெய்து நிறுத்துவாயா ஸ்டோவே, உனது மோஷனைப் பற்றி இப்போ யார் கேட்டா . . . யாருக்கு அக்கறை . . . எதுக்கு இந்த இழவுப்பேச்சு சாப்பாட்டு மேசையில்" கடுமையான தொனியில் சொன்னேன்.

"நீ மட்டும் சாப்பாட்டு மேசையில் உன் கால்களைத் தூக்கிப்போடலாம், நான் சும்மா பேசப்படாதாக்கும்."

பின் எதிரிலிருந்து சாப்பிட்ட இன்னொருவரைக் காட்டி "அங்கே பார் அவருக்கெல்லாம் லக்ஸ் மீன் . . . எனக்கு வெறும் காய்கறி அவியல் மட்டுந்தான் செரிக்குமாம் . . . "

செவிலி சொன்னாள்: "நான் நேற்று சாப்பாடு நிரல்போட வரும்போது நீர் கட்டிலில் இருக்கவில்லை, அதனால்தான் இவற்றைக் கொண்டுவந்தேன்."

"எங்கே போயிருந்தேன் . . . "

"எங்கே வண்ணத்துகளைப் பார்க்கப் போயிருந்தீரென்று உமக்குத்தான் தெரியும் . . . "

அதே இரவும் இரவுச் சாப்பாட்டின்போதும் "அங்கே பார் அவருக்கு சீஸ் – எனக்கு சும்மா பட்டர், அவருக்கு ஷிங்கன்[1], எனக்குச் சலாமி" என்று தன் முன்பள்ளித் தரத்து ரகளையைத் தொடக்கவும் நான் தன்மையாகச் சொன்னேன்:

---

1. ஆவியில் வேகவைத்த தொடை இறைச்சி

"ஹெர். ஸ்டோவே நான் ஒன்று சொன்னால் கேட்பியா?"

"நியாயமென்றால் கேட்பேன்."

"ஒருபோதும் நீ மற்றவர்களுடைய தட்டிலே என்ன இருக்கென்று பார்க்காதே... உனக்குக் கிடைத்ததைச் சாப்பிடு... உன்னுடைய வாழ்க்கையை மட்டும் வாழு, மற்றவனுடையதை யெல்லாம் எட்டிப் பார்த்தால் உன் நிம்மதிதான் குலையும்பா."

ஸ்டோவேக்கு அது பிடித்ததோ பிடிக்கவில்லையோ தெரிய வில்லை, அன்று மூஞ்சியைக் காட்டாமல் 'இரவு வணக்கம்' சொல்லாமல் போர்வைக்குள் புகுந்து படுத்தது.

ஒரு சமயம் தொலைக்காட்சியில் இயற்கை அலைவரிசையில் நிறைய கடல்வளங்களைக் காட்டினார்கள். வர்ணம்வர்ணமாகக் கடல் அனிமோனிகள், பவளப்பாறைகள் பவளப்பறைகளின் இடுக்குகளில் விளையும் சிறிய மீன்கள் ஒரு அருவியெனத் தீராமல் பெருகிப்பெருகி வந்துகொண்டிருக்க வாயூறிய ஸ்டோவே சொன்னார்:

"Donner Wetter... இத்தனை மீன்களைத் தந்தாலும் நான் சாப்பிடுவேன்" வார்ட்டில் பெருஞ்சிரிப்பு எழுந்தது.

நான் "ஸ்டோவே அவை எல்லாம் நல்லதண்ணி மீன்கள்... அத்தனை சுவையாக இருக்காது" என்றேன்.

"சரி அப்போ வேண்டாம்."

அப்போதும் மீண்டும் சிரிப்பு எழுந்தது. தொலைக்காட்சி முடிந்தான எம் உரையாடலின்போது 'இந்தப் பூமியின் மொத்த விவசாயம், மீன்பிடி, உணவு உற்பத்தி 80% சனத்துக்குத்தான் போதுமானதாக இருக்கிறது, 20% சனத்துக்கு மூன்றுவேளை உணவு கிடைப்பதில்லை. லத்தீன் அமெரிக்கா, ஆபிரிக்கா, கிழக்காசிய நாடுகளில் இவர்கள் தினமும் ஒருவேளையோ இருவேளையுமோ பட்டினிதான் இருக்கிறார்கள், பட்டினி கிடக்கும் மக்களுக்கு அடுத்தவேளை கைகளால் சாப்பிடுகிறோமா இல்லை கரண்டிகளால் சாப்பிடுகிறோமாவென்பது ஒரு பொருட்டேயல்ல' என்பதை விளங்கவைத்தேன். பதிலேதும் சொல்லாமல் கேட்டுக்கொண்டிருந்தனர் எல்லோரும்.

அன்றிரவு முழுவதும் ஸ்டோவே "எப்படி மாபிள்களை ஒன்றோடோன்று மிதப்பில்லாமல் அழுத்தமாகப் பதிப்பது, அவற்றைப் பதித்த பின்னால் தரைமட்டத்தில் கண்ணைவைத்தால் எல்லாமே ஒரே நேர்கோடுபோல் இருக்க வேண்டும், மாபிள்களில் Grohe அல்லது Villeroy & Boch தான் உசத்தி" என்றெல்லாம்

யாரோ அவரைச் சூழ்ந்து கேட்டுக்கொண்டிருப்பதைப்போல தூக்கத்தில் செயன்முறை விளக்கம் தந்தார்.

அடுத்தநாள் காலையில் "ஸ்டோவே நிஜமாகவே *Villeroy & Boch* தரமான மாபிள்கள்தானா?" என்று கேட்டேன்.

"உனக்கெப்படி *Villeroy & Boch* மாபிள்களைப் பற்றித் தெரியும், அது பிரிடிஷ் தயாரிப்பு, விலை ரொம்ப அதிகமாச்சே."

"இதென்ன கேள்வி, ஸ்ரீலங்காவில என் வீட்டுத் தரைபூரா *Villeroy & Boch* மாபிள்கள்தான் பதித்திருக்கிறேன். குளியலறைத் தொட்டி, சமையலறையின் அலம்பும் தொட்டிகள் பூரா அதே *Villeroy & Boch* தான்" என்று மேவினேன்.

"அ அ . . . அப்போ அந்த வீட்டில இப்போ யார் இருக்கிறார்கள்?"

"உன்னைப்போல ஓய்வூதியம் பெறும் ஒரு ஜெர்மன்காரர், மனைவியோடு அங்கே உல்லாசமாக வாழ்கிறார்."

"*Donner Wetter* . . ." என்றாராயினும் உள்ளுக்குள் மிகவும் நொந்து வருந்தினார்.

அவர் நித்திரையில் பண்ணிய தொழில்முறை விளக்கம் பற்றிச் சொன்னபோது "அதைத்தானே 35 ஆண்டுகள் செய்து தொலைத்தேன்" என்றார்.

பெம்மான் அறிவுக்கு ஆளில்லாத அலகுளைவில் தவித்திருக்க வேண்டும். விழிப்பாக இருந்தால் நானெடுத்துச் சென்ற புத்தகங்கள் எதையும் வாசிக்க முடியாது. என்னை ஒரேயடியாகப் பிடித்துக்கொண்டு சிறியதும் பெரியதுமான கச்சேரிகளுக்குச் சுதி சேர்த்துக்கொண்டிருப்பார்.

அன்று என் மருமகள் வெண்ணிலா எனைப் பார்க்க வந்தபோது மீண்டும் "அவள் உன் மனைவியா?" என்றது.

"உனக்கு எத்தனை தடவை சொல்வது அவ என் மருமகளென்று ஸ்டோவே."

"நிச்சயம் அவள் அம்மாவும் அழகியாய்த்தான் இருப்பா."

"எப்படிச் சொல்றே?"

"ஒரு தேவதைதானே இன்னொரு தேவதையைப் பெத்துக்க முடியும்" என்னேயொரு எளிமையான தர்க்கம்.

"ஆமா உன் மருமகள் என்ன பண்றாள்?"

“அவளொரு சட்டத்தரணி. இங்கே *Zehlendorf* இல்தான் ஆதனங்கள் விற்றுவாங்கி ஈடுபிடிக்கும் ஒரு குழுமத்துக்கு சட்ட ஆலோசகராக இருக்கிறாள்.”

“ஆஆ... என்ன, இந்தச் சின்னப்பெண் சட்டத்தரணியா ... ”

“ம்ம்ம்ம் . . .” என்றபடி உதட்டைப் பிதுக்கிக்கொண்டு ஒணானைப்போலத் தலையை மேலும் கீழும் ஆட்டியபடி இவ்வளவு மூளை எங்கிருந்து வந்தது அந்தச் சின்னப் பெண்ணுக்கு” என்றார்.

ஊரில் வெண்ணிலாவின் பாட்டி பேர்போன சண்டைக்கோழி, யாரேனும் வாயைக் கொடுத்தால் பத்திரகாளியாகி உடுத்தது உரிஞ்சுவிழ அர்ச்சிப்பாள். அவர் பட்டப்பெயரே ‘அப்புக்காத்து அஞ்சலை’ என்றது ஞாபகத்துக்கு வரவும் முகத்தில் ஒரு இறுக்கத்தை வரவழைத்து “அவளின் பாட்டியே ஊரில் பெயர் போன அப்புக்காத்து . . . அவளிடமிருந்தாகத்தானிருக்கும்” என்றேன்.

“எல்லோரும் புத்திசாலிகளாய் இருக்கிறியள், எனக்கு உன்னைத்தவிர இன்னுமொரு ஸ்ரீலங்கனைத் தெரியும்,”

“*Donner Wetter* . . . யார் அவன்?”

“அவன் *Teltow*வில குடும்பமாக இருக்கிறான்.”

“பெயரைச் சொல்றது.”

“வேந்தன் றிசார்ட்”

“அடட ... மீசைவைத்து உயரமாக இருப்பானே அவனா?”

“மீசை வையாத ஸ்ரீலங்கன்களை நான் இன்னும் காணலை.”

“அதைவிடு . . . சில்வர் குறோம்ல ஒரு வொல்வோ கார் வைத்திருக்கிறானே அவனா?”

“அவனேதான்.”

“அவனை உனக்கு எப்படித் தெரிய வந்தது?”

“நான்தான் அவனது குளியலறைக்கும் நிலத்துக்கும் மாபிள் பதித்துக் கொடுத்தேன், நல்ல வசதியா இருக்கிறான் போல . . . இல்லாவிட்டால் வாடகை வீட்டுக்கு சொந்தச் செலவில மாபிள் பதிப்பிப்பானா?”

“வாடகை வீடா . . . அது அவன் சொந்த வீடாக்கும், வாங்கி ஐந்து வருஷங்கள்.”

“Donner wetter . . . என்ன சொந்தவீடா . . . ”

ஸ்டோவே வாயைப் பிளக்கவும் என்னுள் இருக்கும் பஸாசு மேலும் ஊழியம் புரிய விரும்பியது.

“வீடென்ன வீடு? அவனுக்குச் சொந்தமாக ஒரு பெரீய்ய *Restaurant* இருக்குதாக்கும்.”

ஸ்டோவேயின் நவவாசல்களாலும் புறப்பட்ட ஆவியை ஒரு மாயாவி கண்டிருக்கலாம்.

❍

அன்று மேலும் ஒரு ‘பயோப்ஸி’ சோதனைக்கு அவரைச் சத்திர சிகிச்சைக் கூடத்துக்கு அழைத்துப்போனார்கள். அடுத்தடுத்துச் செய்யப்பட்ட எந்தப் பரிசோதனைகளிலும் நோய் என்னவென்று கண்டுபிடிக்கப்படாத சோர்விலிருந்த ஸ்டோவேயை மேலும் வருத்தாதேயென்று என் பஸாசின் நடுமண்டையில் தட்டிவைத்தேன்.

மருத்துவப் பரிசோதனைகளிலிருந்து விரக்தியோடு திரும்பி வந்தவர்,

“78 வயசாச்சு . . . என்னை வழியனுப்ப கான்ஸரோ, எயிட்ஸோ, இன்னொரு கொள்ளையோ ஒன்று வந்துதானே தீரும், அது என்ன ஷைஸ்[1] என்று தெரிஞ்சிட்டா நிம்மதி” என்றார். பாவமாயிருந்தது.

என்னைக் குடைமானம் செய்வதில் மட்டும் அவர் குறை யொன்றும் வைக்கவில்லை.

“நீ என்ன வேலை செய்கிறாய், நான் இன்னும் கேட்கவே யில்லை பார்.”

“*Ship Chandler* . . . கப்பல்களுக்குச் சரக்கு ஏற்பாடு பண்ணிக் கொடுப்பது.”

“ம்ம்ம் . . . பெரும் ஆள்தான் . . . உன் வீட்டுக்கு என்ன வாடகை?”

“வாடகை எதுவும் கிடையாது கொம்றேட்.”

“ஏன் அதையும் உன் கொம்பனி செலுத்துகிறதோ?”

“ப்ச் . . . என்னதும் சொந்த வீடுதான்.”

“Donner Wetter.”

---

1. துன்பம்

ஸ்டோவேயின் எரிச்சலையும் அவதியையும் திருப்தியுடன் ரசித்தேன்.

நான் மருத்துவமனையைவிட்டுப் புறப்பட வேண்டிய நாள்.

அன்றுகூட "பார்த்தியா பார்த்தியா . . . நீ ஜாலியாகப் புறப்பட்டுவிட்டாய் . . . நான் இன்னும் இங்கேயே கிடந்து தொலைக்க வேண்டியிருக்கு" என்றார்.

என்னைவிடவும் உற்சாகமாக என்னுள்ளிருந்த பஸாசு அவரை உச்சத்தில் பொருமவைக்கும் வக்ரத்தோடு இருந்ததோ, கேட்டது:

"ஸ்டோவே உன் பக்கத்தில ரொம்பப் பழசாயில்லாமல் நல்ல வீடு ஏதாவது இருந்தால் சொல்லு, என் மகளுக்கு ஒன்று தேவைப்படுகிறது."

ஸ்டோவேயின் உள்ளூர வெடித்த கலவரம் முகத்தில் பிரதிபலிக்க தண்ணிக்குள் வீழ்ந்துவிட்டவர்போல் முக்குளித்து அவஸ்தைப்பட்டார். ஆமென்றொ முடியாதென்றோ சொல்ல முடியவில்லை. அப்படி ஸ்டோவே முகஞ்சிவந்து அவஸ்தைப்பட்டு முன்னர் நான் பார்த்ததில்லை.

இத்தனை பொருமுகிற ஸ்டோவேயில் எனக்குப் பிடித்தது செம்மலுக்கு வெறுப்பை மறைத்துச் சிரிக்கத் தெரியாது. அப்பப்போ வெறுப்பை உமிழ்ந்துவிட்டுச் சும்மாவிருக்கும். யாருக்கும் குழிபறிக்கும் வியாகூலம் விளைக்கும் முனைப்புகள் இல்லை. சில நாய்கள் எதிரியைக் கண்டாலும் எல்லா வேளையிலும் அவற்றை விரட்டாது, சிலவேளைகளில் சும்மா உறுமிவிட்டுத் தன்பாட்டுக்குப் படுத்துவிடுமல்லவா, அந்த ரகம்.

HELIOS Klinikum மருத்துவமனைக்குத் தொலைபேசினால் ஸ்டோவே குணமாகிப் பிழைத்திருக்கிறாரா இல்லை நித்திய சாந்திக்குள் அடங்கிவிட்டாரா என்பதைச் சொல்வார்கள். ஆனாலும் நான் விசாரிக்கவில்லை. அதை அறிந்திருக்கும் கொஞ்ச நிம்மதியையும் நான் இழக்க வேண்டுமா என்ன?

காலம் வசந்தம் (கனடா)
ஜூன் 2016.

Galle Face Hotel

இருபது ஆண்டுகளாகப் போயிராத காலி முகத்திடலைப் பார்த்ததும் இது நமது காலி முகத்திடல்தானா அல்லது *Costa Rica, Honduras, Bahamas*இலுள்ள வேறொரு கடற்கரையாவென்று திகைத்தோம். வீதிக் கரையோரமாக சைக்கஸ் பாமே மரங்கள் நடப்பட்டுள்ளன. அங்குமிங்குமாகத் திசையெங்கும் நீரூற்றுக்கள், நியோன் விளக்குகள், அந்தமாதிரி அழகு பண்ணியிருக்கிறார்கள். ரம்மிய மாக இருக்கிறது காலிமுகம். ஆனாலும் மனம் அதை எமக்குச் சொந்தமான இடமென எண்ணிப் பாத்தியதை கொள்ளுதில்லை.

இதே திடலில்தான் 1956ஆம் ஆண்டு பழைய பாராளுமன்றக் கட்டட முன்றலில் சமஷ்டி அரசு வேண்டி, சத்தியாக்கிரகித்த எம் தலைவர்களை எஸ். டபிள்யூ. ஆர்.டி. பண்டாரநாயக்காவின் அரசு தன் அல்லக்கைகளையும் காடையர்களையும் அனுப்பிக் கன்னங்கன்னமாக அடித்தும், நிலத்தில் போட்டு மிதித்தும், கைகளை முறுக்கியும், காதுகளைக் கடித்தும் இம்சித்தது.

இரவு பத்துமணியாகியது. கடலிலிருந்து வீசிய காற்று அதன் குளிரையும் சுமந்திருந்தது. எவ்வளவுதான் குளிர்நாடுகளில் வாழ்ந்து பழகியிருந்தாலும் வெறும் ட–ஷேர்ட்டுடன் சென்றிருந்த எமக்கு அந்தக் கடற்குளிரைத் தாக்குப்பிடிக்க முடியவில்லை. “சரி ஹொட்டலுக்குத் திரும்புவோம்” என்றேன். ஆனந்ததீர்த்தன்தான் “*Galle Face Hotel*க்குப் போய் ஒரு பியர் அடித்துவிட்டுப் போவோம்,” என்றான்

'ஒன்றுக்கு பத்தாகக் கறப்பார்களே' என்ற எண்ணந்தான் முதலில் வந்து குதித்தாலும் சரி ஒருநாளைக்காவது ஒரு இளவரசனைப்போலப் போய் பியரைக் குடித்துத்தான் பார்ப்போமே இனி எப்பெப்ப அமையுதோ இல்லையோ என்கிற மறுசிந்தனை மேல்கிளம்ப அதை அடக்கிக்கொண்டேன்.

பந்தாவாக வாயிற்காப்போனின் மரியாதையைத் தலையசைத்து ஏற்றுக்கொண்டு ஹொட்டலின் உள்ளே போய் முன்கூடத்தைக் கடந்து அதன் தொடர்ச்சியாக அமைந்திருந்த அருந்தகத்தின் சொகுசு இருக்கைகளில் அமர்ந்து *Lion Lager Strong* பியருக்கு ஆக்ஞை கொடுத்துவிட்டு அங்கே வருபவர்களையும் போகின்றவர்களையும் வேடிக்கை பார்த்துக்கொண்டு அமர்ந்திருந்தோம். முன்கூடத்திலோ, அருந்தகத்திலோ அத்தனை கூட்டம் இருக்கவில்லை. மேற்குச்சுவரில் வெண்ணைக்கட்டி வர்ணத்திலான *Mercedes Benz 500LK Grand Tourer* விளக்குகள், சக்கரங்கள் முழுவதும் குறோம் மெழுகிய *1960 model* எழிலான மகிழுந்தின் படத்தை அதன் அசலான பருமனுக்கே உருப்பெருக்கிப் பொருத்தியிருந்தார்கள். அப்படத்தோடு நாங்கள் அங்கார்ந்திருக்கையில்... சிவப்பு போலோ ஷேர்ட்டும் ஜீன்ஸ{ம் அணிந்து ஒரு இளைஞனின் உற்சாகத்தோடு மகிந்த ராஜபக்ஷ விடுவிடெனெ உள்ளே வந்தார். ஒன்பது வருஷங்கள் அலரிமாளிகையிலும், ஜனாதிபதி மாளிகையிலும் தொடர்ச்சியான வாசம் ஒரு மாற்றத்தை விரும்பியிருக்க வேண்டும்.

பாதுகாப்புக்காகக் கூட வந்திருந்தவர்கள் முகப்புக்கூடத்தைத் தாண்டி மேலே வரவில்லை. இரண்டு மூன்றுபேர் தூரநின்று அவரையே கவனிப்பதைப் போலிருந்தது. நேராக நாம் இருந்த சொகுஸ{ இருக்கைகளுக்கு எதிரிலேயிருந்த சொகுஸ{ இருக்கையில் பகுமானமாக வந்து அமர்ந்தார். சற்றே அதிர்ச்சியாக இருந்தாலும் மரியாதையின் நிமித்தம் எழுந்தோம். எங்களை அமரச்சொல்லிக் கையமர்த்தினார். நாங்கள் எழுந்து வேறு இடமாகப் போய்விட வேணுமா அங்கேயே அமர்ந்திருக்கலாமாவென்று குழப்பமாக இருந்தது. எம் இருப்பை யாரும் ஆட்சேபிக்கவில்லை, நாமும் மஹிந்த ராஜபக்ஷ எனும் குடிமகனுடன் சரியாசனத்தில் தொடர்ந்து அமர்ந்திருந்தோம்.

ஹொட்டலின் சிப்பந்திகள் எவரும் வந்து அவருக்கு என்ன தேவையென்று விசாரிக்கவில்லை, கூடவந்த அவரது அல்லக்கைகள் ஏற்பாடு செய்திருக்க வேண்டும். ஏகப்பட்ட பழவகைகளால் அலங்கரிக்கப்பட்ட கொக்டெயில் ஒன்றை பரிசாரகன் கொண்டுவந்து பரிமாறினான். அவர் தனது கொக்டெயில் கிளாஸைக் கையிலெடுத்துக்கொண்டு எம்மை

நோக்கிச் 'சியேர்ஸ்' என்றார். நாங்கள் எம் பியர்க் கிளாஸைத் தூக்கி 'சியர்ஸ்' சொன்னோம். மஹிந்த தன் உறிஞ்சுகுழாயில் வாய்வைத்து இரண்டுதரம் உறிஞ்சிவிட்டு நட்புடன் எங்களைப் பார்த்து 'நீங்கள்' என்றார்.

"நான் கலாதரன், ஒரு சட்டத்தரணி, ஒரு சொலிஸிட்டருக்கு உதவியாளராக இருக்கிறேன். "

"எங்கே . . ."

"லண்டன்ல"

"ம்ம்ம் . . . இன்றெஸ்டிங் . . . சொலிஸிட்டர் வெள்ளையரா, நம்மவரா."

"நம்மவர்தான் மிஸ்டர். புளத்கம என்று . . ."

"ம்ம்ம் . . . இட்ஸ் ராதர் இன்டறெஸ்டிங்."

"நான் ஆனந்ததீர்த்தன் இப்போதுதான் தொழிலாரம்பித்திருக்கும் ஒரு கட்டடக்கலைப் பொறியாளன்," என்றான் நண்பன் கொஞ்சம் நெளிந்துகொண்டு.

"என்ன விடுமுறையோ . . . "

"ஆமாம் . . . நீண்டகாலத்தின் பின் நாடு திரும்பியிருக்கிறோம் ஃபோர் எ றிலாக்ஷேசன்."

"சரி . . . சரி அனுபவியுங்கள். இங்கே நான் பண்ணியிருக்கும் மாற்றங்களை நீங்களாகவே உணர்வீர்கள் . . ." என்றுவிட்டு யாரையோ பார்த்து சுட்டுவிரலை மடிக்கவும் தேசிய உடை அணிந்த ஒருவன் அருகே வந்து பௌவியத்துடன் நிற்கவும் அவனிடம்,

"கடலை அல்லது முந்திரிப்பருப்பு கொண்டுவா" என்றார். அணுக்கத்தில் அவர் பட்டையாகத் தலைமயிருக்கும், மீசைக்கும் கருஞ்சாயம் அடித்திருப்பது தெரிந்தது. ஆள் பேசக்கூடிய ஒரு மனநிலையில் இருப்பதுபோலத் தெரியவும்,

"உங்களுக்கு ஆட்சேபனை இல்லையென்றால் நாங்கள் உங்களிடம் சில விஷயங்கள் பற்றிக் கேட்டுத் தெரிந்துகொள்ளலாமா" என்றேன் தயக்கத்துடன்.

"Of Course . . . . I Love meeting people and sharing with them . . . வழமையான வழகொழா கேள்விகளாக இல்லாமல் ஏதாவது புதிதாக ஆக்கபூர்வமாகத் தோன்றினால் கேளுங்கள் . . ."

"மிக்க நன்றி மிஸ்டர் பிறெஸிடென்ட்... நீங்கள் பல ஆலயங் களுக்கும்போய் சாமி தரிசனங்கள் செய்கிறீர்கள், தியானம் செய்கிறீர்கள், உங்களுக்குக் கடவுள் நம்பிக்கை, அல்லது பாவ– புண்ணியம் இதுகளிலெல்லாம் நிஜமாக நம்பிக்கை இருக்கிறதா?"

"கடவுள் நம்பிக்கை இருக்கா என்கிற கேள்வியிலேயே கடவுள் இருக்கிறார் என்கிற தொனியிருக்குதல்லா கலாதரன்."

"ஆனால் கௌதம புத்தர் கடவுளின் இருப்பை மறுத்தாரே."

"அது அவருடைய நோக்கு, தத்துவம், அந்தப் பிரச்சனை என்னுடையதல்லவே."

கடவுள் தீமை எடுத்துச் சலம்பத் தொடங்கினால் விஷயங்கள் விடுபட்டுப்போய்விடுமாகையால் அதைவிட்டுவிட்டு "இம்முறையும் நீங்கள் அதிபராக வந்திருந்தால் தமிழர்களுடைய பிரச்சனைகள் முழுவதையும் தீர்த்திருக்கலாமென்று நம்புகிறீர் களா" என்றேன்.

"என்னையா தமிழர்களுக்குப் பிரச்சனை... போர் முடிந்ததோட அவர்களுக்கிருந்த ஒரே பிரச்சனையும் தீர்ந்து போயிற்று... பல உயிர்களைக் காவுகொடுத்து எல்லாவற்றையும் தீர்த்திருக்கிறோம்... இன்னும் தமிழர்கள் பிரச்சனை பிரச்சனை என்றுபேசிக்கொண்டிருப்பது பொய்யும் அபத்தமும் தம்பிகளா."

"மன்னிக்க வேண்டும், மிஸ்டர் பிறெஸிடென்ட்... எங்களுக்கு இப்போது பிரச்சனைகள் எதுவும் இல்லையென்பதைத் தமிழர்கள் அல்லவா சொல்ல வேண்டும்"

"இந்த மிஸ்டர். பிறெஸிடென்ட் என்பதை முதலில் நிறுத்துங்கள், நான் இப்போ பிறெஸிடென்ட் கிடையாது, நான் ஒரு இலங்கைப் பிரஜை. நீங்கள் என்னை மஹிந்தவென்றோ ராஜபக்ஷவென்றோ அழைக்கலாம்... சொல்லுங்க தமிழர்களுக்கு இங்கே இப்போ என்ன பிரச்சனை இருக்கு... சாப்பிட இல்லாம தவிக்கிறாங்களா, உணவுப்பண்டம், எரிபொருள் விநியோகம் இல்லாம இருக்காங்களா... அவர்கள் பிள்ளைகளைப் புலிகள் வந்து அள்ளிக்கொண்டு போயிடறாங்களா... போக்குவரத்து பஸ், ரயில் இல்லாம கஷ்டப்படுகிறங்களா வேலையில்லாததால, வருமானம் கிடையாமல் அவஸ்தைப்படுறாங்களா... ஒன்றைக் கவனிக்க வேணும், இலங்கை வளர்ந்துவரும் நாடு, அங்கங்க வேலையில்லாத் திண்டாட்டம், சிங்களவர், தமிழர், முஸ்லிம்கள் எல்லாருக்கும் கொஞ்சம் கொஞ்சம் இருக்கத்தான் செய்யும். அதைப் பெரிசுபடுத்தக்கூடாது, அதெல்லாம் நாளடைவில் சரி செய்யப்பட்டுவிடும், சுபீட்ஷம் வந்திடும்... அதுக்காகத்தானே

வனம் திரும்புதல்

இத்தனை காலமும் பாடுபட்டோம், எல்லாத்தையுந்தான் சேர்த்துக் கவிழ்த்து மண்ணில போட்டாச்சே."

அவரது கண்கள் திடுப்பென ஈரமாகி மின்னின. மேலும் கொஞ்சம் கொக்டெயிலை உறிஞ்சினார். கொதிப்பு தணிந்து ஆசுவாசம் ஆகட்டுமென்று காத்திருந்தோம்.

❍

"அனைத்து உயிர்கள்மீதான அன்பைப் போதித்த, நிலையாமையை எடுத்துச்சொன்ன போதிசத்துவன்மேல இவ்வளவு புரிந்துகொள்ளலும் அபிமானமும் கொண்டவராக, எல்லா பௌத்த பீடாதிபதிகளையும் மதிப்பவராக இருக்கிறீங்க . . . இப்போ உங்கள் புதல்வர்களில ஒருத்தர் வந்து தாத்தா[1] "எனக்குச் சேரவேண்டியதை சொத்தையெல்லாம் பிரித்துத் தந்திடுங்க நான் தனியாகப்போறேன்னு கேட்டால் அவனை அழைத்துப் பேசி, அவனுடைய பிரச்சனையை அறிந்து அவனை ஆற்றுப்படுத்துவீங்களா, இல்லை அவனைப் போட்டுத் தள்ளுவீங்களா ..." என்றான் ஆனந்ததீர்த்தன்.

"தமிழர்கள் இலங்கைத்தீவின் ஆக்கிரமிப்பாளர்கள், காலத்தால் எங்களைவிட நிரம்பப் பின்னால வந்தவர்கள். சிங்களவர்கள்தான் பூர்வீகமா ஆதியிலிருந்து வாழ்ந்தவர்கள் இந்த மண்ணை ஆண்டவர்கள். ஆக்கிரமிப்பாளர்களை ஆண்டவர்கள் என்று சொல்ல முடியாது. எவர் செய்தாலும் ஆக்கிரமிப்பு ஆக்கிரமிப்புத்தான்."

"யாழ்ப்பாணத்தில் இத்தனை படையினர் நிலைகொண்டிருப்பது எதுக்காக?"

"யாழ்ப்பாணத்திலுள்ள எமது படையினர்கள் எமது குழந்தைகள், எமது மண்ணில்தான் காலூன்றி நிற்கிறார்கள்."

"உங்களை எம் தேசத்தின் தந்தை என்கிறோம், ஆனால் விடுதலைப்புலிகளை எமது குழந்தைகளென்று உங்களால் கருத முடியவில்லை என்பதை ஒத்துக்கொள்கிறீர்கள்" என்றான் ஆனந்ததீர்த்தன் பதிலுக்கு.

"எமது முன்னோரைக் கொன்று ஆக்கிரமித்த, எமது பிள்ளைகளைக் கொன்ற ஆக்கிரமிப்பாளர்களின் ஆக்கிரமிப்பாள வாரிசுகள்தான் இந்தப் புலிகள், கொலைகாரர்கள், பயங்கரவாதிகள் எப்படி எம் குழந்தையாவார்கள்?"

---

1. தாத்தா : சிங்களத்தில் 'தாத்தா' என்றால் 'அப்பா

"ஒரு கல்வியாளரான நீங்கள் ஒரு சிங்கத்துக்கும் குவேனி என்கிற பெண்ணுக்கும் ஒரு குழந்தை பிறந்தது, அதன் வாரிசுகள் தான் நீங்கள் என்று மஹாவம்சம் கூறும் சரித்திரத்தை நம்புவது பகுத்தறிவுக்கு முரணாக இல்லை" என்றேன்.

"அப்போ சிங்கள புத்தர்களையெல்லாம் முட்டாள்கள் என்கிறீர்களா, இல்லை எனக்குச் சரித்திரம் சொல்லித் தருகிறீர்களா"

"இல்லை ... சேர், உங்கள் நம்பிக்கை அறிவியலோடு இல்லை என்பதைத்தான் வியக்கிறோம்."

அவர் கண்கள் மேலும் சிவக்கின்றன.

"ஒருவேளை மஹாவம்சம் என்கிற வரலாற்றுப் பதிவுதான் எழுதப்படாது போயிருந்தாலும் சிங்களவர்கள்தான் இந்த நாட்டின் ஆதிக்குடிகள். நாங்கள் எங்கிருந்து வந்தோம் என்பது கேள்வியல்ல. இந்தச் சிறிய மாணிக்கத்தீவில் வாழ்ந்துகொண்டிருந்தவர்களைப் பின்னர் வந்த ஆக்கிரமிப்பாளர்கள் பங்குபோட ஒருபோதும் சிங்களவர்கள் சம்மதிக்க மாட்டார்கள். புலிகளின் வீழ்ச்சிக்குப் பிறகு சேர்ந்து வாழ்வதுதான் இனிச் சாத்தியம் என்று இங்குள்ள தமிழர்கள் வந்துவிட்டார்கள், இப்போ உங்களை மாதிரி டயாஸ்போரா ஆட்கள்தான் கொஞ்சம் அங்கங்க நின்று கூவிக்கொண்டிருக்கிறீர்கள். அது நடவாத காரியம், பகல் கனவு என்று சீக்கிரம் மீதியுள்ளபேருக்கும் போய்ச் சொல்லி வையுங்க ... போங்க."

"தமிழர்கள் வரலாறு பற்றிய அநகாரிக தர்மபாலா, சந்திரிகா அம்மையாரின் கருத்தையே நீங்களும் பிரதிபலிக்கிறீர்கள், ஆனாலும் நிஜம் என்ற ஒன்றிருக்குமல்லா."

"சரித்திரத்தைத் திரிச்சுத் தமிழர்களுக்குச் சொல்லி அவர்களை உசாரேற்றி நீங்களும் வேணுமென்றால் ஒரு தொகுதியில நின்று எம்.பியாகலாம். நிஜத்தை விடுத்துக் கனவு காணுறது சுகமாக இருந்தால் அதையே கண்டுகொண்டிருங்க. அதுக்குமேல இங்கே ஒன்றும் பிடுங்க முடியாது."

"தமிழர்கள் செறிந்து வாழும் வடக்கையும் கிழக்கையுமே இணைக்கக்கூடாது என்பதில் குறியாக இருக்கிறீர்கள். தாம் விரும்புகிற ஒன்றை மறுக்கின்ற உங்களைத் தமிழர்கள் எப்படி ஆதரிப்பார்கள் ..."

"விரும்பிற எல்லாமே கிடைச்சிடுமா ... ஈழம் கூடத்தான் உங்கள் விருப்பம் கனவு ... சாத்தியமா ... அது." 'ஈழம்' என்கிற சொல்லைத் தொலைக்காட்சிகளில் போலவே வேண்டா வெறுப்பாகத்தான் உச்சரித்தார்.

"தமிழர்கள் பாரம்பரிய வாழ்நிலங்களை இராணுவத் தேவையென்று பிடித்து ஆக்கிரமித்து வைத்திருக்கிறீர்களே அதை எப்படி நியாயப்படுத்துறீங்க..." என்றான் ஆனந்ததீர்த்தன்.

"முதல்ல 'ஆக்கிரமிப்பு' என்கிற விஷமத்தனமான வார்த்தையை நீங்கள் வாபஸ் பெற வேண்டும், நாடு பிளவுபடாம லிருக்க, பிளவுபடுத்தக்கூடிய பயங்கரவாத சக்திகள் மீண்டும் முளைத்துத் தலையெடுக்காதிருக்க மூன்று தசாப்தமாக எமது படையினர் அங்கே உயிரைக் கொடுத்து வேலைசெய்கிறார்கள், அவர்களுக்கு நாங்கள் எல்லோருமே நன்றியும் கடமையும் பட்டவர்கள். அவர்கள் வாழ அவர்களுக்கும் அங்கே இடம் வேண்டாமா, அதுக்கான ஒழுங்குதான் அது. ஏன் தமிழர்கள் கொழும்பில, நீர்கொழும்பில, தம்புள்ளயில, மாத்தறையில, கண்டியில, காலியில வேலை பார்க்கலையா? சொகுசாக வாழலையா?"

"அதுக்காக ஒரு மண்ணில் வாழ்ந்தவர்களை, விவசாயம் தவிர வேறு வாழ்வாதாரங்கள் அற்றவர்களை விரட்டிவிடுவது ஜனநாயகமல்லவே" இருகுரலில் சொன்னோம்.

"அங்கிருந்தவங்களில பாதிப்பேர் வெளிநாடுகளில் குடியேறிச் சுகமாக வாழத் தொடங்கிவிட்டார்கள், ஒருநாள் யாழிலிருந்து முஸ்லிம்களை விரட்டியடித்தவர்களும் சோ கோல்ட் தமிழர்களே அப்போ எங்கே போனது உங்கள் ஜனநாயகம், நீங்கள் எங்கே போனீர்கள்?"

"ஒரு தவறோடு இன்னொரு தவறைச் சமனப்படுத்துவது..." என்று இழுக்க என்னை மேலே சொல்லவிடாமல் கையமர்த்தினார்.

"நாங்கள் என்ன குறை வைத்தோம் உங்களுக்கு, ஐக்கிய இலங்கைக்குள் இணைந்து வரமுடியாமல் இருக்கும் உங்கள் மனத்தடைகள்தான் என்ன? சொல்லுங்கள் பார்க்கலாம்..."

எங்கே என்னவென்ன கொடுமைகளையெல்லாம் எங்களுக்குச் செய்தீர்கள், ஏன் பிரிந்துபோக முடிவெடுத்தோம் என்பவற்றைச் சொல்ல முதலே பேச்சை முறித்துவிடுவாரோவென்று பயந்து கொண்டிருக்கையில் அவராகவே சந்தர்ப்பத்தைத் தந்தார், வேகமாக.

"தமிழர்கள்மீது காலத்துக்குக் காலம் கட்டவிழ்த்துவிடப் பட்ட தாக்குதல்களை இனச்சூறையாடல்களை அப்போதைய அரசுகள் எதுவும் கட்டுப்படுத்தவோ, தமிழர்களைக் காபந்து பண்ணவோ இல்லை, பின்னால அவர்களுக்கான இழப்பீடுகளை வழங்கி ஆற்றுப்படுத்தவுமில்லை, 'போரென்றால் போர்,

சமாதானமென்றால் சமாதானம்' என்று தூபமிட்டார் ஒரு தலைவர். தமிழ் மாணவர்களின் வெட்டுப்புள்ளிகளை உயர்த்தி, தரப்படுத்தி எமது உயர்கல்வியை மறுத்தீர்கள்; தனிநிலத்துக் காகப் போராட்டம் வெடித்த பின்னாலும் சமாதானம், பேச்சுவார்த்தை என்று இழுத்தடித்துவிட்டு மொத்தத் தமிழர் களுக்கும் ஏமாற்றத்தையே தந்தீர்கள். போர்க்காலத்தில் வடகிழக்கைத்தவிர ஏனைய பிரதேசங்களில் எளிய குடிசார் தமிழர்களின் நடமாட்டங்களைக்கூட பொலிஸ்பதிவு, கைதுகள், பயங்கரவாதத் தடைச்சட்டம் என்று அடக்கி எம்மைத் துன்பப் படுத்தினீர்கள். தஞ்சமடைந்த போராளிகளும், சிறைப்பிடிக்கப் பட்ட சிவிலியன்களும் காணாமல் போயுள்ளனர். இவைகள் எல்லாமும் சேர்ந்துதான் ஒட்டுமொத்தத் தமிழர்களும் இனியும் பெரும்பான்மை இனத்துடன் சேர்ந்து வாழ முடியாது என்கிற முடிவை எடுக்க நேர்ந்தது ..." என்றேன்.

"வெட்டுப்புள்ளி, தரப்படுத்தல் காலங்கள் போய்விட்டன, உயர்கல்வி வாய்ப்புக்களை இழந்தவர்கள் சிங்களவர்களுந்தான். ஒருபக்கப் பார்வை தேவையில்லை. எனது அரசில் எல்லோருக்கும் சமவாய்ப்புக்கள் வழங்கப்பட்டன. அதை நீங்கள் அறியாமல் இருக்கிறீர்கள். தமிழர்களை இராணுவத்தில்கூடச் சேர்த்தோம். நாங்கள் ஏமாற்றினோம், துன்பப்படுத்தினோம் என்பது அவ்வக் காலகட்டத்திய ராஜதந்திர நடவடிக்கைதான், பெரிய வார்த்தைகள் அவை, நீங்கள் அதை என்னுடன் யோசித்துக் கதைக்க வேணும். என்னுடைய இடத்தில் வேறு யார்தான் இருந்தாலும் அதையேதான் செய்திருப்பார்கள். விடுதலைப்புலிகள் தோற்கடிக்கப்பட்ட பின்னர் நிஜமான சுதந்திரத்தை அனுபவிக்கிறீர்களா இல்லையா. புலிகள்தான் கடும்போக்காளர்களாகவும் பயங்கரவாதிகளாகவும், ஈழம் தவிர வேறெதுவும் வேண்டாமென்கிற மாதிரி சமாதானப் பேச்சுக்களின் நிகழ்ச்சி நிரலையே புரிந்துகொள்ளாமல், முட்டாள்தனமாக, நெகிழ்வுப்போக்கு இல்லாமல் விஷயங்களை இடைக்கால அரசு, மண்ணாங்கட்டியென்று எம்முடன் முந்திமுந்திப் பேசிப் பேச்சுவார்த்தை நிரலையே உடைத்தார்கள். ஜி.எல். பீரிஸ் அந்த இடத்தில் சரியாகத்தான் செயற்பட்டார்."

"இருதரப்பும் கொஞ்சம் கொஞ்சம் இறங்கிவந்து விட்டுக் கொடுத்திருக்கலாம்" என்றேன்.

"விட்டுக்கொடுப்பைப்பற்றி நீங்கள் புலிகளிடம் சொல்லி யிருக்க வேண்டும், அவர்களின் கோரிக்கைகள் எல்லாமே சாத்தியங்களற்றவையாக அடிமுட்டாள்தனமாக இருந்தன, அதையே நீங்களும் பிரதிபலிக்கிறீர்கள். அனைத்து தமிழ், முஸ்லிம்,

வனம் திரும்புதல்

சிங்கள சமூகங்களுமே எதிராகவும், கெடுதல் விளைவிக்கக்கூடிய சக்தியாக அவர்கள் மேலும் தொடராமலிருக்கவும் இந்த மாணிக்கதுவீபத்தைப் பாதுகாக்கவும் எமக்கு, போரைத்தவிர வேறுவழிகள் இருக்கவில்லை. இந்தியா உட்பட சர்வதேச நாடுகளும் அதைத்தான் விரும்பின."

"உங்கள் ஆரம்பகாலச் செயற்பாடுகள் மனித உரிமைப் போராட்டங்களாக இருந்ததை அறிவோம், இறை அச்சம் உள்ளவர் நீங்கள். நடந்த போரின் அழிவுகள் சிதைவுகள் இப்போதாவது உங்களுக்கு கழிவிரக்கத்தைப் பச்சாதாபத்தைத் தருகின்றனவா... எத்தனை குழந்தைகள், அப்பாவி மக்கள் பெண்கள் துடிதுடிக்கக் கொல்லப்பட்டார்கள் ... அங்கவீனர்களாக்கப்பட்டார்கள்"

சற்று நேரம் மௌனமாக இருந்தார்.

"நான் ஒன்றும் அசோகச் சக்கரவர்த்தியல்லன், வெறும் மஹிந்த ராஜபக்ஷ, ஒரு சாமானியன். போரைத் தவிர்ந்த வேறொரு மாற்று வழிகளையும் புலிகள் எங்களுக்குத் தரவில்லை, புரிந்துகொள்ள வேண்டும், போர் வேண்டாம், அது பயங்கர மானது, அது மீண்டும் வெடித்தால் எம் எலும்புகள்கூட எஞ்சாமல் போகும் பேரழிவை எதிர்பார்த்துத்தான் முள்ளிவாய்க்கால் சம்பவங்களுக்கு முதற்கூட ஆயுதங்களைப்போட்டுச் சரணடையுங்கடாவென்று அவர்களிடம் திரும்பத்திரும்ப வேண்டினேன். கேட்க மறுத்துவிட்டார்கள். அழிவை விரும்பக் கூடியவர்கள் மனிதர்கள் அல்லர், இராணுவத்தினரும் தாய்மார்கள் சுமந்துபெற்ற குழந்தைகள்தான், அவர்களுக்கும் குழந்தைகள் இருக்கு, குடும்பங்கள் இருக்கு. அவர்களை நீங்கள் மறந்துவிட்டுக் கதைக்கிறீர்கள், இத்தனை போர் தர்மம் பேசுகின்றீர்களே ... என்னுடைய அம்பாறை மாவட்டத்தில புஞ்சி–சிரியவில தூங்கிக்கொண்டிருந்த பெண்களைக் குழந்தை களைப் புலிப் பயங்கரவாதிகள் குத்திக்கிழித்துப் போட்டதை நீங்கள் மறந்துவிடக்கூடாது. காட்டுமிராண்டித்தனமான பயங்கர வாதிகளால்தான் இப்படியானவற்றைச் செய்ய முடியும்."

"நவாலி தேவாலயம் வள்ளிபுனம் செஞ்சோலைமீதான குண்டுவீச்சுகள், குமுதினிப் படகின் பயணிகளை வெட்டிவீசியது என்று படைகள் எங்கள்மீது செய்த அட்டூழியங்களும் நிறைய இருக்கு. இன்னும் மெர்வின் சில்வா போன்ற வெளிப்படையாக ரௌடித்தனம் பண்ணக்கூடியவர்களை எல்லாம் கபினெட்டில் வைத்திருந்ததோடு, மதச்சகிப்பற்ற பொதுபல சேனாவைக் கட்டுப் படுத்தாமல் விட்டு மக்களின் வெறுப்பைச் சம்பாதித்தீர்கள். அவர்கள் அராஜகங்கள் பண்ணியபோது சம்பிரதாயமாகக்கூட அவர்களைக் கைதுசெய்யாமலிருந்தீர்கள்."

“டக்ளஸாலும், கருணாவாலும், பிள்ளையானாலும் எங்களுக்கு ஆகவேண்டியது எதுவுமில்லை. இருந்தும் அவர்களையும் அரசில் வைத்திருந்து அவர்களுக்கு உயிர்ப்பாதுகாப்பை வழங்கியதும் நாங்கள்தான், அது ஏன் உங்களுக்கு மனிதாபிமானமாகப் படவில்லை? விடுதலைப்புலிகளை விடவும் எமது இராணுவம் 10 மடங்கு பெரியது, வலுவானது. ஆக தாக்குதல் என்று வந்தால் அழிவுகளும் பெரிதாகத்தான் இருக்கும்.”

“எம்மீதான ஒடுக்குமுறைக்கும் பாகுபாடுகளுக்கும் எதிராகப் போராடப் புறப்பட்ட இளைஞர்கள்தான் போரில் அழிக்கப்பட்டார்கள் . . . அவர்களின் கல்லறைகளைக்கூடத் தகர்த்தெறிந்தீர்கள், உலகம் விடுதலை வேண்டியவர்களை, தியாகம் செய்தவர்களைப் போராளிகள் என்கிறது, நீங்கள் இன்னும் பயங்கரவாதிகள் என்கிறீர்கள். இப்பேரழிவுக்குப் பிறகும், தமிழர்களுக்கு ஏற்கக்கூடிய எந்தத் தீர்வையும் நீங்கள் வழங்க முன்வரவில்லையே... குறைந்தபட்சம் பேராசிரியர் திஸ்ஸ விதரண தலமையிலமைந்த சர்வகட்சியினரின் சிபாரிசுகளை யாவது அமுல்படுத்தியிருக்கலாம்.”

“அதுக்கும் உங்கள் தேசிய முன்னணித் தமிழர்கள்தானே முட்டுக்கட்டையாக நின்றார்கள் . . . பாராளுமன்றத் தெரிவுக் குழுவுக்கு வர மறுத்துவிட்டார்களே . . . வீம்புபிடித்தவர்கள், எல்லாவற்றுக்கும் என்னையே குற்றஞ்சாட்டிக் கொண்டிருந்தால் எப்படி?”

“தெரிவுக்குழுவில் இனப்பிரச்சனையை விவாதித்து அவர்கள் மொழிவதைப் பாராளுமன்றமும் அங்கீகரித்தால் அதன்படி தீர்வு கிடைக்கும் என்றீர்கள், அவையெல்லாம் நிஜமாகச் சாத்தியமான வழிமுறைகள்தானா? உங்களுக்கு சர்வ அதிகாரமும் இருந்தது, நீங்கள் மனது வைத்திருந்தால் எல்லாப் பிரச்சனைகளையும் தீர்த்திருந்திருக்கலாம், பெரிதாக எதிர்ப்புக்கள் கிளம்பியிருக்காது, சரி, ஒரு இனக்குழுமத்துக்கு பிரிந்துபோகிற உரிமை இருக்கென்பதை ஏற்றுக்கொள்கிறீர்களா” என்றான் ஆனந்ததீர்த்தன்.

“ஏற்றுக்கொள்கிறேன் ... ஒரு இனக்குழுமத்துக்கு அவர்களுக் கென்றொரு நிலப்பரப்பு இருந்தால் பிரிந்து போகலாம், ஐ.நா. மனித உரிமைவிதிகளும் அதைத்தான் சொல்கின்றன. ஆனால், பிரிந்துபோகிற அளவுக்கு இங்கே தமிழர்களுக்கோ சிங்களவர் களுக்கோ பிரச்சனைகள் எதுவும் இல்லை. தமிழர்களுக்கென்று தனியான நிலப்பரப்பு எதுவும் கிடையாது, மீண்டும் சொல்கிறேன், நீங்கள் இன்னும் கனவுலகத்திலேயே சஞ்சரிக்கிறீர்கள்.”

மஹிந்த குரலை உயர்த்திச் சத்தமாகப் பேசத் தொடங்கவும் தூரத்தில் மஃப்டியில் நின்ற அவரது நாலைந்து அல்லக்கைகள் மேலும் அண்மித்து வந்து விறைப்பாக நின்றுகொண்டார்கள்.

ஆனந்ததீர்த்தன் பத்திரிகையாளர்கள் கொலைகள், போர்க் குற்றங்கள், சர்வதேச விசாரணைபற்றி ஏதும்தொட்டு அவரை மேலும் எரிச்சலூட்டிவிடுவானோவெனப் பயந்தேன்.

அப்போது அவரது அலைபேசி கிணுகிணுத்தது, ஜீன்ஸின் வலதுபக்கப் பையிலிருந்து அதை எடுத்து அதில்,

"நாம் நேரிலே பேசலாம் ஒன்றும் அவசரமில்லை" என்றுவிட்டு அதை மீண்டும் உள்ளே வைத்துக்கொண்டு,

"சரி, வேறொரு சந்தர்ப்பத்தில் சந்திக்கலாம் போய்ஸ்" என்றுவிட்டு எழுந்து நின்றுகொண்டு,

"புதிய தலைமுறையாவது நடைமுறையிலும் ஆரோக்கிய மாகவும் சிந்தியுங்கப்பா. உங்கள் டயஸ்போறா தமிழர்களுக்கு ஒன்றுபட்ட இலங்கைக்குள் எல்லாச் சமூகத்துடனும் சேர்ந்து சமாதானமாக வாழ்வதைத் தவிர்த்து வேறு வழியில்லை என்பதை எடுத்துச் சொல்லுங்கள்" என்றார்.

போகும்போது மஹிந்த எமக்குக் கைலாகு தரவில்லை. அவரை எரிச்சலூட்டிவிட்டோம் என்பது நிஜம். அவரது காலத்தி லாயின் இத்தனைக்கும் கைதாகிவிட்டிருப்போம்.

யாராவது எம்மைப் பின்தொடர்கிறார்களா என்று திரும்பித் திரும்பி பார்த்தபடியே சீருந்தொன்றிலேறி எமது ஹொட்டலுக்கு வந்து சேர்ந்தோம். படபடப்பு அடங்க நேரமாயிற்று. வேற்றுலகம் ஒன்றிலிருந்து இன்னொரு கிரகத்தில் தரையிறங்கி நிற்பதைப் போலவும் தரை சற்றே நடுங்குவதைப் போலுமிருந்தது.

காலம் *வசந்தம்* 2016 (கனடா)

இராணுவத்தில் சித்தார்த்தன்

விதவைகளும் முதிர்கன்னிகளும் வாழா வெட்டிகளும் இளவயது மரணங்களும் மலிந்த ஈழத்தமிழர்கள் சமூகத்தில் இளைஞர்கள் உயிர் தரித்திருப்பதுதான் அதிசயம். நித்திய இருளில் விடியலும் பகலும் கனவென்றானது. கல்லூரிக்குச் சென்று படித்துச் சித்திபெற்று ஏதோவொரு தொழிலைப் பெற்றுக்கொண்டு குடும்பத்தைக் காப்பாற்ற வேண்டிய ஒரு பிள்ளை மாறாக இயக்கத்தில் சேர்ந்துகொண்டு தற்கொலைப் போராளியாகித் தன்னையே கொடுத்திருக்கும் குடும்பம் அது. அப்பா சண்முகத்துக்குத் தன் மகனையிட்டுப் பெருமையாக இருந்தாலும் தான் பெற்றுத்தூக்கி அளைந்து காலடியில் வளர்த்த பிள்ளை இப்போது இல்லை என்பதை நினைக்கும் போதெல்லாம் அவர் மனம் ஒரு சூனியவெளிக்குள் புகுந்துவிடும்.

அனுராதபுரத்தில் விமானத்தளத் தாக்குதல் ஒப்பிறேஷன் – எல்லாளனில் கொல்லப்பட்ட அனைத்துப் போராளிகளின் உடல்களையும் இராணுவத்தினர் உழவு இயந்திரப்பெட்டியில் நிர்வாணமாக வரிசைக்குக் கிடத்தி நகரம் முழுமைக்கும் கொண்டுசென்று காட்சிப்படுத்தினார்கள். அந்நிகழ்வின் காணொலியில் அவ்விளைஞர்களின் உடலங்களைப் பார்த்ததும் ‘யார் பெற்ற பிள்ளைகளோ அநியாயம் அக்கிரமம்’ என்று பிள்ளைகளைப் பெற்ற சிங்களத் தாய்மார்கள் சிலரும் தலையில் அடித்துக்கொண்டார்கள்.

சில நடுநிலை ஊடகங்கள் ஒப்பிறேஷன் – எல்லாளன் தாக்குதலில் ஆறு குண்டுவீச்சு விமானங்களையும் ஒரு உலங்குவானூர்தியையும் அழிப்பதற்குப் பகரமாக 21 இளம்போராளிகளைத் தற்கொடைப் போராளிகளாக அனுப்பி அழித்தது அநியாயம், அக்கிரமம், கொடுமை, அவிவேகம் என்றும் அரற்றின.

சண்முகத்தின் மனைவி கலையரசிக்கும் வயது 41 தான் ஆகிறது, சதா சிரிப்பும் கலகலப்புமாயிருப்பவள் மகன் பிரிந்த நாள்முதல் சிரிப்பைப்போலவே தன்னை அலங்கரிப்பதையோ, பட்டுக்கள் உடுத்திச் சிங்காரிப்பதையோ மறந்திருந்தாள். அவர்களது மிகவும் வசதியான குடும்பம் என்றில்லை, மற்றவர் களுக்கும் நாடு போருக்குள் அகப்பட்டு வலியைத் துய்க்கையில் பட்டுச்சேலைகளை உடுத்திப்போகும் வாய்ப்புக்கள் அருகலே.

❍

சண்முகம் குடும்பத்துக்கு மொத்தமும் நான்கு பிள்ளைகள். மூத்தவன் மாதவன் டோஹாவுக்குப் போய் பாரவுந்துச் சாரதி யாய் ஏதோ புலுண்டுறதில (தேட்டம்) குடும்பம் இயங்குது. அவனுடைய உதவியோடுதான் சண்முகம் புத்தூர் மேற்கு நவற்கீரியில் குடியிருந்த கல்லுக்காணியையே வாங்கிக் கிறஷர்காரர்களைக் கொண்டு கல்லுடைப்பித்துப் பண்படுத்தி நிலாவரை[1]த் தண்ணீரின் சகாயத்தால் வெங்காயம், மிளகாய் பயிரிடுகிறார். இந்த இழவெடுத்த போரால யாழ்மண்ணின் விளைச்சல்கள் கொழும்புக்கு நகராததிலே தோட்டப்பயிர்ச் செய்கையால பெரிசாய் சுகமென்றில்லை. இரண்டாமவன்தான் வான்புலி துஜீவன், அடுத்தவள் மாலதி. க.பொ.த. உயர்தரம் முயன்றவள். உயர்கல்வி வாய்ப்பு அமையவில்லை. கடைசிப் பையன் பத்தாவது படிக்கிறான், மார்கழியில் பரீட்சை.

மாலதிக்குத் தூரத்துச் சொந்தத்தில லண்டனில ஒரு பையனைப் பேசிவைச்சிருக்கு. பையனுக்கு கலாமோகன் என்று பெயர். வெளியூர்த் தரகர் பையன் ஸ்ருடென்ட் விஸாவில லண்டனில இருக்கிறான் என்று கொண்டுவந்து பொருத்திய பிறகுதான் கலாமோகன் ஒரு சுற்றுவழியில் இவர்களுக்குச் சொந்தமாக இருப்பதுவும் தெரியவந்தது. கலாமோகன் வணிக முகாமைத்துவத்தில் *MBA* மேல்மானிப் படிப்பு முடியவும் லண்டனில் ஒரு வணிகக்குழுமத்தில் கொழுவிவிட்டான், கைவசம் தொழிலிருந்தாலும் கமறொனின் அரசு அவனுக்கு நிலை யானதும் ஒருத்தியை வருவித்துத் தன்னுடன் வைத்துக்கொள்ளத்

---

1. மிக ஆழமான நீர்ப்பாசனக் கிணறு

தகுதியானதுமான வதிவிடவனுமதியை வழங்குவதில் இழுத்துப் பறித்துக்கொண்டிருக்கிறது.

அப்பிரச்சனைக்குரிய ஒரே மாற்றுவழி இந்தியாவுக்கோ சிங்கப்பூருக்கோ பெண்ணை வரவழைத்துப் பதிவுத் திருமணத்தை முடித்துக்கொண்டு லண்டனுக்கு வந்து தன்னுடன் மனைவியைச் சேர்ந்துவாழ அனுமதிக்குமாறு பிரிட்டிஷ் அரசிடம் விண்ணப்பித் தல். அது இரங்கிப் பெண்ணுக்கு வதிவிட அனுமதியை வழங்கிய பின்னால் இணையை அங்கே அழைத்துக்கொள்ளுதல். அதுவும் உடனடியாக நிகழ்ந்துவிடாது, ஓராண்டோ ஈராண்டோ ஆகும். தாமதமானாலும் இப்போ அநேகரும் செய்வதும், செயற்படுத்த இருப்பதான ஒரே மார்க்கமும் அதுதான்.

○

மாலதிக்கு இந்தியாவுக்குச் செல்வதற்கான விஸாவுக்கு விண்ணப்பித்தபோதுதான் புதிய சிக்கல் ஒன்று துளிர்விட்டது. உக்கிரமாகப் போர் நிகழ்ந்துகொண்டிருந்த காலத்தில், இன்றிருப்பதைவிடவும் இந்திய விஸாவுக்கு விண்ணப்பிப்ப திலும் அதைப் பெற்றுக்கொள்வதிலும் ஏராளம் கெடுபிடிகள் நடைமுறையிலிருந்தன. விண்ணப்பதாரி வதியும் பிரதேசத்துக் கான / மாவட்டத்துக்கான இராணுவப் பணிப்பாளரின் அலுவலகத்திலிருந்து விண்ணப்பதாரி போராட்டக் குழுக்களுடன் சம்பந்தமில்லாதவரென்ற சான்றிதழையும் விஸா விண்ணப்பத்துடன் சேர்த்து இணைக்கச்சொல்லி இந்தியத் தூதரகம் கோரியது. இராணுவப் பணிப்பாளரிடம் அனுமதி பெறுவதாயின் அதுக்கு விண்ணப்பதாரியின் பகுதிப் பிரதேச அலுவலரின் அத்தாட்சிப் பத்திரம் தேவை. பிரதேச அலுவலர் *(Divisional Secretariat)* அதை உறுதிப்படுத்த வேண்டின் அவர் பிறந்தவூர் கிராம அலுவலரிடம் உறுதிப்பாட்டுப் பத்திரம் தேவை. பிறந்த இடங்களைவிட்டு மக்கள் செவ்விகிதமும் இடம்பெயர்ந்து வாழும் ஒரு காலத்தில் எந்தக் கிராமத்தின் அலுவலர் எந்தக் கிராமத்து மூலையிலிருந்து இயங்குகிறார் என்பதைக் கண்டு பிடிப்பதே வல்லையாயிருக்கும். ஒன்றோடொன்று பின்னப்பட்ட ஒரு சிக்கலான செயற்பாடாக அது விசனமூட்டியது. இவர்கள் எல்லோரிடமும் அனுமதி பெறுவதைவிடவும் லேசாகச் சோனியாவிடமோ, பிரணாப் முகர்ஜியிடமோ பெற்றுக்கொண்டு விடலாம். ஈழத்தமிழருக்கு விஸா வழங்கும் நடைமுறையையாவது இந்தியா தளர்த்திச் சற்றே தாராளமாக இருந்திருக்கலாம். புலம்பெயர்ந்து வேறொரு நாட்டில் வதியும் ஒரு இலங்கையர் விஸாவுக்கு விண்ணப்பிப்பதானால்கூட அவர் சார்ந்த பத்திரங்கள் தரவுகள் அனைத்தும் இலங்கையிலுள்ள இந்தியத்

தூதுவராலயத்துக்கு டெலிஃபாக்ஸ் மூலம் அனுப்பப்பட்டு இராணுவம், காவல் திணைக்கள உதவியுடன் புலனாயப்பட்டுப் பச்சைக்கொடி காட்டப்பட்டாலே விஸா வழங்கப்படும், அல்லது நிராகரிப்புத்தான். ஒரு முறை நிராகரிக்கப்பட்டுவிட்டால் மறுமுறையும் விஸா எடுக்கப் பிரம்மப் பிரயத்தனம் செய்ய வேண்டும்.

கிராம அலுவலருக்கு வேண்டிய சம்பாவனையையூட்டி மாலதி துஜீவனின் சகோதரி என்பதை மறைத்து பிரதேச செயலரிடம் அத்தாட்சிப் பத்திரத்தைப் பெற்ற பின்னாலும் ஊரின் நற்பணிகள் ஆற்றுவோரின் கைங்கரியமோ, இல்லை அவளது பெயர் மாலதி[1]யாக இருந்து தொலைத்ததாலோ இராணுவந்தான் தம் உளவாய்வுகளால் அறிந்து வைத்திருந்தார்களோ முயன்ற மூன்று தடவைகளும் மாலதிக்கான நற்சாட்சிப்பத்திர விண்ணப்பத்தை இராணுவப் பணிப்பாளர் காரியாலயம் நிராகரித்துவிட்டது. மாலதிக்கும் 27 வயசாகிக்கொண்டு வருகிறது. 'குமர் முத்தினால் குரங்கு' என்பார்கள். பிறகு அவளைக் கட்ட எவன் விரும்பி வருவான்? திருமணம் நிச்சயமாக்கிய பின்னும் இக்கரையில் இவளும் அக்கரையில் அவனும் வாடிக்கொண்டிருக்கின்றனர். மாலதி பற்றிய கவலையே சண்முகத்துக்கும் கலையரசிக்கும் குறுக்கால போனவனின் கவலையோடு சேர்ந்து தின்றுகொண்டிருக்கிறது.

❍

எட்டரைச் சுத்து மாட்டுவண்டி ஒன்று வேலியில் உரசாமல் கொழுவாமல் போகக்கூடிய ஒடுங்கலான அந்தப் பாதையில் யாழ்ப்பாணம் இராணுவப் பிராந்திய அதிகாரி சமிந்த நாணயக்காரவின் டிரக்வண்டி இரைந்துகொண்டு வேலியில் சடைத்துநின்ற பாவெட்டைகளினதும் கிழுவங்கதியாலினதும் குறுக்கோடிய கிளைகளையும் முறித்துக்கொண்டு நுழைந்து சண்முகம் வீட்டுவாசலில் நின்றது. டிறக் வண்டியைப் பார்த்ததும் அஞ்சுங்கெட்டு அறிவுங்கெட்டுப் பயந்து உடல் விதிர்த்துத்தான் போனார் சண்முகம். இதிலேயே வைத்துச் சுடப்போறாங்களோ, அள்ளிக்கொண்டுபோய் மறைவாய் எங்காகிலும் வைத்துத் தட்டப்போறாங்களோ என்பதைத்தவிர வேறெதையும் அவரால் நினைக்க முடியவில்லை. ஜீப்பைவிட்டுக் குதித்து இறங்கிய சமிந்த நாணயக்கார, கும்பிட்டபடி வாசலுக்கு வந்த சண்முகத்தைப் பார்த்து "நீங்கள்தானே சம்முவம்" என்றார் அதிகாரத் தோரணையுடன். அவருக்குக் காவலுக்கு மேலும் இரண்டு இளம் இராணுவத்தினர்தான் வந்திருந்தனர்.

---

1. மாலதி முதல் வித்தாகிய தமிழ் மாவீராங்கனை.

அந்த இராணுவ அதிகாரியைச் சண்முகம் ஒருபோதும் பார்த்ததில்லை. தோள்களிலும் நெஞ்சிலும் மூன்றுவரிகள் உள்ள பட்டைகள் மாத்திரம் அணிந்திருந்தார், அவர் என்ன தரத்தி லுள்ள அதிகாரியாயிருப்பார் என்பதை ஆராயும் மனநிலையில் சண்முகம் இல்லை, பயந்துபோயிருந்தார்.

"ஓம் ஐயா ... ஓம் ஓம் ஓம் நான்தான் ... அது"

"நாங்கள் ஒங்கள விசாரிக்கத்தான் வந்தது, உண்மை சொன்னாப் பிரச்சனை இல்லை. ஒண்டுக்கும் பயப்பட வாணாம்" என்றார்.

எந்த ஒரு இராணுவத்தினனுமே சண்முகத்தை இந்த ஜீவிதத்தில் வாங்க போங்கவென்று விளித்துப் பேசியதில்லை. அதனாலேயே மேலும் பயமாக இருந்தது அவருக்கு. அதை மறைத்துக்கொண்டு,

"சரி ... ஐயா" என்றபடி மீண்டும் கும்பிட்டார் சண்முகம்.

"துஜீவன் ஒங்க மகன்தானே ..."

"ஓம் ஐயா"

"என்ர தலைச்சன் பிள்ளை"

"அப்பிடீன்னா ... நீங்க அடொப்ட் பண்ணி வளர்த்த பிள்ளையா?"

"இல்லை ஐயா ... என்ர சொந்தப் பிள்ளை, மூத்த பிள்ளையைத்தான் தலைச்சன் என்றது."

"என்னப்பா கொடுத்து வளர்த்தீங்க அவனுக்கு ..."

இப்போ சண்முகத்துக்கு மாத்தையா என்ன கேட்கிறாரென்று புரியவில்லை. அலமலங்க அவரைப் பார்த்தார்.

"இல்லை ... துஜீவன் அனுராதபுரம் ஏர்பேஸ் தாக்குதலில் இறந்தவொரு மாவீரன்தானே ..."

பாகிஸ்தான் வங்கத்தை ஆக்கிரமித்தபோது ஆயிரக் கணக்கில் இளம்பெண்கள் தூக்கிவரப்பட்டு இராணுவ முகாம்களிலும் பதுங்குகுழிகளிலுமாக இராணுவத்தால் வன்புணர்வுக்குட்படுத்தப்பட்டனர். வங்கம் சுதந்திரம் பெற்ற பின்னரும் இவர்களுக்கான இழப்பீட்டையோ, சர்வதேச நீதியை வங்க அரசு பெற்றுத் தரவில்லை. அற்பமான சில சலுகைகளைப் பெறவே அவர்கள் போராட வேண்டியிருந்தது. ஆனால், அவர்கள் தம் தாய்ச்சமூகத்தினால் இழித்துப் பழிக்கப்படாதிருக்க

அவர்களை பிரங்கோனா[1] எனவே அழைத்தது. மாவீரன்போன்ற சொற்கள் எல்லாம் இராணுவத்திடமிருந்தல்ல எந்தவொரு சிங்களவர் வாயிலிருந்தும் எப்போதுமே வந்துவிடாது.

ஆச்சரியம், பயம் எல்லாவற்றினதும் கலவையாய்த் தொடர்ந்து தலையைக் கவிழ்ந்துகொண்டு நின்றார் சண்முகம்.

"இல்லை இப்படிப்போய் உயிரைக் கொடுத்து மாவீரன் ஆகிறதுக்கு ஏதும் விசேஷமான முறையில் அவனை வளத்தீங்க ளான்னு நான் கேட்குது."

சண்முகத்துக்கு மாத்தையா கிண்டல் பண்ணுகிறாரோ இல்லை நிஜமாய்த்தான் கேட்கிறாரோ என்று மேலும் சந்தேகம் வலுத்தது.

"கயிட்டப்பட்ட குடும்பம் ஐயா . . . வசதிகள் இல்லாத னாங்கள், தோட்டவேலை, கூலிவேலை செய்துதான் சீவியத்தைத் தள்ளினனான், மற்றப் பிள்ளைகளைப் போலத்தான் இவனையும் வளர்த்தனான், 2001ஆம் ஆண்டு கடைசியில பத்தாம் வகுப்பு சோதனை எழுத வேணும். சோதனைவர முதலே சொல்லாமல் கொள்ளாமல் இயக்கத்துக்கு ஓடிட்டான். நாலு வரிசங்கழிச்சு ஒருநாள் மோட்டச்சைக்கிளில வந்தான், ஆறுதலாய் இருந்தொரு வார்த்தை கதைக்கேல்ல, பேந்தும் பறந்திட்டான் ஐயா . . . இப்ப அனுராதபுரம் சமரோடை ஒரேயடியாய் பறந்திட்டான் . . ." என்று சொல்ல புத்திரசோகத்தால் சண்முகத்துக்குக் குரல் கட்டிக்கொண்டு வந்தது. கைகளால் முகத்தைப் பொத்திக்கொண்டு உடைந்து அழுதார். பிறகு இடுப்பில் கட்டியிருந்த துண்டினால் கண்களைத் துடைத்தார்.

சண்முகத்தின் மனைவி கலையரசி வீட்டுக்குள்ளிருந்து ஒரே கதிரையைக் கொண்டுவந்து வைக்கவும் நாணயக்கார மாத்தையா அதில் கம்பீரமாய் அமர்ந்தார்.

"உங்களோட வீட்டில இருந்த காலத்தில படிக்கிற காலத்தில எல்லாம் எப்பிடி . . . துஜீவன் சண்டைக்காரனாகக் கலகக்காரனாக இருப்பானோ . . ."

"ஐய்யோ . . . ஐயா என்ர பிள்ளை மிரிச்சவிடத்துப் புல்லுச் சாகாது, அவன் தரவளிப் பயலுகள் ஆராவது வளியில தெருவில அவனை முட்டினாலோ தனகினாலோ நேர என்னட்டைத்தான் வந்துசொல்லுவானேயொழிய திருப்பி அடிக்கத் தெரியாது."

"சரி . . . அவன்ர கூட்டாளிகள் எப்படி . . . இவனோட இயக்கப் பெடியள் யாரும் இவனுக்கு கூட்டாளிகளா இருந்தாங்களா . . .

1. வீராங்கனைகள்

வந்து புத்தி சொல்லிச்சொல்லி அவனையும் இயக்கத்துக்குக் கூட்டிபோனாங்களா?"

"ஐயோ ஐயா இந்தச் சுற்றுவட்டாரத்தில அவனுக்கு இயக்கப்பெடியளோ... கூட்டுக்களோ யாரும் இருக்கேல்ல... ஒரேயொருத்தன் இருந்தான்... அவனுமிப்போ ஆளில்லை."

சொல்லி முடித்த பின்னால்தான் 'முட்டாள்த்தனமாய் வாயைக் கொடுத்திட்டேனோ' என்று சலம்பலை நிறுத்தி யோசித்தார்.

"சம்முவம் நீங்க எங்கிட்ட சொல்றதுக்குப் பயப்பிட வாணாம்... நாங்கள் இந்தப் போராளிப் பெடியங்கள் எப்படி உருவானாங்கள், இயக்கங்கள் எப்பிடி உருவாச்சு என்கிறதை இராணுவமும் அரசாங்கமும் சேர்ந்து ஒரு ஆராய்ச்சி செய்யுது ... ஒண்ணும் பயப்படுறதுக்கில்ல ஒளிக்காம உங்களுக்குத் தெரிஞ்ச அவங்கள் பற்றிய எல்லாத் தகவலையும் சொல்லுங்கோ... வேறு போராளிகளைப் பற்றிய கதைகள் தெரிஞ்சாலும் சொல்லுங்கோ எங்களுடைய ஆராய்ச்சிக்கு உதவும்... சரி, யாரு அந்த மற்றக் கூட்டாளி?"

இப்போது சண்முகத்துக்குக் கொஞ்சம் துணிச்சல் வந்தது. அவனும் இப்போ ஆள் இல்லைத்தானே. சரி சொல்லுவம் என்று நினைத்துவிட்டுச் சொல்லலானார்.

"பரதவன் என்று என்னோட மருமோன் ஒருத்தன் ஈ.பி.ஆர். எல்.எஃப்பில இருந்தவன், அவனையும் புலியள் 1994இல திருநெல்வேலிச்சந்தியில வைத்துப் போட்டுட்டாங்கள்... அவனைத்தான் சொந்தமென்று சொல்லலாம்."

"புலி விமானப்படையில துஜீவன் இருக்கிறான் என்கிறதை நீங்கள் வேறு யார் மூலமாகவும் அறிந்திருக்கவில்லையா சம்முவம்"

"விமானப்படை ஒன்று இயக்கத்திட்ட இருக்கென்றும் இல்லையென்றும் எங்களுக்கும் சந்தேகமாய்த்தான் ஐயா இருந்திச்சு... காரே ஓடத்தெரியாத இவன் அதில இருந்திருக்கிறான் என்டது... அவன் அதிலபோய்த் தொலைஞ்சாப்போலத்தான் ஐயா தெரிஞ்சுது."

பிறகும் சண்முகத்துக்கு கண்கள் குளம்கட்டி வழிய ஆரம்பித்தன.

பத்தாம் வகுப்புச் சோதனை எழுதுவதற்கான அறிமுக அட்டைப் போட்டோவொன்றைத் தன் பொக்கட்டிலிருந்து எடுத்துக்காட்டிய சமிந்த நாணயக்கார "இதைவிட வேற போட்டோக்கள் ஏதும் வீட்டில இருந்தால் தாங்கோ" என்றார்.

வனம் திரும்புதல்

துஜீவனின் படத்தைப் பார்த்ததும் கலையரசி தலையில் அடித்துக்கொண்டு கதறினாள். அனுராதபுரம் விமானநிலையம் தாக்கப்பட்டு துஜீவன் இல்லாமல்போன செய்திவந்ததும் அவனது பிறந்தநாட்களில் எடுத்திருந்த படங்கள் அனைத்தை யும் கலையரசியின் தங்கை ஜெயந்தினி அதுகளாலும் ஏதும் பிரச்சனைகள் வரலாமென்று மறவன்புலவுக்கு எடுத்துச் சென்றிருந்தாள்.

❍

"ஐயாவுக்கு இளனி கொண்டுவரட்டே . . ." மாத்தையாவுக்கும் தாகமாகத்தான் இருந்தது.

"சரி, கொடுங்க . . . மிச்சந்தூரம் போகணுன்னா வுடுங்க வேண்டாம்."

"இதில பின் வளவுக்க நிக்குது நல்ல வத்தாவி இளனி ஐயா . . . நல்லாயிருக்கும்" என்றபடி பின்வளவுக்குள் ஓடிப்போய் கொக்கையினால் இரண்டு இளனிகளைப் பறித்து வந்து வெட்டினார்.

சண்முகம் இளனியை வெட்டிக்கொண்டிருக்கும்போது கலையரசியின் மூளைக்குள் மின்னல் பொறித்து அந்த அற்புத எண்ணம் வந்தது.

"மெய்யப்பா . . . ஐயா நல்லவராய்த் தெரியுறார், பிள்ளையின்ர விஸாப் பிரச்சனையை ஒருக்கால் இவரிட்ட கதைச்சுப் பார்ப்பமே . . ."

"சரி, சரி . . . கதைச்சுப் பார்ப்பம்"

சமிந்த நாணயக்கார மாத்தையா இளனியை ருசித்துக் குடித்துக்கொண்டிருக்கையில் கலையரசி ஏதோ அலுவலாகப் போகிறவள் மாதிரி வீட்டுக்குள்போய் கைபேசியில் மாலதியைக் கூப்பிட்டு "இங்கே ஏதோ 'செக்கிங்' செய்யவெண்டு 'அவை' வந்திருக்கினம், நான் சொல்லுமட்டும் வீட்டுக்கு வந்திடாதை" என்று எச்சரித்துவிட்டு வெளியே வந்தார்.

மாத்தையா முதலாவது இளனியை ஒரே மடக்கில் குடித்து விட்டு அடுத்ததைக் குடிக்கும்போது கேட்டார்.

"சொல்லுங்க சம்முவம் இந்தப் போரில புலியள் வெல்லுவாங்களா . . .?"

"வெல்லுவமெண்டு சொல்லித்தான் இவ்வளவு பெடி, பெட்டையளையும் இழுத்து வைச்சுக்கொண்டு போராடி

அழியிறாங்கள் . . . வெல்லுவாங்களோ இல்லையோ . . . அதெல்லாம் கடவுளின்ர தீர்ப்பு ஐயா . . .”

“நீங்கள் எதை விரும்புறீங்கள் . . . மனதில வாறதை அப்பிடியே பயப்பிடாம சொல்லுங்கோ . . . நான் ஆர்மிக்காரன் ஏன்ட பயம் வாணாம் . . . மின்ன சொன்னமாதிரி இது நாங்கள் செய்யிற ஒரு கருத்துக் கணிப்புத்தான்.”

“ஈழந்தான் அமையாவிட்டாலும் . . . வாழப்பிறந்த இளைஞர்கள் இரண்டுபக்கத்திலும் சண்டையிட்டு மேலும் அழிஞ்சு தொலைஞ்சுயாமல் ஒரு நிலையான சமாதானமும், நிம்மதியான வாழ்க்கையும் கெதியில வந்திடோணுமெண்டு விரும்புறன் ஐயா . . .”

“செரி செரி பார்ப்பம் . . . சண்டை யாருக்குத்தான் வாணும் . . . திரும்பி வரமாட்டன் என்று தெரிஞ்சும் அனுராதபுர ஏரோடிறோமைத் தாக்கப் போனானே துஜீவன் அவனுக்கு என்ன சொல்லிக்கொடுத்து வளர்த்தீங்க . . . அதையும் கொஞ்சம் சொல்லுங்க . . . சம்முவம், தனியீழம் இல்லேன்னா இனி எங்களுக்கு மூச்சேவிடேலாது அப்பிடீன்னு ஏதாவது அவனுக்குச் சின்ன வயதில போதிச்சீங்களா . . .”

“சிவ சத்தியமாய் அப்படி ஒன்றுமே நாங்க அவனுக்குச் சொல்லிக் கொடுக்கேல்லை. எனக்கு அரசியல் விஷயங்களே தெரியாது. படிப்பில்லாதவன் ஐயா . . . இந்தப் போராட்ட விஷயங்களே அவன் எங்களோட ஒண்டும் கதைக்கவும் மாட்டான், மூச்சுவிடான் ஐயா . . . அமைதியாயிருந்த பிள்ளை இயக்கத்துக்கு ஓடினதும் . . . தொலஞ்சுபோனது எல்லாம் ஒரு கனவைப்போல இருக்கையா . . . நம்பமுடியேல்ல ஐயா . . . எங்கேயோ போயிருக்கிற என்ர பிள்ளை நாளைக்கோ, நாளையின்றைக்கோ திரும்பி எங்களிட்ட வந்திடுவான்போல இருக்கையா . . .”

சொல்லிமுடிக்கையில் சண்முகம் மீண்டும் உடைந்து விம்மினார்.

“சரி . . . சம்முவம் நாங்கள் இன்னொரு சமயத்தில பேசிறது . . . அதுக்கிடேல உங்களுக்கு ஏதாச்சும் என்ட உதவி தேவையெண்டால் எனக்குப் போன் எடுத்துச் சொல்லிட்டு வாசல்ல காத்திருக்காம, நீங்கள் எங்கிட்ட நேரடியா வரலாம் . . .” என்றுவிட்டுத் தன் விசிட்டிங் கார்ட்டைக் கொடுத்து விட்டுப் போக எழுந்தார்.

கலையரசி அருகில்வந்து "ஐயாட்ட இப்பவே கேளுங்கோவன்" என்று சொன்னார்.

"நோனா என்ன கேக்கச் சொல்லுது ..."

"இல்லை ஐயா என்னுடைய மகளோட விஸா விஷயமாக ஒரு பிரச்சனை."

"என்ன அவளும் இயக்கத்தில இருக்கா ..."

"இல்லை ஐயா, அவளுக்கு லண்டனில ஒரு பெடியனைக் கல்யாணம்பேசி வைச்சிருக்கிறம், இந்தியாவில போய்க் கல்யாணத்தை வைக்கலாமென்றால் விஸா எடுக்க இராணுவப் பணிப்பாளரின் அனுமதி தேவையாயிருக்கு ... போய் அப்பிளை பண்ணினனாங்கள், துஜீவனாலயோ என்னவோ நிராகரிச்சுப் போட்டினம் ... ஐயா ஒருக்கால் எங்களுக்குக் கருணைகாட்டி அதைப் பெற்றுத்தர வேணும்."

சமிந்த நாணயக்காரவுக்கு அப்பா காதலை மறுத்ததுக்காக 18 வயதில் தற்கொலை செய்துகொண்டு இறந்துபோன சூட்டித்தங்கை பிரியங்காவின் சிவந்த முகம் நினைவில் வந்தாடியது.

ஒரு சிகரெட்டை எடுத்து நிதானமாக வாயில் பொருத்திவிட்டுப் பெட்டியைச் சண்முகத்துக்குப் பக்கம் நீட்டினார். சண்முகத்தைச் சிகரெட்டின் வாசம் சபலப்படுத்தினாலும் மரியாதையுடன் மறுத்தார்.

"இல்லை ... ஐயா, நான் பத்துறேல்லை ..."

"சரி ... நெக்ஸ்ட்வீக் எனக்குப் போன் பண்ணிப்போட்டு நீங்கள் அங்கே போறது ... நான் சொல்லிவைக்கிறன்."

சண்முகம் அவரைக் கையெடுத்துக் கும்பிட, கலையரசி குனிந்து அவர் கால்களைத் தொட்டுக் கும்பிட்டார்.

❍

சமிந்த நாணயக்கார மாத்தையாவுக்கு போன் பண்ணியபோது அவர் "சம்முவம் நீங்க இங்கே வரத் தேவையில்லை. நீங்கள் முன்னக்கொடுத்த அப்பிளிகேஷனையே சாங்ஷன் பண்ணி அனுப்பச் சொல்லியிருக்கிறன். உங்க பொண்ணு பேர் என்ன?"

"மாலதி ஐயா."

"அதுவும் ஒரு போராளியில்லையா ..."

"அப்படியெல்லாம் இல்லையா ... இது அப்பாவிக் குழந்தை"

"இல்லை போராளி மாலதியைச் சொன்னேன். பயப்பிடாதீங்க . . . ஒரு கிழமையில் உங்களுக்கு ஒளதென்ரிகேஷன் டொகுமென்ட் கிடைச்சிடும். கவலைப்படாம இருங்க சம்முவம்" என்றார்.

மாத்தையா சொன்னபடியே நாலைந்து நாட்களில் இராணுவதிகாரியின் உறுதிப்பாட்டுக் கடிதம் வந்துசேர்ந்தது.

விக்கினங்கள் இல்லாமல் இந்திய விஸா கிடைத்தது. அதே மாதம் சென்னையில் திருமணம் நடந்தேறியது. வாராவாரம் கலாமோகனுக்குக் கட்டுக்கட்டாக எழுதிய கடிதங்களும் கனவு களுமாக வாழ்ந்துகொண்டிருந்த இணையின் திருமணவாழ்வு மலர்ந்தது..

இராணுவத்தில் ஒருவேளை சித்தார்த்தன்களும் இருப்பார்களோ . . .

***ஜீவநதி* 113, *மாசி 2018* (இலங்கை)**

ஓடுகாலித் தாத்தா

நாங்கள் பள்ளிக்கூடம்விட்டுப் புத்தூர் சந்தியால் திரும்பி வரும்போதும், சந்தியைக் கடந்து நெல்லோ குரக்கனோ எடுத்துக்கொண்டு மில்லுக்குப் போகும்போதும் சிலவேளைகளில் அந்தக் கிழவர் சந்தியில் சாவகச்சேரிக்கான பேருந்துத் தரிப்பில் நிற்பதைப் பார்த்திருப்போம். அவர் எங்கள் அம்மாவின் சொந்தச் சித்தப்பா என்பது எமக்கு வெகுகாலமாகத் தெரியாது.

அம்மாவுக்கு அப்படியொரு ஓடுகாலிச் சித்தப்பா இருந்தாரென்பது ஆச்சரியந்தான். அம்மாவின் அப்பாவை அதாவது தாத்தாவை எங்களுக்குத் தெரியாது, ஞாபகமில்லை. நாங்கள் சிறுவர்களாக இருக்கும்போதே அவர் திண்ணையைக் காலிபண்ணிவிட்டார். அவரது ஒரு வண்ணப் படத்தைத் தானும் அவர் காலத்தில் எவரும் பிடித்து வைக்கவுமில்லை; ஆனால், அவரின் சகோதர்களான மற்றைய இரண்டு தாத்தாக்களும் பரம சாதுக்கள்; மிதித்த புல் சாகாது என்பார்களே அந்த வகை. என்ன ஒருவர் கூத்துப்பாட்டு என்று உலைவார். தாத்தாவின் சகோதரர்களில் நேரிளையவரான கூத்துத் தாத்தாவை அம்மா “ஆசையப்பு” என்பார். மற்றவர் வெண்பா, சீர், தளை, விருத்தம் என்று அலைவார். அவரை “இளையப்பு” என்பார். அம்மாவின் இந்த ஓடுகாலிச் சித்தப்பா அயல் ஊர்களில் எங்கேயாவது தன் அலுவல்களைப் பார்த்துவிட்டுத் திரும்பிவருகையில் புத்தூர்ச் சந்தியூடாக சுன்னாகத்திலிருந்து சாவகச்சேரிக்குப்

போகும் பேருந்தில் ஏறி மட்டுவிலுக்குப் போவார். அவர் பேருந்துக்குக் காத்திருக்கையில் அவரைக் கடந்து நாங்கள் மிதிவண்டியிலோ, நடந்துபோனாலோ அவர் எங்களைப் பார்த்து சிரிக்கவோ முகமன் செய்யவோ விசாரிக்கவோ மாட்டார். காரணம் நாம் யாரென்றே அவருக்குத் தெரியாது. இரவு எட்டுமணிபோல சாவகச்சேரிக்குச் செல்லும் 775 தடப் பேருந்தை ஒருவேளை தவறவிட்டுவிட்டால் ஆறு மைல் தொலைவிலுள்ள மட்டுவிலுக்குப் பொடிநடையாகவே சென்று விடுவார். வழியிலுள்ள எங்கள் வீட்டுக்கோ, பெரியம்மா வீட்டுக்கு, வரவோ தங்கவோ மாட்டார். என்றாவது அவர் எங்கள் வீட்டுக்கு வந்ததோ, சின்னத் தாத்தாவென்று உறவு கொண்டாடியதோ, நாங்கள் அவர் மடியில் தூங்கியதோ இல்லை. பின் நாட்களில்தான் அவர் எங்களது தாத்தாவென்று தெரியவந்தது. எங்களுடன் கோபதாபம் பாராட்ட எதுவும் நடந்ததில்லை. உறவுகளுடன் ஒட்டுறவின்றி வாழ்ந்துவிட்டார். அப்படி ஒரு ஜென்மம் என்று மட்டுந்தான் சொல்லலாம். ஏன் எங்களுடன் இப்படி ஒட்டாமல் அவர் வாழ்ந்தாரென்பது எங்களுக்குத் தெரியாததுபோல், அவருக்கும் தான் தெரியாது.

அவர் இளம் வயதில் வலு துடியாட்டக்காரனாம், கள்ளுக்கொட்டில்களும் பஞ்சமர் வீடுகளில் சாப்பாடும் வம்புச் சண்டைகளுமாக அவரளவில் ஒரு மறுத்தோடியாகத் திரிகையில் சின்னத்தாத்தாவின் உற்பாதங்கள் தாங்கமுடியாமல் ஒருமுறை பெரியதாத்தா பூவரசம் கம்பொன்று கிழிந்து நாராகிப் பறக்கும்வரை அவரைப் போட்டு அடித்தாராம். அதோடு கோபித்துக்கொண்டு போனவர் ஆண்டுக்கணக்கில் வீடு திரும்பவே இல்லை. பிறகு ஆட்கள் அவரை மன்னாரில் கண்டதாகவும், களுவாஞ்சிக்குடியில் பார்த்ததாகவும், திருகோண மலையில் ஆமியில் சேர்ந்துவிட்டதாகவும் அவ்வப்போ கதைகள் மட்டும் வந்ததுண்டாம். அவருக்குப் படிப்பும் பெரிசாயில்லை, யாழ்த்தீபகற்பத்தில் வாழவும் பிடிக்கவில்லை. கட்டறுத்துக்கொண்டு அலைந்தவர், சிறிதுகாலம் விவசாயிகளிடமிருந்து நெல்லு, நிலக்கடலை, மிளகாய், எள்ளு, குரக்கன் என்று தானியங்கள் கட்டி வியாபாரம் செய்து நல்ல பொருளீட்டினாராம். வளர்ச்சியின் பொங்குமுகத்தில் ஒஸ்டின் கேம்பிறட்ஜ் காரைக் கொம்பனியால் இறக்கிவைத்து இரத்தினக்கற்கள் வியாபாரம்வரை போனதாகவும் காலத்தோடும் கூட்டுக்களோடும் எல்லாமே மெல்லச்சரிய தம்புள்ளவில் ஒரு புடவைக்கடை மட்டத்தில்வந்து அதிலேயே சிறிதுகாலம் நிலைத்ததாகவும் சொன்னார்கள். காலங்கழிய வியாபாரங்களிலிருந்தும் விடுதலையாகி மன்னார், மாறவில, மதுரங்குளி, மாதம்பை என்று சுற்றியவர் காத்தான்குடியைச் சேர்ந்த

முகமதிய விதவைப் பெண்ணொருத்தியைச் சேர்த்துகொண்டு மாதோட்டத்தில் விவசாயம் செய்து வாழ்கிறாரெனத் திருக்கேதீஸ் வரம் போன யாரோ கண்டுவந்து கடைசியாகச் சொன்னார்கள்.

அவர்பற்றிய தகவல்கள் உறவுகள் எவருக்கும் தெரியாமல் போனதுக்கு அக்காலம் எண்ணிமத் தகவலறியும் வசதிகளில் பின்தங்கியிருந்தது மட்டுமே காரணமல்ல. அவர்பற்றிய அக்கறைகள் ஒரு குருவிக்கும் இருந்ததில்லை என்பதுதான் நிஜம். ஏறத்தாழ அப்படி ஒரு சின்னத்தாத்தா இருக்கிறார் என்பதையே மறந்துபோயிருந்தோம். அம்மாவும் தன் சின்னப்பு வென்று அவரைப்பற்றி எங்களிடம் கதைத்ததேயில்லை. அவரைப்பற்றிய கதைகள் வருவதற்கு அவரின் சேதிகளை யாரும் அறிந்திருந்தால் தானே?

ஒரு காலத்தில் பெரியதாத்தாவுக்குப் புகையிலை வியாபாரம் இருந்ததாம். கொச்சினுக்கும் கோழிக்கோட்டுக்கும் பாய்மரக் கப்பல்களில் புகையிலையை ஏற்றிவிட்டு அங்கிருந்து, கப்பல் வாழைப்பழம், கொத்தமல்லி, சிகைக்காய், எள்ளுப் பிண்ணாக்கு, கருவாட்டுச்சிப்பங்கள், தேக்குத்தீராந்திகள், இரட்டைப்பீலி ஓடுகளும் வருவிப்பாராம்.

பெரியதாத்தாவுக்கு ஒரே மகள், பெரியம்மாவின் நாற்சார் வீட்டின் ஒருபகுதியில் அவரது பரிபாலனம் நடந்துகொண் டிருந்தது. மாலையானதும் சின்னவி பூவரசங்கதியாலில் கள்ளைக் கொழுவிவிட்டுக் குரலைக் காட்டிச் சமிக்ஞை செய்துவிட்டுப் போகவும் பெரியதாத்தா ஒரு பூனையைப்போல் ஓசைபடாமல் எழுந்துபோய் கழுவிக் கவிழ்த்துக் காயவிட்டிருக்கும் தன் செதுக்கிய சிரட்டையில் அதை வார்த்து மாந்திப் பல தினிசில் ஏப்பங்கள் விட்ட பின்னால் நீளச்சுருட்டோடும் புகையோடும் கோடியி லிருந்து வெளிப்படுவார். பொழுது சாய்ந்து இருட்டுக்கட்ட சாய்மனைக் கட்டிலில் பெரியவர் அமர்ந்திருக்க அவரது நண்பர்கள் யாராவது வந்து சேர்ந்திருப்பார்கள். முதியோர் அரங்கம் ஒன்றுகூடும். சவாரிக் கைலாயர், வாழைப்பழக் கதிரேசு, அண்ணாமலை வாத்தியார் ஆகியோர் அதன் நிரந்தரப் பேராளர்கள். சவாரிக் கைலாயர் வந்திருந்தால் நடந்த நடக்கப்போகிற அனைத்து வண்டிச் சவாரிகள்பற்றியும் சொல்லித் தீர்ப்பார். கைதடிக் கழுகன் மூச்செடுக்கும் விதம், பெரியபுலம் மயிலையன் குதிரையைப்போல கால்களை எடுத்துவைக்கும் லாவகம் எனத் தான் விரட்டிய சவாரிமாடுகளின் பிரதாபங் களையும், அயல் ஊரிலுள்ள அவருக்குப் பிடித்தமான மாடுகள் பற்றியும் ஏதோ ஒலிம்பிக்ஸில் கலந்துகொண்ட பெருமையுடன் அவிழ்த்து உதறுவார். சவாரிமாடுகள் பற்றிக் கதைக்க மனுஷ

னுக்கு அலுப்பதில்லை. வாழைப்பழக் கதிரேசுவுக்கு அவரது ஆதனங்களாகவும் சீதனங்களாகவும் பத்தாயிரங் கன்றுக்கும்மேல் தேறும் நாலைந்து வாழைத் தோட்டங்கள். சந்தையில் வாழைக் குலைகள், மற்றைய காய்ப்பிஞ்சின் விலைகளுக்கப்பால் அவர் அக்கறைகள் இருப்பதில்லை. ஆனாலும் கால்பெருவிரல் நகச்சுத்திலிருந்து கபாலக்குத்துவரை எந்த நோயானாலும் இளவாலை அல்போன்ஸ் அத்தனாசி சவரிமுத்துப் பரியாரியாரின் சர்வரோகசூரணம் மூன்று கண்டம் சாப்பிட்டால் போதும் குணம் வந்துவிடும் என்பதில் அவருக்கிருக்கும் அசைக்க முடியாத நம்பிக்கையை அச்சமூகத்தில் மீள்பதிவு செய்யாமல் போகமாட்டார். அண்ணாமலை வாத்தியார் வந்தால் நாட்டுநடப்புகள் பற்றிய அலசல்கள் இருக்கும், ஜி.ஜி. பொன்னம்பலம் பேசியதாகச் சொல்லப்படும் கற்பனையான வழக்குகள், மதிநுட்பமான அவரின் வாதங்கள், உருத்திரபுரம் 10ஆம்வாய்க்கால் கோகிலாம்பாள் கொலைவழக்கில் அவர் செய்த திடுக்கிடுத்தும் குறுக்கு விசாரணைகள், வழக்குகளின் தீர்ப்புகள் அனைத்தையும் எதிரிலிருந்து பார்த்தவரைப்போல விவரிப்பார். வந்திருப்பது வயற்செய்கை விவசாயிகளாயின் இரணைமடு, அக்கராயன், முத்தையன்கட்டு, விசுவமடு, வவுனிக்குளத்தில் சேர்ந்திருக்கும் தண்ணீர் சிறுபோகத்துக்குப் போதுமோ போதாதோவென்று கவலைப்படுவார்கள். அவரவர் கவலைகளுடனும் கரிசனைகளுடனும் சபை கலைந்த பின்னால் சாப்பாட்டை முடித்துக்கொண்டு கள்ளின் கிறக்கத்தோடும் சோளகத்தின் சுகத்தோடும் பெரிய தாத்தா திண்ணையில் தூங்கிவிடுவார்.

தனது காலத்தில் உறவுகளுடன் ஏதோ கோபித்துக் கொண்டவர்போல அவரது இருப்புக்கே தடயங்கள் இல்லாதிருந்த தன் ஓடுகாலிச் சித்தப்பாவென்று உயிர் தரித்து இருந்ததோட சரி, ஒஸ்டின் கேம்பிறிட்ஜ் காரில் பவனி, வெள்ளைக்காரன் காலத்தில சிங்கப்பூர் ஈறாகப் போய்வந்த மனிசன், “சென்மத்தில ஒரு யார் பப்ளின் துணியோ, கால்தட்டுப் பினாட்டோ அண்ணனின் பிள்ளைகளென்று எங்களுக்குக் கொண்ணந்து தந்திருக்கமாட்டார், பொருள் பண்டம் என்றுதான் குவிக்காவிட்டாலும் தம்மேல் ஒரு வாஞ்சையோ ஒட்டுதலோ இல்லாத சென்மம்” என்றுதான் அம்மா எப்போதாவது அவரைப்பற்றிச் சொல்லுவார். பெரியம்மாவுக்கு ஒரே மகன் நல்லநாதன் கரப்புக்கூடுபோல அரைக்காற்சட்டை போட்டுக்கொண்டு யாழ்ப்பாணத்திலுள்ள அனைத்து டியூட்டறிகளையும் துடைத்து வைத்தும் அண்ணனால் எந்தப் பல்கலைக்கழகத்துள்ளும் நுழையமுடியவில்லை. இப்போது தானே வர்த்தகப் பாடங்களுக்கு ஒரு டியூட்டரி நடத்திக்கொண்

டிருக்கிறார். கட்டைப் பிரம்மச்சாரி ஆதலால் குழந்தைகள் கூச்சல்கள் இல்லாத அமைதியான வீடு அவர்களது.

❍

பெரியம்மா வீட்டருகில்தான் எங்களுக்கான சங்கக்கடை இருந்தது. அம்மா பங்கீட்டு அட்டையை எடுத்துப்போய் மளிகைச் சாமான்கள் வாங்கிவரும் ஒவ்வொரு தடவையும் பெரியம்மா வீட்டுக்கும்போய் பெரியம்மாவையும் பெரிய தாத்தாவையும் பார்த்துச் சுகநலம் விசாரித்துச் சகோதரியிடம் ஒருவாய் தேநீர் குடித்து வெற்றிலைப் போட்டுக்கொண்டு வருவது வழக்கம்.

❍

விவிலியத்தில் வரும் வழிதவறிய மைந்தன் அஸாஸெல் தந்தையிடம் திரும்பியதுபோல் ஓடிஓய்ந்துபோன ஓடுகாலிச் சித்தப்பாவும் ஒருநாள் பெரியதாத்தாவின் சமூகத்துக்கு வந்துசேர்ந்தார். தான் வாழ்வில் மிகவும் அடிபட்டுக் கஷ்டப்பட்டுவிட்டதாயும் இப்போது தனக்கு உடம்புக்கு முடியவில்லையெனவும், தன்னைக் கவனிக்க யாருமே இல்லை என்றும் அண்ணனிடம் நொந்து முனகவும் உருகிப்போன பெரியதாத்தா,

“பின்னை உன்னட்ட இருக்கிற சாமான் சக்கட்டுக்கள், தண்டுதளவாடங்களை ஒரு வண்டில்ல ஏற்றிக்கொண்டு வாவன்...” என்று மறுகவும் கேட்டுக்கொண்டிருந்த பெரியம்மா அருள் வந்ததுபோலக் குதித்து . . .

“இது நல்லதொரு மாயக்கதை . . . நான் உன்னையே பார்க்க மாட்டாமல் கிடந்து அல்லாடுறன், அதுக்குள்ள இந்தக் கிழவனையும் வரச்சொல்லுறாய் . . . உனக்கென்ன கழன்று கிழன்றுதான் போய்ச்சோ . . . இருந்த இருப்பில நோகாமல் சொல்லிப்போட்டாய்... உலையிற எனக்கெல்லோ அக்கப்பாடு.”

பெரியம்மா உச்சத்தில் எகிறிக்கொண்டிருந்த வேளை அந்தப்பக்கம் போயிருந்த அம்மாவும் எதேச்சையாகக் களரியில் சமூகமானார்.

“பார்த்தியோடி கேட்டியோடி ராசம் இந்தக் கிழடுகள் அடிக்கிற கூத்தை... தன்னைச் சுமந்து நாரி முறிஞ்சுபோய் கிடக்கிற என்னை இந்த ஓடுகாலியையும் சேர்த்துச் சுமக்கட்டாம். இந்த சென்மங்களோட இனியும் கிடந்து உலையேலா... கதிரமலைக் கந்தா இதுகளுக்கு முன்னால என்னை அள்ளிக்கொண்டுபோ, நான் துலைஞ்சுபோறன்” என்று பிலாக்கணம் வைத்தவர் மூச்செடுக்கச் சிறிய இடைவெளிவிட்டுப்பின் “எப்பிடியடி இரண்டு கிழடுகளையும் தனியொருத்தியாய் நான் வைத்து மாரடிக்கிறது, ஒரு மகளோ, மருமகளோ இருக்கா எனக்கு

ஒத்தாசை பண்ண, தனியாளாயிருந்து மாயிறன், ஒரு யோசனை வேண்டாம்" என்று விட்ட இடத்திலிருந்து புதிதாக எகிறினார்.

சின்னத்தாத்தா பெரியம்மாவின் அலறலைக் கேட்டும் திண்ணை விளிம்பில் தமையனின் காலடியில் ஏதோ மன்னிக்க முடியாத தவறிழைத்தவர்போலத் தலையைக்குனிந்து காற்பெரு விரலைப் பார்த்துக்கொண்டு மௌனித்திருந்தார். என்னதான் காலத்தில் மைனர் வாழ்க்கை வாழ்ந்திருந்தாலும் ஆட்டஓட்டங் களுக்கெல்லாம் வயோதிபம் ஒரு நிறுத்தற் புள்ளியிடுகையில் மனிதன் தனிமரமாகிறான். என்ன அந்தநாள் நமக்கும் கடுகி வந்துகொண்டிருக்கிறது என்பதை அவன் உணர்வதில்லை.

அம்மாவின் தார்மீக சாங்கியங்களை அப்பாவோ நானோ மற்றைய சகோதரங்களோ எதிர்க்கமாட்டோமென்று அவவுக்கும் தெரியும். அம்மா வீட்டுக்கு வரும்போது சின்னத்தாத்தாவையுங் கூட அழைத்துவந்தார்.

என்றைக்கும் வாராது எம் முற்றத்தை மிதித்துவந்து கதிரையில் அமர்ந்ததும் சொன்னார்:

"என்னட்டை பத்துச்சுத்து வண்டிலொன்று நிற்குது ராசம், மாடுகளை மாரியில பராமரிக்கேலாதென்டு வித்துப்போட்டன், துரைச்சிங்கத்திட்ட [1]ஆயிரம் பவுண் காசும் கொடுத்து வைச்சுருக் கிறன், உனக்குச் செத்த வீட்டுச் செலவுக்குப் போதும்."

"இஞ்ச பார் சித்தப்பு... உன்ர பொருளுக்குவேண்டி நான் உன்னைக் கூட்டிவரேல்ல, ரத்தவுறவுள்ள ஒரு சீவன் தெருவில சீரழியக்கூடாதென்றுதான் கூட்டிவந்தனான், நீ ஒன்றையும் யோசித்து மனத்தை உழட்டாமலிரு, நான் உன்னைப் பார்ப்பன்" என்றார் அம்மா.

சுபாவத்தில் அவர் ஒன்றும் கலகலப்பான மனிதர் அல்லர், தன் இயல்புப்படியே எங்களுடனும் பெரிதும் ஒட்டாமலும் கலக்காமலுந்தான் இருந்தார். அட ஆடுகள் கோழிகளுடனுங்கூடக் கதைக்கின்ற அம்மாவுக்கு இப்படி ஒரு சித்தப்பா இருந்ததும், அவரைப் பார்க்கும் வேளையிலும் எமக்கும் நம்பமுடியாதபடி சிரிப்புத்தான் வந்தது.

இரண்டுநாள் கழிச்சு மாலையில் தன் 'கிறீச்' 'கிறீச்' சத்தம் எழுப்பும் சிங்கப்பூர் முதலைத் தோற்செருப்போடு உலாவப் போனவர் கோப்பிறேசனில் நுழைந்து கொஞ்சம் கீறிக்கொண்டு லேசான உலாஞ்சலுடன் வீடு வந்து சேரவும் அம்மா கண்டிப்பான குரலில் சொன்னார்: "சித்தப்பு

1. ஒரு பவுண் = 10 ரூபாய்

கோப்பிறேசனெண்டு வெளிக்கிட்டுப்போய் எங்கேயாவது விழுந்துகிழுந்து முறியாதை… நான் சின்னவியிட்டைச் சொல்லி உனக்கும் கள்ளுக் கொண்டுவந்து வைக்கச்சொல்லுறன்.”

“சரி மேனை, நான் இனிப் போகேல்லை, நீ சொல்லிவிடு” என்றார் ஈனக்குரலில்.

மறுநாள் அவருக்கு விருப்பமான ஆட்டிறைச்சி சமைத்திருந்தும் அவர் சாப்பிடவில்லை. உடம்பும் லேசாய் காய்வதைப் போலிருந்தது. அம்மா பல வெஞ்சனங்கள் சேர்த்து அவருக்கு ரசம் ஒன்று வைத்துக்கொடுத்தார். பாதிகூடக் குடிக்கவில்லை வேண்டாமென்று தள்ளிவைத்தார். இரவாகவும் அவருக்குக் சுவாசம் சற்றுச் சீரற்றும் மூச்சுத் திணறுவதைப் போலுமிருந்தது. தன் சாம்பல்நிற போளைக் கண்களை எல்லாத் திசையிலும் சுழற்றிப் பார்த்துகொண்டிருந்தார். ஆவாரங்கால் மருத்துவர் பாலகிருஷ்ணனை அழைத்துவரப் போனேன். அவ்வேளையில் அவர் அசந்து தூங்குகிறாரென நினைத்தோம், நான் மருத்துவருடன் வரமுதலே அவர் பேச்சும் மூச்சும் அடங்கி விட்டிருந்தன.

அதிர்ச்சியான துக்கவீடென்று சொல்ல முடியாது, அம்மா, பெரியம்மாவைத் தவிர அங்கே யாரும் பெரிதாய்ச் சலிக்கவுமில்லை. எட்டாம் நாட்காரியங்கள் எல்லாம் முடிந்து ஒருவாரம் கழிந்திருக்கும். எங்கள் குடும்பச் சட்டத்தரணி அம்பலவாணர் தன் மொறிஸ் மைனர் காரில் வந்து,

“உங்களிட்ட ஒரு கையெழுத்து வாங்க வேணும் . . . அதுதான் வந்தனான்” என்றபடி இறங்கினார். அம்மா ஒன்றும் புரியாமல் முழிக்கவும் “உம்மட சரவணைச் சித்தப்பா மட்டுவில்ல பத்துப்பரப்பில காணியொன்று உமக்கு நன்கொடையென்று எழுதி வைச்சிருக்கிறார். உடன உங்களுக்குத் தெரியப்படுத்த வேண்டாம் என்பது அவரது வேண்டுகோள். இனி நான் தெரியப் படுத்தலாந்தானே . . . அதுதான் நான் உறுதியைக் கச்சேரிக்குப் பதிவுக்கு அனுப்ப உம்மட கையெழுத்து வேணும்” என்றார்.

முப்பத்தோராம் நாள் காரியத்துக்கு வந்த பெரியம்மா அம்மாவிடம் சொன்னார்: “அடியே ராசம் . . . மட்டுவில் தோட்டக்காணியை சித்தப்பு வித்துப்போட்டுதெண்டல்லே நான் நினைச்சுக்கொண்டிருந்தன் . . . அந்த யோகம் உனக்கெண்டு இருந்திருக்குதென்ன . . .”

ஓடுகாலித் தாத்தா வந்தது, தந்தது, சென்றதெல்லாம் இன்னும் ஒரு கனவைப்போல் இருக்கிறது.

எதுவரை இணைய இதழ் - 20, மாசி 2016

காலச்சிமிழ்

பெர்லினில் கேப்பர்னிக் என்கிற பசுமையான பகுதியில் அமைந்திருக்கிறது எங்கள் வளமனை. பின் பக்கச் சாளரத்தைத் திறந்தால் மரங்கள் செறிவான காடு, அதற்குள் ஐதான இழைகளுடையதும், தொய்வானதுமான ஒரு சிலந்திவலைபோலக் குறுக்கும் நெடுக்குமாகச் சிறுசிறு பாதைகள் காலாற உள்ளே நடப்பவர்களுக்கும், குதிரைகளில் சவாரி செய்பவர்களுக்குமாக உள்ளன. காட்டின் எல்லைவரை நடந்தால் இறுதியில் கேப்பர்னிக்–ஸ்ப்றே[1] வரும். கோடைகாலத்தில் ஏரியின் தீரத்தின் முழுநீளத்துக்கும் முகாம் வண்டிகள் நிறுத்தப் பட்டிருக்கும், மக்கள் தனித்தனியாகவும் சிறுசிறு கூடாரங்கள் அமைத்தும் முகாமிடுவர், கிறில் போடுவர், நீச்சலடிப்பர். காட்டினுள்ளிருந்து இரவில் வெளியே உலாவரும் பன்றிகள், நரிகள், முயல்கள், கீரிகள், முள்ளெலிகள் வளவினுள் நுழைந்து கிளறா திருக்க ஏனைய வளவுக்காரர்களைப்போல எம் வேலியின் கீழ்ப்பகுதியை நெருக்கமான உலோக வலையால் அடைத்திருக்கிறோம்.

முப்பது வருஷங்களின் முன்னர் இந்த வீட்டை வாங்கியது இன்னும் ஒரு கனவைப்போல இருக்கிறது. ஒரு ஜெர்மன்காரர் அவரே ஒரு கட்டடக் கலைஞர்; தனக்காக உருவமைத்தும், பார்த்துப்பார்த்துக் கட்டிய வீடு, அதில் ஆறுமாதங்கள்கூட அவர் வாழ்ந்திருக்கவில்லை காலகதியாகிவிட்டார். அவரின் மறைவுக்குப் பின்னால் அவரது குடும்பம்

1. கடலேரி

அமெரிக்காவில் குடியேற விரும்பி இவ்வீட்டை விற்க முயன்ற போது நாங்கள் வாங்க முயற்சி செய்தோம். அவ்வீட்டின் பெறுமதி இரண்டு இலக்ஷம் மார்க்குகள் எமது வருமானத்துக்கு மிக அதிகம் என்றும், சொந்த முதலீடு மேலும் போட வேண்டும் அன்றேல் அத்தனை கடன் தரமுடியாதென்றும் வங்கிகள் உதட்டைப் பிதுக்கியபோது, அவுஸ்ரேலியாவிலிருந்த ஒரு பெரியம்மாவின் மகள் 50,000 டொலர்களைத் தந்துதவினார். இன்னும் ஊரிலிருந்த இரண்டொரு காணிகளையும் விற்றதில் வீட்டை வாங்க முடிந்தது. வாழ ஆசைப்பட்டு ஒருவன் கட்டிய வீடு எமக்கானது. அவனது நஷ்டம் எமக்கு வரவானது, இதை தர்க்கத்தில் எப்படி வகையிடுவது? சரி நாம் யாரிடமும் அபகரிக்க வில்லையே அதற்குண்டான கிரயத்தைச் செலுத்தித்தானே வாங்கினோமென்று சமாதானமடைந்தாலும் அப்பப்போ சிறுநெருடல் வந்து மனதை முட்டும்.

முப்பது வருட ஜெர்மன் வாழ்க்கையில் 23 வருடங்கள் வாங்கிய வீட்டின் கடனைத் தீர்ப்பதற்காகவே உழைப்பது என்பது பச்சை முட்டாள்த்தனம். சராசரி மனிதன் அப்படித்தான் வாழ்ந்து தொலைக்கிறான்.

மாதினி வயசோடு சேர்த்து ஊளைச் சதைகளையும் ஏற்றிக் கொள்ளாததாலோ என்னவோ சற்று இளைப்பிருந்தாலும் இந்த வயதிலும் சுழன்றுசுழன்று மொத்த வீட்டோடு சேர்த்து என் அறையையும் படுக்கைகளையும் துப்புரவாக வைத்திருக்கிறாள். மகள் வாங்கித்தந்த ஆஸ்பத்தரிகளில் இருப்பதுபோன்ற வேண்டிய படி சரிக்கவும் மடக்கவும் கூடிய கட்டிலில் படுத்திருக்கிறேன். செவிலி ஒருவர் தினசரி மாலையில் வந்து வேண்டிய ஊசி மருந்துகளை எனக்கு ஏற்றிச் செல்கிறார்.

Your problem is you think you have time. ஆனால் காலம் அதற்குள் விரைந்தோடி முடிந்துவிடும். ஒரு சுடரொன்று தள்ளாடுகிறது, அது நானாகிய தயாநிதி. எந்நேரமும் ‘அது’ இல்லாது கடந்துவிடும். என்னை நானே துரத்திக்கொண்டிருக்கிறேன். காலகதியடைதல் இப்போ எனது முறை. அதைப் பார்ப்பதற்காகவே பலர் காத்திருக் கின்றனர்.

❍

மாதினி ஒன்றும் நான் ஒரே நாளில் கண்டெடுத்தவள் இல்லை, ஒரே ஊர்க்காரி, ஒன்றாகப் படித்தோம், காலத்தில் கல்லூரி வட்டகையில் இருந்த பல அழகிகளில் ஒருத்தி. எப்போதாவது எதிர்ப்படும் வேளைகளில் மெலிதான ஒரு மென்நகையை

உதிர்ப்பாள், அவ்வளவுதான் அதோடு சரி, நின்று அவளுடன் பேச்சை வளர்த்துவதெல்லாம் இல்லை. காரணம் நான் வேறு சிறுக்கிகளின் அழகுகளையும் ஆராய்வதில் துடியாக ஈடுபட்டிருந்தேன். அழகியல் இரசனை எனக்கு அளவுக்கதிகமாக அமைந்துவிட்டது வரமா சாபமாவென இன்றுவரை உறுதியாகச் சொல்லத் தெரியவில்லை.

காதலிப்பது அந்தக் காதலுக்காகப் போராடுவது வாழ்வின் சிலிர்ப்பான அந்த அவத்தைகள் அனுபவித்தற்குரியனதான். கல்லூரி வட்டகையில் மாதினியும் அழகுதான், சிவமலரும் அழகு தான், மானஸியும் அழகுதான். சதா மனம் கோதிக்கொண்டிருந்தன இந்தச் சிறுக்கிகளின் நினைவுகள். மாதினியின் முகவமைப்பு நீளவாகிலானது, போதாதத்துக்கு அவள் கண்கள், நாசி, நாடி எல்லாமே அநியாயத்துக்கு நீண்டிருக்கும். பரதம் பயின்றவள், ஒரு கொடியைப்போலத் தழையத்தழைய நடந்துவருவது மறக்க வொண்ணாது. மாதினி என் தங்கையின் வகுப்பில் இருந்தாள், நான் அங்கே அதிகம் வினைக்கெட்டால் விஷயம் நொடியில் அம்பலமாகிவிடும் என்பதால் முதலில் அவளை நெருங்கப் பயந்தேன்.

துடிப்புடன்கூடிய அழகான இளமைக்காலம், உடல் நிரம்பிய சக்தி, எதைப்பற்றியும் கவலைகள் இல்லை, ஒரு குழந்தையைப்போல எதைப் பார்த்தாலும் பரவசம், குதூகலம். எதிர்காலம்பற்றிய சிந்தனைகள் இல்லை. ஒருகாலம் பதிவு செய்ய வேதியியல் பதிவுகள், நினைவில் மீட்டெடுக்கப் பல சேர்வைகளின் நிறங்கள் வேதிக்குணங்கள், மனனம் செய்யக் கொள்ளைகொள்ளையாகத் தாவரவியலில் பூச்சூத்திரங்கள் என நெடிய குவியல்கள் இருக்கும், அவற்றை மறந்துவிட்டு ஏதோ எனக்காகவே வானும் நிலவும் நட்ஷத்திரங்களும் வருவது போலவும், தென்றல் தவழ்வதுபோலவும், மழை தூறுவது போலவும்; தரவை வெளிகளிலிருந்து இடையர்கள் மாடுகளை ஓட்டிச்செல்வது இசையாகவும்; செல்லம் மாமி மீன்கழுவி ஊற்றும் பாடாவதிக் கோடிகூட உலகின் சௌந்தர்யமான முடுக்குகளில் ஒன்றைப்போலவும் ஒரு பிரமைக்குள் தோய்ந்திருந்தேன்.

திவ்யா என்று இன்னொரு அழகி, அவளின் அழகு வேறொரு தினிசு. லட்டுமாதிரி எந்தப் பக்கத்தாலும் கடிக்கலாம் போலிருக்கும். இவளா அவளா என்பதில் பலகாலம் எந்த முடிவுக்கும் வரமுடியாதவனாக நிச்சயமின்மையுடன் உலைந்தேன். மனம் பஞ்சாகத் திசைகெட்டும் முயற்குட்டிகள் அனைத்தின் மீதும் அலைந்துகொண்டிருந்தது. இந்த ரோமியோவுக்கு விஷேசத்

தகுதிகள் எதுவும் கிடையாதென்பது நன்றாகத் தெரியும். இருந்தும் ஊரிலுள்ள எந்தவொரு பயலைவிடவும் தகுதிகள் அனைத்தும் வாய்த்தவொரு இளவரசனைப்போலும், எவரையும் கண்டுக்காது எல்லோரையும் அலட்சியம் செய்வதுபோலொரு பாவனையுடனும் நடித்துக்கொண்டிருந்தேன்.

மாதினி சிநேகிதிகள் சேர்ந்துகொண்டால் நடந்தே வீட்டுக்குப் போய்விடுவாள். தனியேவாயின் பேருந்துக்காகக் காத்து நிற்பாள். அப்போதெல்லாம் அவள் கண்களில் விழவேண்டுமென்பதற்காக ஏதோ முக்கியமான பல சோலிகளைச் சுமந்துகொண்டு ஓடியாடித் திரிபவனைப்போலக் குறுக்கும்மறுக்கும் ஒரு மிதியுந்தில் அவள் காத்திருக்கும் பேருந்து நிழற்குடையைக் குறுக்கறுப்பேன்.

அம்பலவியா, அல்போன்ஸா, கறுத்தக்கொழும்பானா, மல்கோவாவாவென்று தடுமாறியவன் கடைசியாகச் செய்ததும் ஒரு தேர்வுதான். அதையெல்லாம் இன்று அமரக்காதல் என்பது அபத்தம். அரிந்துவைத்த கறுத்தக்கொழும்பான் மாம்பழங்கள் மாதிரி என்னை ஈர்த்துக்கொண்டிருந்த மாதினியின் கண்கள் கல்லூரியில் மதியவுணவு மண்டபத்திலிருந்து திரும்பும் வேளை களிலும், மாணவர்கள் ஒன்றியக் கூட்டங்களின் போதுமான நுண்ணிய சந்தர்ப்பங்களில் என்மீது படிந்து மீள்வதைப் பலமுறை அவதானித்திருந்தேன்.

இருப்பதைவிட்டுப் பறப்பதற்கு அலைவானேன். இன்னும் அதைநோக்கி முன்னேற வேண்டும், சிறுமுயற்சி செய்துதான் பார்த்துவிடுவோமே, ஒரு நாள் வேதியியல் ஆய்வுசாலையில் தனியாக உட்கார்ந்து ஏதோ அன்றைய பரிசோதனை ஒன்றைப் பதிவுசெய்துகொண்டு இருக்கையில் போய் அமுக்கினேன்.

“இனிமேலும் எனக்குத் தாங்காது மாதினி.”

“என்ன தாங்காது . . . ஏன் என்னாச்சு?”

ஒன்றும் புரியாதவள் மாதிரி முகத்தை வைத்துக்கொண்டு கேட்டாள்.

“நீ இல்லாமல் இனித் தாங்காது. நேரடியாய் ஒரு பதிலைச் சொல்லிடு.”

“ஓ . . . பாஸ்கெட்போல் கோர்ட்டுக்கு சார் அநாவசியமாய் வந்து சொட்டிக்கொண்டு நிற்கும்போதே நினைச்சன் . . . வினை ஒன்று மெள்ள உருவாகுதென்று.”

“ஒரு வினையும் இல்லை, நான் நல்லாய்த்தான் இருக்கிறன்.”

முன்னெப்போதைவிடவும் அணுக்கத்தில் அவளது ஈச்சங் கொட்டைப் பற்களும் கண்களின் கிறக்கமும் ஈர உதடுகளும் என்னைக் கிளர்த்தின.

“வீட்டில அறிஞ்சால் கொண்டுபோடுவினம் . . . போய் உம்மட அலுவலைப் பாரும்” என்றாள். நிறைவான சமிக்ஞை அது. ‘அதெல்லாம் முடியாது’ என்றோ ‘ சீ . . . போவன்றோ’ எகிறவில்லை, அந்த அளவில் திருப்தி. இப்போ முட்டுக்கட்டை ‘அவள் அம்மா அப்பாதான்’ என்றானது.

இருவருக்கும் பொதுவிதியொன்று இருந்தது, இருவருக்குமே பல்கலைக்கழக வாசல்கள் திறக்கப்படவில்லை. பல்கலைக் கழகங்களுள் நுழைவதாயின் என்னவகையில் படித்திருக்க வேண்டும், அதற்கான பரீட்சைகளை என்னவகையில் எதிர் கொண்டிருக்க வேண்டுமென்று இப்போது நன்கு புரிகிறது, அந்த அறிவு இனிப் பிரயோசனப்படாது. இப்போதும் கனவுகளில் ‘மருத்துவபீடத்துள் நுழையமுடியவில்லையே’ என்கிற தவிப்பும் நிராசையும் வந்துவந்து கடைவிழிகளை ஈரமாக்குகின்றன.

இரண்டு ஆண்டுகள் கழிந்தன.

காற்றிலே மிதந்த கதைகள் என் செவியையும் வந்தடைந்தன. மாதினிக்குச் சாதகங்களும் வரத் தொடங்கியிருக்காம். விஷயத்தை ஆக ஆறப்போட்டால் கனி கைமாறிவிடும், உஷாரானேன்.

நெவிஞ்சர் செல்லத்துரையர் இப்போ கல்யாணத் தரகு வேலைகளும் பார்க்கிறாரென்று இடைச்சத்தம். நேராய்ப்போய் ஆளிடம் சரணடைந்தேன்.

“ஏதும் லவ்வு கிவ்வென்று நீங்களும் உங்கள் பாட்டுக்குத் தொடங்கிவிட்டியளோ தம்பி . . .”

“சாய்ச்சாய் அப்படியொன்றுமில்லை.”

“அப்ப பெடிச்சிக்கும் இதில சம்மதந்தானென்று அறிஞ்சிட் டீரோ . . . ஓமெண்டால் எப்பிடி அறிஞ்சீர்.”

அனுபவஸ்தர் என் கண்களுக்குள் துழாவினார்.

“ஒன்றாய்ப் படிச்சனாங்கள் . . . அவவை எனக்குத் தெரியும் . . . ஓரளவுக்கு அவ மனதை அப்பிடி அறிஞ்சிருக்க மாட்டனே . . . என்னண்ணை சொல்றியள்.”

“பிறகு என்மேல பழியொன்றும் வந்திடப்படாது . . . கண்டீரோ.”

நெவிஞ்சர் இரண்டுபக்கமும் புகுந்து விளையாடவும் விஷயத்தைச் சூழ்ந்து பிடித்துக்கொண்ட அப்பா நேரடியாகக் கேட்கிறார்: "பெடியா ... இஞ்சை வா நீயும் அந்தப் பெட்டைக்கு முதல்லயே நூல்விட்டுப் பார்த்தனியோ ..."

"இல்லை, அப்பா ஏன் அப்படிச்சொல்றியள் ..."

"இல்லை ஒரு ஊகந்தான் ... அவை தாங்கள் உடையார் கோத்திரமென்று கொஞ்சம் கெப்பரான ஆட்கள் ... தாங்களாய் எங்க பக்கம் சாயவோ, லேசில எங்க வீடுகள்ல கை நனைக்கவோ மாட்டினம். அதுதான் யோசிச்சன்."

'பெடியன் வேலைவெட்டி ஒன்றுமில்லாமல் இருக்கிறான்' என்று முனகல் அங்கிருந்து கிளம்பவும் யாழ் மக்கள் வங்கியில் உதவிக் காசாளரானேன். முயன்றால் கிராம சேவகராவதற்கான வாய்ப்பொன்றும் வந்தது. பட்டதாரியாக இருந்தாலன்றி அதிலிருந்து மேலே வரமுடியாது. ஆயுள் முழுவதும் உழைத்தும் கிராம சேவகராகத்தான் ஓய்வுபெறவேண்டியிருக்கும். வங்கியைத் தேர்வுசெய்தேன். என் மாமன் நிதிமந்திரிக்கு இருபத்தையாயிரம் தள்ளித்தான் அந்த நியமனம் கிடைத்ததென்று ஊரில் பேசிக் கொண்டார்கள்.

ஒருவாறு திருமணம் ஒன்றுகூடியது. விசையுந்தொன்றை வாங்கி யாழ்ப்பாணம் வேலைக்குப் போய்வந்துகொண்டிருந்தேன். அடுத்து இரண்டு குழந்தைகள் பிறக்கவும் காசாளர் சம்பளத்தில் வாழ்க்கை வண்டியைத் தள்ளுவது சிரமமாயிருக்கவும் 1983 இனக்கலவரத்தை அடுத்துக் கிளம்பிய வெள்ளத்துடன் வெள்ள மாக ஜெர்மனிக்குப் புலம்பெயர்ந்தோம்.

முப்பது ஆண்டுகள் கடுகிக் கடந்துவிட்டன. இங்கேயும் ஒரு மகன் பிறந்தான். மகனுக்குக் கனடிய அரசாங்கம் வழங்கிய புலமைப்பரிசிலால் அங்கே சென்றவன் அங்கேயே வசதியான ஒரு குஜராத்தி வணிகக் குடும்பத்துக்கு மருமகனாகிவிட்டான். நடுவில் மகள் ஐக்கியராட்சியத்தில் கணவனுடன் சேர்ந்து கண்ணாடிகள் அணிந்துகொண்டு முடிவில்லாத கல்வியிலும் ஆராய்ச்சிகளிலும் ஈடுபட்டிருக்கிறாள். என்று அவை தீருமோ, அவர்களுக்கு சமீபத்தில் பிள்ளை குட்டிகள் பெற்றுக்கொள்ளும் உத்தேசங்களும் இல்லை.

கடைக்குட்டி மகளுக்குப் பன்னாட்டு அரசுசாரா நிறுவனம் ஒன்றில் பணி. அவள் முழுக்கவனமும் மனித உரிமைகள், மாதர் உரிமைகள், ஏதிலியர் பிரச்சனைகள், மூன்றாம் உலகத்தின் குடிதண்ணீர்த் தட்டுப்பாடு, தானியங்கள் ரொட்டி / பாணுக்கான பஞ்சம், மருத்துவ வசதியின்மை அன்ன பிரச்சனைகளில்தான்

குவிந்திருக்கின்றது. தன் சொந்த வாழ்க்கை, திருமணம் என்ப வற்றில் கொஞ்சமும் கவனமோ அக்கறையோ இல்லை. அவை மனிஷருக்கு வேண்டாத சங்கதிகள் என்றிருக்கிறாள். அந்தப் பேச்செடுத்தாலே எம் சுவாதீனத்தைச் சந்தேகித்தும், வேற்றுக்கிரக சஞ்சாரிகளைப்போலவும் எம்மைக் கீழ்க் கண்ணால் பார்க்கிறாள்.

○

சராசரி மனிதனைவிடவும் நெடிய சீரானதொரு வாழ்க்கையை வாழ்ந்தாயிற்று. முதுமையின் நிலைப்படியை அண்மித்தானதும் எதுவெதுக்காகவெல்லாம் ஓடினோம் உழன்றோம் என்பதை நினைக்கச் சிரிப்பாக வருகின்றது. நான் சம்பாதித்துக்கொண்ட இந்த வீடு, மாதினி, எம் குழந்தைகள் இவையெல்லாம் இலாபமா நஷ்டமா சாதனையா என்னவென்று புரியவில்லை. வாழ்க்கையில் ஒட்டிக்கொண்டும் பற்றிக்கொண்டும் வாழ்ந்தோமா, பதவீசாக வாழ்கிறோமென்பதைப் பகட்டுக்காட்டி மற்றவர்களைத் திரும்பிப் பார்க்க வைத்து வாழ்ந்தோமா தெரியவில்லை. வாழ்வியக்கத்தின் வேகத்தோடு ஓடுகையில் கழன்றுவிழும் லாடங்களை நின்று நிதானமாகப் பொருத்திக்கொள்ள காலம் என்னை அனுமதிக்க வில்லை. ஒருவேளை பல்கலைக்கழகக் கல்வியோ, அல்லது துறைபோந்த உயர்கல்வியோ ஏதாவது கிடைத்திருந்தால் வாழ்க்கையை, பிரபஞ்சசூத்திரத்தை இன்னும் மாறுபட்ட பரிமாணங்களில் நோக்கிப் புரிந்துகொண்டிருப்பேனோ என்னவோ.

இன்னும் ரமணரையோ, வள்ளலாரையோ, ஜே. கிருஷ்ண மூர்த்தியையோ ஆழமாகப்பயின்றவன் அல்லன். ஆனால், அவர்கள் சொல்லிவிட்டுப்போன வாழ்க்கையின் சாரத்தைக் கொஞ்சம்போலப் புரிந்ததாலாக இருக்க வேண்டும், வாழ்க்கையிடமிருந்து அதிகம் எதிர்பார்க்காமல் இருக்கக் கற்றுக்கொண்டேன். வாழப்போகும் ஒவ்வொரு நாளையும் முன் ஜாக்கிரதையாகத் திட்டமிட்டு வாழ மனிதனுக்கு முடிவதில்லை. அதேபோல் சாவகாசமாகப் பத்துவருஷங்கள் முன்னோக்கிப் பார்வையை எறிந்து அப்போ என்னவாகப் போவோம் என்பதையும் சிந்திப்பதில்லை.

பிரக்ஞையும் விழிப்புமுளபோதெல்லாம் மீட்டெடுத்தலின் நினைவு முகில்கள் மனவானில் அனைத்துத் திசைகளிலும் அலைகின்றன, நினைவுளபோதெல்லாம் காமமுண்டு. காமமுள போதெல்லாம் காதல்கள், காரிகையர் நினைப்பில்லாத நாள் ஒன்றில்லை. அழகா இளசா எவள் எதிர்ப்படினும் மனசு இன்னும் 'ஜிவ்'வென்று குதித்தே ஓய்கிறது.

வனம் திரும்புதல்

மனம் எப்போது எதைப் பதிவுசெய்யும் எதைவிட்டு விடுமென்று லேசில் எதிர்வு கூறிவிடமுடியாது. மாதினி வெளியில் சென்றுவிட்டுத் திரும்பிவந்து யாராவது எனக்குப் போன் செய்தார்களா என்று கேட்டால் நாலைந்து வீடுகள் தள்ளிக் குடியிருக்கும் அவளின் சினேகிதியின் பெயரை ஞாபகப்படுத்த முடிவதில்லை, கஸ்டப்படுவேன். எனக்கு நன்கு பரிச்சயமானதும் வெகு ரஞ்சகமானதுமான ஒரு ராகத்தைக் கேட்க நேர்கையில்கூட அதன்பெயரை ஞாபகஞ் செய்யத் தவித்திருக்கிறேன்.

எதிரில் றிம்லெஸ் கண்ணாடி அணிந்த நாரியர் வந்தால் உடனே என்றோ கல்லூரி நாட்களில் லேனார்ட் ராஜேந்திரன் சொன்ன 'றிம்லெஸ் கண்ணாடி அணிந்தவர்கள் எப்போதும் வளப்பமாய்த்தான் இருப்பார்கள்' என்கிற பிரவசனம் நினைவில் பாய்ந்தோடி வருகிறது.

பழைய சில நினைவுகள் வந்து தொடர்பற்று அறுந்தன. காமம்பூசிய கவிதைவரிகளெனில் அநேகமாக அவை இன்னும் ஞாபகத்தில் அழியாதிருக்கின்றன.

முன்னர் முலையிருக்கும் காம்பிருக்காது
பின்னர் காம்பிருக்கும் முலையிருக்காது.

யாரது விக்ரமாதித்தனா, இப்போதும் சிரிக்க வேணும் போலிருக்கிறது. முயற்சித்தபோது வாய் இன்னொரு தரமும் கோணுகிறது. கொடுமையாய்த்தான் இருக்கும். ஒண்ணும் பண்ண முடியாது.

❍

எமது வீட்டோடு சேர்த்து யாழ்ப்பாணத்தில் ஒன்பதோ பத்துப் பரப்புக்காணி இன்னும் மிச்சம் இருக்கிறது. சகோதரி அகல்யா குடும்பத்தில யாருக்கும் விருப்பமில்லாத ஒரு இடத்தில் திருமணம் செய்துகொண்டவள். அதனால் அப்பா அவளுக்குக் காணிகள் எதுவும் எழுதிவைக்கவில்லை. யாழ்ப்பாணத் தேச வழமைச் சட்டத்தின்படி பெண்பிள்ளைகளுக்குச் சீதனமாக அளிக்கப்பட்டவை போக மீதியுள்ள அசையும் அசையாச் சொத்துக்கள் எல்லாம் ஆண்பிள்ளைகளையே சேரும். லண்டனில் இருந்து வந்திருக்கிற அகல்யா தன்னைப் பார்க்க ஆசையாக வந்திருக்கிறாள் என்று நினைப்பில் அவர் படுத்திருக்கிறார். அவளோ அந்த வீட்டையும் நிலத்தையும் தனக்கு எழுதி வாங்கிவிடும் உபாயத்தோடு விருப்பாவணம்[1] ஒன்றைத் தயாரித்துக் கொண்டுவந்து எப்போ அண்ணா கண் திறப்பார் கையெழுத்தை வாங்கிவிடலாம் என்று வளைய

1. உயில்

வந்துகொண்டிருக்கிறாள். சிறுக்கி தனக்கேதோ 'மரணமிலாப் பெருவாழ்வு' வாய்த்திருப்பதாக நினைக்கிறாள்.

அந்தச் சிறுவன் யாருடைய பிள்ளையோ தத்துவார்த்தமாகப் போட்ட மறக்கமுடியாத விடுகதை ஞாபகத்துக்கு வருகிறது: "ஒரு பொருள் இருக்கு தாத்தா, அதை நீங்க யாருக்கும் பரிசளித்தாலும் வாங்கமாட்டாங்க, பதிலுக்கு உங்களைத் திட்டித் தீர்ப்பாங்க. கடைக்காரர் சிறப்புத் தள்ளுபடி விலையில் போட்டாலும் கஸ்டமர்கள் எவரும் ஒன்றுக்கு மூன்றாக வாங்கி வைத்துக்கொள்ள மாட்டாங்க. அதேன் . . . அது இருக்கும் கடையையே திறந்துபோட்டாலும் எதுவும் திருட்டுப்போகாது. எல்லாமும் அப்படியே இருக்கும். அது என்ன தாத்தா" புரிந்தது.

சரி, எனக்கும் ஆறு அடிநீளமான அந்தப் பொருளுக்குள் முகத்தை வலிக்காமல் சுழிக்காமல் ஒரு சாதுவைப்போல விகசித்துப் படுத்திருக்கத்தான் விருப்பம், நான் கோணிக்கொண்டு படுத்திருந்தவர்களை மீண்டும் பார்க்காமல் தவிர்த்திருக்கிறேன். மரணத்தைப் பற்றி மனிதன் ஒருவன் மட்டுந்தான் சிந்திக்கிறான். சுனாமியில் அள்ளுப்படவிருக்கும் விலங்குகளுக்கும் மற்றப் பிராணிகளுக்கும் அப்படியொரு விஷயம் இருப்பதே தெரிவதில்லை. இப்படி முனைந்து முனைந்து சிந்தனைகளை முன்னோக்கிச் செலுத்திக்குவிப்பதில் சமகால உபாதைகளிலிருந்து அமய விடுதலை கிடைக்கிறது. பின் மீளவும் ஒரு விசையிலிருந்து விடுபடுதல்போலும் நிகழ்வுக்கே திரும்புகிறது மனம்.

கனடாவிலிருந்து வந்த என் புத்திரனுக்கு அவனது பணியில் நிறைய பொறுப்புக்கள் குவிந்துள்ளனவாம், ஆதலால் முன்னைக்குமாதிரி இப்போ விடுப்பு எடுப்பதில் கஸ்டமாம். 'அப்பா சாகவில்லை' என்ற ஏமாற்றத்தோடு மறுவிமானம் ஏறி விட்டான். அப்பாவின் சிரம அவத்தையில் அவர் அருகில் இருப்பதைவிடவும் தன் குழுமத்தின் ஆதாயத்துக்காக உழைக்க வேண்டியது அவனுக்கு அவசியமாகிறது. எவ்வளவுக்குத்தான் கெடுபிடிகள் நிறைந்த குழுமமாயினும் உயர்நிலை அலுவலர் ஒருவரின் தேவையைக் கருத்தில்கொண்டு அவருக்கு விடுப்பு வழங்கத் தயங்காது. எவ்வளவு முயன்றும் அவன்மேல் எனக்கு கோபம் வரவேயில்லை. எனில் ஆரம்பமுதலே அவனுக்கு எவ்விடயத்திலும் திடமான அபிப்பிராயமோ, முடிவெடுக்கும் திறனோ கிடையாது.

மனித உரிமைகளோடும் பசுமைப்புரட்சியோடும் மாயும் மகளின் குரல் அப்பப்ப அணுக்கத்தில கேட்கிற மாதிரியும் தூரத்தில் கேட்கிற மாதிரியும் இருக்கு. அதுவும் பிரமையோ என்னவோ.

தான்சானியா போவதும் எர்ணஸ்ட் ஹெமிங்வே சித்திரித்த பனிபடிந்த கிளிமஞ்சரோ மலைமுகடுகளில் ஏறுவதும், அதன் முடியில் சமதரையில் நெடுந்தூரம் நடப்பதுவுமான விருப்பங்கள் இன்னும் விருப்பங்களாகவே இருக்கின்றன. ஹெமிங்வே கண்ட அந்த மரங்களுடன் நான் இனிப் பேசவோ புன்னகைக்கவோ முடியாதில்லையல்லவா. நான் என்ன விண்வெளியில் பறக்கவா ஆசைப்பட்டேன். புறப்படாமல் இருக்கிறேன், ஆனாலும் பயணம் எவ்வேளையிலும் ஆரம்பித்துவிடுவதான அவத்தைதான் இது.

சுற்றம், அயலவர், தெரிந்தவர் என நிறையப்பேர் வந்திருக் கிறார்கள். இதை மின்சாரத் தகனக் காட்டிடை சுட்டு நீரினில் மூழ்கித் தாம் வாழப் புறப்படப்போகும் நாளும் எதிர்நோக்கி. ஊர்வலம், மயானம், கிரியைகள், தகனம் எதுவும் வேண்டா மென்றுதான் உடலை மருத்துவ ஆய்வுகளுக்குப் பயன்படுத்தலா மென்று எழுதிக் கொடுத்திருக்கிறேன். இவர்கள் போய் அவரவர் கனவுகளைப் போர்த்திப் படுக்கட்டுமே, எதற்கு இவனுடன் சும்மா வினைக்கெடுகிறார்கள்.

சம்பிரதாயத்துக்காக வந்திருப்பவர்கள், வேடிக்கைக்காக வந்திருப்பவர்கள், பொழுதுபோக்க வந்திருப்பவர்கள், வந்திருந்தவர் களில் பெண்களுக்கு எப்போதும் வேறு விஷயங்களுண்டு அலச. ஆண்கள் தத்தமக்குத் தெரிந்த அரசியலைத் தமக்கு வாய்ப்பான கோணங்களில் எடுத்து வைத்து அலசிக்கொண்டிருக்கிறார்கள்.

“தனி ஈழம் ஒன்றும் சாத்தியமே இல்லை என்றது எனக்கு அப்பைக்கே தெரியும்... வெளியில சொன்னால் அடிப்பாங்க ளெண்டு மூடிக்கொண்டிருந்தனான்” என்கிறார் ஒருவர்.

“ராஜீவ் வாங்கித் தந்ததைப் பிடிச்சுவைச்சுக் கொண்டு அதிலயிருந்து மீதி விஷயங்களுக்காகப் போராடியிருக்க வேணும்.”

“ஆயுதங்களைப் போடவேணுமென்று சொல்லிப் போட்டாங்கள், அவங்களின் தீர்ப்பை ஒத்துக்கொண்டால் ஆயுதங்களை முழுக்க ஒப்படைத்திருக்க வேணும். பிறகு யாற்றை அணியத்தைப் பிடிச்சுப் போராடுறது.”

“இயலாமல் கிழக்கை முழுக்கக் கைவிட்டம், பிறகு நாச்சிக்குடாவைத் தாக்குப் பிடிக்கேலாமல் போனதோடையாவது தலைவருக்குத் தங்களுடைய பலமும் பலவீனமும் தெரிந்திருக்க வேணும். அப்போவாவது ஆயுதங்களைப் போட்டிருந்தால் இந்தனை உயிரழிவு ஏற்பட்டிருக்காது.”

“இத்தனை இழப்புக்களைத் தாங்கிக் களத்தில நின்று பிடிச்சவன் லேசில அப்பிடிப் பணிவானோவுங் காணும்.”

“மாவிலாறை மறிச்சதிலிருந்து இவன் வம்புச்சண்டையை வலிக்கிறான், சமாதானத்துக்குத் தயாரில்லை என்கிற சமிக்ஞையைத்தான் தருகிறான் என்று அரசு சொன்னதே . . . கேட்டானா.”

“பாலே சிந்திப்போச்சாம் . . . இனி அது இருந்த பாத்திரத்தின் பவிசைப் பறைஞ்சென்ன வந்ததோய்.”

எதுவும் ஒருநாள் வேண்டாமென்றாகும். அந்தப் பிணத்தை வைத்துத் தன் வண்டியில் ஓயாது காடுமேடெல்லாம் இழுத்துக் கொண்டு திரிவானே அந்த மனப்பிறழ்வுற்ற மனிதன். கழன்றுவிடக் கூடியவற்றை எல்லாம் வீணே நாம் சுமந்து திரிகிறோம் என்பதன் உருவகம்தானே அது.

தலையில் முதலாவது நரைமுடியைக் கண்டபோது திகைத்தேன்; ஆனால், முதலாவது பல் தானாக விடைபெற்றபோது திகைப்பேதும் ஏற்படவில்லை. வயதோடு சிறுபக்குவம் வந்து விடுகிறதோ. மனதிலிருந்தும் விடுதலை விரும்பும் மனம் பிறிதொரு கணம் மனதோடும் அறம்சேர்ந்த வாழ்வோடும் துய்த்திருக்க விரும்புகிறது.

படுக்கையில் இருக்கும்போது நேரம் வேகமாக நகர்வது போலத் தெரியுது. மீண்டும் ஒரு மாதம் ஒருவாரம் ஒருநாளென முடிவடைகிறது. மரணத்துக்கு இன்னும் அணுக்கமாகின்றோம். விடாது துரத்துகிறது மரணம். ஒரு ரமணரைப்போல மரணத்தை எதிர்கொள்ளும் பக்குவம் எல்லாருக்கும் வாய்த்துவிடுமா. நான் எதுக்குத்தான் மரணத்துக்குப் பயந்து ஒழிக்க வேண்டும். இங்கே இப்போது இந்தக் கணங்கள் என்ன ரசித்துச் சுகிப்பதுக்குரியனவா? எதுக்குத்தான் இந்த உயிர் இன்னமும் துடித்துக்கொண்டிருக்கிறதோ. நானும் ரமணரைப்போல மரணத்தைத் தைரியத்துடன்தான் எதிர்கொண்டிருக்கிறேன். ஒருக்கால் கோமாவுக்குப் போவேனென்றால் உடனே அனைத்து விநியோகங்களையும் துண்டித்துவிட வேண்டுமென்று படித்துப் படித்துச் சொல்லியிருக்கிறேன். அப்போ நான் இன்னும் கோமா வுக்குப் போகவில்லையா.

அஸ்தமனமும் பூத்திருக்கும்
அந்திவானத் தாரகைகளும்
என்னை அழைக்கின்றன
திரும்பிவராத கடல் பயணத்துக்கு நான் ஆயத்தமாகிறேன்
கடற்கரையில் அலைகள் ஓசை எழுப்பாதிருக்க
அமைதியில் நான் கடந்து போவேன்

– *Alfred Lord Tennyson*

"ஒவ்வொருநாளும் போய்வாறதும் உங்களுக்கு அலைச்சல் தான் . . . அவங்கள் சொன்னாலும் நீங்கள் கதைச்சு அவரை ஆஸ்பத்தரியிலேயே வைச்சிருந்திருக்கலாம்." கருத்துக் கந்தசாமி யாரோ கருத்து அவிழ்க்கிறார்.

ஊரில் எங்கே மேளம் கேட்டாலும் ஆர் பேர் ஊரென்று விசாரிக்க முதலே ஒப்பாரி சொல்லத் தொடங்கிவிடும் பொன்னாத்தைப் பாட்டி நினைவுக்கு வருகிறார். அவரை அப்படி அழவைப்பதுதான் என்ன? செத்ததும் இரண்டு நாளைக்குக் குளறிவிட்டு மூன்றாம்நாள் எதுவும் நடக்காத மாதிரி இருக்கத் தான் போகினம். சாப்பிடுவதை, குடிப்பதை, காதல் செய்வதை, முயங்குவதை எதைத்தான் நிறுத்தப்போகினம்.

இனி இந்த உலகத்தில் செய்வதற்கு ஒன்றுமில்லை எனும்போது அல்லது சேதன இந்திரியங்களினாலான இந்த உடம்பினால் எதுவுமே ஆகாது என்பதை உணரும்போது விடைபெற விரும்புது மனம். ஆக புறப்படுவதையிட்டு வருத்தமில்லை. என்ன உயிர் தீயால் உத்தரிக்கும், நீரால் திணறும், பிராண அவஸ்த்தைகளின்றி ஒரு தூக்கத்தைப்போலும் ஆழ்ந்துவிட வேணும்.

"ஏதும் சொத்துகள் சுவடுகள் கையெழுத்து வைக்கக் கிடக்கோ" வென்று எம் குடும்பத்தில் அக்கறைமிக்க சிலர் விசாரிக்கினம். அகல்யா என்னை இன்னும் நெருங்கிவந்து நிற்கிறாள்.

பத்து வருஷங்களின் முன் 12,000 யூரோக்களைக் கைமாற்றாக வாங்கி இன்னும் திருப்பாத ரகோத்தமன்கூட ஏதோ அவன் பெண்சாதி சாகப்போவதைப்போல முகத்தைக் கடுஞ்சோகமாக வைத்துக்கொண்டு உட்கார்ந்திருக்கிறான்.

பெட்டிக்குள் முறுவலித்துக்கொண்டு ஆனந்தசயனம் கொளப்போகும் கோலம் ஒளி கசியும் ஒரு திரைக்குப் பின்னால் கானல்நீர் போலும் தெரிகிறது.

❍

இலங்கையில் 30 வருஷங்கள் ஆட்சியில் இல்லாத வெளிநாட்டில இருக்கிற சனங்களின் காணிகளை அரசு கையகப்படுத்தக்கூடிய அபாயம் இருக்கின்றது என்கிற புரளி எழுந்தபோது சட்டென வேறொன்றையும் யோசிக்காமல் அங்கிருந்த நிலங்களை என் ஒன்றிவிட்ட சகோதரர் ஒருவரின் பிள்ளையின் பேரில் எழுதி வைத்துவிட்டு வந்துதான் மாதினிக்கே தெரியப்படுத்தினேன். முதலில் எகிறி எழுந்தாள்.

“என்ன பேய் வேலையப்பா பார்த்திட்டு வந்திருக்கிறியள், பிறகு அவன் திருப்பித் தருவானென்று என்ன நிச்சயம்.”

“அவனும் எமக்கொரு பிள்ளைதானேயப்பா, இயன்ற வரையில் அனுபவிக்கட்டன்.”

அவள் வெறுப்புப் பார்வை ‘எனக்கு மரை கழன்று போச்சு’ என்பதை வார்த்தைகள் இன்றிச் சொன்னது. அவை அவனுடைய பெயரில் அங்கே இருப்பதுதான் நல்லது என்பதை உணர்த்திய போது, பின் அடங்கினாள்.

○

நினைவுகள் அனுராதபுரத்தில் ஒன்பதாம் வகுப்பு படிக்கிற காலத்துக்குப் போகின்றன. அனுராதபுரம் ‘பொல’வில்[1] கவிழ்த்துப்போட்ட ஒரு ஓலைப்பெட்டியில் மூன்று எலுமிச்சங் காய்களையும், ஒரு பிடிக் கறிவேப்பிலையையும் மட்டும் வைத்துக் கொண்டு அதை விற்பதற்காகக் காத்திருந்த கிழவியைப் பார்க்கப் பரிதாபமாயிருக்கிறது. கிழவியின் அத்தனை சரக்கையும் வாங்கி அவருக்கு உதவ வேணும் போலிருக்கிறது இவனுக்கு. அண்ணியாரின் இழுப்புக்குச் சும்மா தேங்காய்க்கூடை தூக்கப் போனவனிடம் 50 சதம் எடுக்கமுடியாத பொருண்மிய நலிவு. அவருக்கு உதவமுடியவில்லையே என்கிற ஏக்கம் பலகாலம் தொடர்ந்தது. முகத்தில் அத்தனை சுருக்கங்களோடும் களைப் போடும் இரக்கத்தை ஏற்படுத்தும் வண்ணமிருந்த அந்த முகம் மீண்டும்மீண்டும் வருகிறது இப்போது.

வாடகை வீட்டுக்கு மின்சுற்றுக்களை அமைக்க வந்த சிங்கள இளைஞன் ‘கூரைக்குள்ளே குருவி கூடு கட்டிக்கொண்டிருக்குது. கூட்டை எடுத்தால்தான் மின்வயரை முகட்டுக்குள்ளால் இழுக்கலாம். அது என்னால் இயலாது, வேணுமென்றால் குருவிகள் அந்தக் கூட்டை விட்டுப்போன பின்னால சொல்லியனுப்புங்கோ வந்து செய்துதருகிறேன்’ என்று விட்டுப்போகிறான்.

○

மாதினி மாய்ந்துமாய்ந்து மீண்டும் வீட்டைத் துப்புரவு பண்ணு கிறாள். யார் யாரோவெல்லாம் வருகிறார்கள் போகிறார்கள், நேரம் இருப்பவர்கள் நிதானமாய் அமர்ந்து கோப்பியைக் குடித்துக்கொண்டு வந்திருக்கும் மற்றையவர்களுடன் அரட்டை யடிக்கிறார்கள். தும்மலைப்போல எப்போ வரும் போகுமென்று சொல்லமுடியாத அண்டைவீட்டு அரசண்ணை செமையாய்க் கீறிக்கொண்டுவந்து இவ்வளவும் மென்னிருக்கைக்குள் புதைந்து

1. சந்தை

மொய்த்துக்கொண்டிருந்துவிட்டு 'அடைமழையாய்க் கிடக்கு கொஞ்சம் தணிஞ்சாப்போல போறன்' என்கிறார். மழை அவருக்கு மட்டுந்தான் பெய்யுது.

உடலில் முதலாவது நரைமுடியைக் கண்டபோது திகைத்தேன். ஆனால் முதலாவது பல் தானாக விடைபெற்றபோது திகைப்பேதும் ஏற்படவில்லை. வயதோடு ஒரு பக்குவம் வந்து விடுகிறதோ. மனதிலிருந்தும் விடுதலை விரும்பும் மனம் பிறிதொரு கணம் மனத்தோடும் அறம் சேர்ந்த வாழ்வோடும் துய்த்திருக்க விரும்புகிறது.

○

சிவமலர் என்றொரு வகுப்புத்தோழி, அக்கால நடிகை சுபாவின் சாயலில் பட்டுப்போல் இருப்பாள். அதனால் பையன்கள் எமக்குள் 'சுபா' என்கிற சங்கேதத்தாலேயே அவளைச் சுட்டுவோம். பாவம் இப்போ சிவமலரின் குழந்தைகளில் ஒன்றுக்கு இளம்பிள்ளை வாதமாம். அது விந்திவிந்தி நடப்பதை ஆயுளுக்கும் பார்த்துக் கொண்டிருக்க வேண்டிய வேதனை அவளுக்கு ஏற்பட்டிருக்க வேண்டாம். நான் சிவமலரைக் கட்டியிருந்தால் ஒருவேளை அந்தக் குழந்தை பிறக்காமல் போயிருக்கும். இப்படியாகவும் நினைவுகள் மீண்டும் உந்தின. பெண்ணே இல்லாமல் ஒரு சினிமா எடுத்துப் பாருங்கள் எவன் உட்கார்ந்து பார்ப்பான். அவள் அசைவதும் நலுங்குவதும் நளினந்தான்; அடிமுதல் முடிவரை சுகந்தரும் அதிசயத்தைக் கண்டுள்ளே அதிராத மனமும் உண்டோ. எல்லோருக்கும் பெண்தான் கண்களில் ஒற்றிக்கொள்ளத் தேவையாக இருக்கிறாள். அவளைச் சீ என்பதுவும் தூ என்பதுவும் நடிப்பின் வகையன்றி வேறென்ன.

மனித இயக்கத்தின் எத்தனங்களெல்லாம் பொருள் சேர்ப்பது, சுகபோகங்களைத் தேடுவது பெண்களை நாடி ஓடுவது மட்டுந்தானே, அவற்றுக்கப்பால் என்னதான் உள்ளது.

மாதினியின் குடும்பத்துக்கிருந்த செல்வாக்குக்கும் ஆதனங்களுக்கும் அவளுக்கு என்னைவிட உசத்தியான மாப்பிள்ளைகள் கிடைத்திருக்க வாய்ப்புகள் இருந்தன. நான் தனக்கேதோ வாழ்வளித்துவிட்ட நினைப்பிலிருப்பதாக மாதினி எண்ணுகிறாளோ? ஆனால், விரும்பிய ஒருவரையே கைப்பிடித்து வாழ ஆரம்பிப்பதுவும் ஒருவகையில் துணிச்சல்தான். எவரது விரலையும் பிடிக்காமல் தன் இஷ்டத்துக்கு ஓடும் குழந்தைகள் தடுக்கி விழுந்தாலும் அழுவதில்லை. ஒரு சினிமா பிடிக்கவில்லையென்றால் பாதியில் எழுந்துபோய்விடலாம். இது கொஞ்சம் கஷ்டமான விடயம். மணவாழ்வில் பிரிவென்பதும்

முறிவென்பதும் அபத்தம். ஆனால், பெண்களில் வைக்கும் நேசம் என்பதுவும் பொய்தான், அதுக்குத் தேர்வு இருக்கு, அல்லவெனில் அது ஏன் எல்லோரிடமும் சம அளவில் பிறப்ப தில்லை. நோக்கத்துடனான நேசமே காதல். அதை அவளும் புத்திபூர்வமாக உணர்ந்துகொண்டு என்னை நிராகரித்திருந்தால் கூட கொஞ்சக் காலம் சோர்ந்திருந்துவிட்டு மனம் அடுத்து விரும்பும் இன்னொருத்தியுடன் என் தாம்பத்யப் பயணம் தொடர்ந்திருக்கும். எதையும் நினைத்தபடி செயற்படுத்த முடிவ தில்லை. இந்திரியங்களில் ஸ்மரணை வற்றுகிறது. அவையும் மெல்ல உறையத் தொடங்குகின்றனவோ . . . பிராணன் உறையும்வரையில் நினைவுகள் இப்படித்தான் அலையுமோ . . . அலையட்டும். எதுவும் என் கட்டுப்பாட்டில் இல்லை.

"பழைய கூத்திக்கு அப்பப்ப மணியோடர் அனுப்பினதும் போதாதெண்டு சொத்தில ஒரு பகுதியைத் தானம் கொடுத்த தர்மப்பிரபு. இன்னொரு பகுதியை அசுக்கிடாமல் உறவு கொண்டாடினவைக்கு வார்த்துவிட்டவர், மிச்சமிருக்கிறதை உருவிப்போக நோட்டும் கையுமாய் நிக்கிறா ஒரு உடன்பிறப்பு."

மாதினி அதை யாருக்குச் சொல்கிறாள் என்று தெரியவில்லை.

❍

'கூத்தி' போன்ற வார்த்தைப் பிரயோகங்கள் எனக்கு உவப்பா யிராது, என்னை நோகடிக்கும் என்பது மாதினிக்குத் தெரியும்.

சாதுரியமாக எப்படியாவது காணியையும் வீட்டையும் எழுதுவித்துவிட வேண்டுமென்ற முனைப்பில் கையில் விருப்பாவணத்துடன் நிற்கும் அகல்யாவைக் கொட்டுவதற்காய் நீ எய்யும் வார்த்தைகள்தான் என் மேலும் சிந்தினவோ. என் காரியம் யாவினுக்கும் கைகொடுத்தவளே, ஒரு முத்தத்தைக்கூட உன்னிடம் நான் வலிந்து பெற்றதில்லையே. இதுதானா என்மீதான உன் புரிதல்.

ஆரணி என்னைக் காலத்தில் அலைக்கழித்த சிறுக்கிகளில் ஒருத்தி என்பது நிஜம். 'பணக்காரிகளின் படாடோபங்களுடன் போட்டிபோடுறவள் நானில்லைப்பா' என்பதைப்போல எளிமை யாக அவள் இருந்தாலும் மினுமினுப்பான சதைப்பிடிப்புடன்கூடிய தளுக்கோடு சும்மா 'கும்'மென்று இருப்பாள். மேற்கண்ணால் அளப்பது போலொரு தினுசான பார்வையுடன் எனைக் கடந்து மேற்செல்லும் அவளின் சௌந்தர்யம் வேறுவகை. அவளும் நோக்குவோரைத் தாக்கிக் கலவரப்படுத்தக் கூடியதொரு அழகிதான். மாதினியின் சௌந்தர்யம் வேறுவகை. அல்லிகளின் கூட்டத்தின் தாமரையாய் நான் காணும்போதெல்லாம் மலர்ந்தும்

தனித்தும் நின்ற மாதினி பிறந்தேயிராவிட்டால் நான் ஆரணியை நெருங்கியிருப்பேனோ என்னவோ, ஆரணிக்கு அப்போது என்னிடம் எதிர்வினைகள் இருக்கவில்லை.

ஆரணியின் அயல்வீட்டுக்காரனும் உறவினனுமான ஒருத்தன் ஜெர்மனிக்கு வந்து எங்கள் வீட்டில் சிலகாலம் தங்கியிருந்தபோது 'ஆரணிக்கு இன்னும் திருமணமாகவில்லை' என்றான், வியப்பாக இருந்தது.

வெகு இயல்பாக இரண்டொரு வியூகார்ட்களையும் எங்கள் குழந்தைகளின் படங்களையும் வைத்து அவளுக்கொரு இலிகிதம் வரைந்தேன். அவளும் அதைப் படித்துவிட்டு இயல்பாகவே பதில் எழுதியிருந்தாள். கடைசிவரியாகவும் பின் குறிப்புப் போலவும் அவள் எழுதியிருந்த வரிகள் என்னை உலுப்பிப்போட்டன:

மகர நக்ஷத்திரத்துக்கு பொருந்துகிற மாதிரி, பிக்கல் பிடுங்கல் இல்லாத 32 வயதுக்கு மேற்பட்ட ஆட்கள் எவராவது ஜெர்மனியில் இருந்தால் அப்பாவுக்கு விபரம் எழுதுங்கள்.

நன்றி.

இப்படிக்கு
அன்புடன்
ஆரணி.

அவளது சற்றே வசதிக் குறைவான குடும்பம். ஒரு வகைக்கு இரக்கம் காருண்யம் என்று பார்த்தால் நான் ஆரணியையே மணந்திருக்க வேண்டும். என்னை அலைத்து உலைப்பதில் இவர்கள் எல்லோரைவிடவும் மாதினி முன்னணியில் நின்றாளே... நான் அதுக்கு என்ன செய்யலாம்?

"உங்கடை சாதகந்தான் தோஷமில்லாதது அசலாய்ப் பொருந்தும் அனுப்புங்கோ... அய்யாவுக்கும் ஏதோ இருதார யோகம் பேசுதாக்கும்."

"பாவம்டி... கிண்டல் பண்ணாதை."

"அப்போ அவளையும் கூப்பிட்டு சைட்-பிட்டிங்கா வைச்சிருக்கிறது."

ஆரணிபற்றி மாதினி பிறகெதுவும் பேசியதே இல்லை.

அடுத்த வருடத்தில் தண்ணீரூற்றில் விவசாயி ஒருவருடன் அவளுக்குத் திருமணமாகியது. கல்யாணச் செலவுக்கு ஆயிரம் மார்க்குகள் அனுப்பிவைத்தேன்.

முப்பது ஆண்டுகள் கழித்து ஊருக்குப் போனபோது ஷெல் வீச்சொன்றில் அவனையும் பறிகொடுத்துவிட்டு நின்றாள். அரசு கொடுத்த குறைந்தபட்சக் கட்டுமானப் பொருட்களில் தகரக்கூரை போட்டு ஒரு கொட்டிலைக் கட்டிக்கொண்டு, ஊர்ப்பிள்ளைகளுக்கு டியூஷன் நடத்தி வாழ்க்கையைத் தள்ளிக் கொண்டிருந்தாள். அதற்கும் அணித்தாக இருந்த எமது காணியில் சீமெந்தினால் இரண்டு வகுப்பறைகளைக் கட்டி, அந்நிலத்தையும் அவர்களுக்கே நிந்தமாக எழுதிக் கொடுத்துவிட்டு வந்தேன்.

❍

நான் மனதறிந்து மாதினியை எதற்காகவும் அலட்சியம் செய்த தில்லை. இன்னும் ஒருவேளை அவள் சுற்றத்தை எதிர்த்து அவளைக் கவர்ந்து வந்திருந்தால் ‘என்னிடம் அடைக்கலம் வந்தவள்’ என இன்னும் மென்மையாய்த் தாங்கியிருப்பேனோ என்னவோ.

நான் ஆகிய தயாநிதி இயல்பில் பொருள், பண்டம், ஆஸ்தி களுடன் தூங்கவல்ல உலோகாயதவாதி அல்லன் என்பது மாதினிக்கு நன்கு தெரியும்.

ஒரு விருந்திலோ, தொடருந்திலோ ‘அங்கே பார் ஒரு அழகியை’ என்று இன்னொருத்தியைக் காட்டினால் மற்றப் பெண்களைப் போலவே அது மாதினிக்கும் பிடிக்காது, ஆனால், அவளைக் குளிர்விக்க ‘நீயே பிரபஞ்ச அழகுரூபிணி’ என்றும் புகழவேண்டியதுமில்லை. சில சின்னச்சின்ன விஷயங்களைச் செய்துமுடித்த பின்னாலேயே மாதினிக்குத் தெரிவித்திருக்கிறேன், என்றைக்கும் அவளிடம் அவற்றை ஒரேயடியாக மறைக்கவோ பொய்சொல்லவோ எனக்கு நேர்ந்ததில்லை. அதுபோலவே என் ஒழுக்கத்தைப் பரீட்சிக்கவும் அவள் என்றைக்கும் முயன்றதில்லை.

என்னிடம் அவளுக்குப் பிடிக்காத விடயங்கள். சற்றே முனைப்பான என் அழகியல் இரசனைகளும் ஆய்வுகளும்; நான் படிக்கும் நூல்களும் (அனைத்தும் வேண்டாத கிரந்தங்கள்) மாத்திரந்தான் என்று நினைத்துக்கொண்டிருந்தேன். அடடா ... இன்னும் நமக்குள் ஸ்ருதிசேராத விஷயங்கள் ஏதும் மீதி இருந்திருக்கின்றனவா, சொல்லு மாதினி, மனதில் எதை வைத்து இந்த வார்த்தைகளைக் கொட்டினாய்.

பிரக்ஞையோடிருந்த காலை ஒரு முணுமுணுப்போ, உதட்டுச் சுழிப்போ இல்லாதிருந்த நீயா அவ்வார்த்தைகளைச் சிந்தியது. சாதா ஸ்திரீகளைப்போலும் நீயும் உலோகாய வாஞ்சையில் தியங்கிவிட்டாயா.

இந்திரியங்களின் ஸ்மரணை உறைய உறைய மாதினியின் குரல் அலைகள் ஆழக்கிணற்றிருந்து வருவதுபோல் ஒன்றிலொன்று மோதி எதிரொலித்து பின்னி நொய்து தேய்ந்து தீய்கின்றன. நான் எனும் எண்ணம் கரைந்து இல்லாமலாக ஒரு கனவைப்போலப் பேரமைதியில் பிரயத்தனமின்றி இறகாக மிதக்கிறேன். உயிர்மை மறைய பிரக்ஞையற்ற நான் சாகத்தொடங்கினேன்.

❍

இக் கதை ‘சாதல் என்பது’ எனும் தலைப்பில் வெளியானது.

***காலச்சுவடு*, ஜூலை 2015**

தாயுமானவள்

இதமான இலையுதிர்கால ஆரம்பம். வெய்யோன் விட்டுவிட்டுத் வெள்ளித்தாரைகளை முகில்களுக்கிடையில் ஒழுக்கிக்கொண்டிருந்தான். அன்று எனக்கு பெர்லினின் *Kreuzberg* பகுதியிலுள்ள *Herzogin-Luise Haus* எனும் பராமரிப்பகத்தில் பணி. அதன் பொறுப்பாளர்கள் *Lenz* என்கிற அந்த இளைஞரை எனக்கு அறிமுகப்படுத்தி 'அவருக்கு வயது *50*' என்றார்கள், நம்பமுடியவில்லை. *8* மிமீ இருக்கக்கூடிய சிறிய தாடி கறுப்பு நிறத்தில் வைத்திருந்தார். கட்டங்களிட்ட துணியில் பிஜாமாவும் டி–ஷேர்ட்டும் அணிந்து, முகத்தில் சுருக்கங்கள் இல்லாமல் இளமையாக அழகனாக இருந்தார். இன்னும் வெள்ளத்துக்கு அள்ளுப்பட்ட வயல்போல தலையில் இங்கொன்றும் அங்கொன்றுமாக எண்ணி விடக்கூடிய அளவிலேயே மயிர்கள் இருந்தன. செபமாலையைப்போல் ஈச்சம் பழப்பருமனில் கருமணிகள் கோர்த்த மாலையில் எனாமலில் இணக்கிய 'ஓஷோ'வின் பதக்கத்தையும் கோர்த்து அணிந்திருந்தார். சாம்பல்நிற வெளிவட்டமும் நீலமையமுங்கொண்ட தேடலுள்ள காந்தியான கண்கள். பொழுதை விரட்ட இணையவலையில் ஓராயிரம் விளையாட்டுக்களைத் தரவிறக்கி வைத்து சிறுவர்களைப்போல விளையாடிக்கொண்டிருந்தவர் அதை நிறுத்திவிட்டு என் முகத்தை நேராகப் பார்த்துப் பேசினார்.

அவரது அறையில் பிரதானவாசலிருந்த பக்கம் தவிர்த்து மற்றைய பக்கமெல்லாம் கிளாஸிக் வகை (Motor bike) எனப்படும் Harley-Davidson, BMW, Motor Guzzi, Honda Goldwing, Norton, Triumph போன்ற பன்னாட்டுத் தயாரிப்புகளிலுமான விசையுருளிகளின் படங்களைப் பெரியபெரிய சட்டகங்களில் பொருத்தி மாட்டி யிருந்தார். அங்கே அவருடன் 20 Harley-Davidson விசையுருளி களும், இரண்டு BMW, Kawasaki விசையுருளிகளும், Triumphஇன் தயாரிப்புகளிலேயே மிகப்பெரிய விசையுருளியான Rocket III Roadster (2294 cc) எனும் மொடலும் சுவர்களில் ஆரோகணித் திருக்கவும் அவற்றின் மத்தியில் வாழும் Lenz இன் தீவிர விசை யுருளிப் பிரியத்தை அவரது சொகுசு அறைக்குள் நுழைந்ததுமே உணர்ந்துகொண்டேன்.

விசையுருளிகளின் போட்டிகளுக்கானவைகளை விடவும் சும்மா உல்லாசச் சவாரிகளை விரும்புபவர்களுக்கான இவ்வகை வண்டிகளின் வேகம் அநேகமும் 200 கிமீட்டருக்குள்ளாகக் கட்டுப்படுத்தப்பட்டவை. தவிரவும் உடை அலமாரியின் பக்கவாட்டில் Vintage எனப்படும் தற்போது தயாரிப்பில் இல்லாத விநோதமான விசையுருளிகளின் படங்கள் இருந்த கலெண்டர்களைத் தொங்கவிட்டு பேரழகிகளைப்போலும் அவற்றை இரசித்துக்கொண்டிருந்தார். 14 ஆண்டுகள் முன்னதாக அவர் ஒரு விபத்தைச் சந்தித்த நாளிலிருந்து அவரது வலதுகால் கணுக்காலின் கீழே பாதம் முழுவதும் செயலிழந்துபோனது. இப்போது அவரால் விசையுருளிகளை இரசிக்கமட்டுந்தான் முடியும்.

ஆரம்பத்தில் Lenz என்னுடன் மனம் திறந்து பேசுவதற்குச் சற்றே தயங்கினார். வழமையாக அந்நியர்களுடன் பேசுவதைப்போல காலநிலை, சூழலியல், இயற்கைபோன்ற விஷயங்களுக்குடனேயே எம் உரையாடல்கள் நின்றுகொண்டன. பழைய ரணத்தைக் கிளறுவதைப்போல் அவரது விபத்தைப்பற்றியோ, அவரின் நோய்க்குணங்கள்பற்றியோ நான் அதிகம் அவரிடம் உசாவ முற்படவில்லை.

ஒருநாள் அவராகவே "என் 12 வருடகால விசையுருளி அனுபவத்தில் நான் ஒரு சிறுவிபத்தைக்கூடச் சந்தித்ததில்லை" என்றார். "நீங்கள் மிகவும் கவனமும் விழிப்புமுள்ள ஒரு சவாரிக் காரனாக இருந்திருக்கிறீர்கள் என்பதை நம்புகிறேன், இருந்தும் ... இந்த விபத்து உண்டாவதற்கான சூழமைவு எப்படி உண்டானது" என்றுமட்டும் நான் கேட்டபோது அவர் விபரித்தே அதைச் சொல்லலானார்:

“நான் அந்தக் கோடைகாலத்து மாலையை இரசிப்பதற்காக என் பைக்கில் சென்றுகொண்டிருந்தபோது எனக்கு மூன்று அல்லது நான்கு வாகனங்கள் முன்னதாகச் சென்றுகொண்டிருந்த ஒரு ட்ரான்ஸ்போட்டரின்[1] மோட்டோரிலிருந்து ஒழுகி வீதியில் விசிறப்பட்ட மசகு எண்ணெயில் எனது பைக் கட்டுப்படுத்த முடியாதபடி வழுக்கியதில் விழுந்து இழுபட நேர்ந்தது. மோட்டோர் பைக் ஆபத்து மிகுந்த வாகனந்தான். ஆனாலும் நான் எந்த விதிகளையும் மீறவோ, தவறோ செய்யவில்லை, எல்லா வியாகூலங்களும் தாமாக என்னைத் தேடி வந்தன” என்றார். அப்படி அவர் விபரிக்கையில் மெல்லமெல்ல அவரது முகமும் காதின் சோணைகளும் சிவந்துகொண்டு வந்தன.

அந்தக் கரிய நாளிலிருந்து மீதி ஜீவனம் உருளியிருக்கையில் என்றாகிவிட்ட அவருக்கு இரத்தஅழுத்தம் அதிகரிக்கும்போதும் மிகை உணர்ச்சிவசப்படும்போதும் ஊனமான அந்தக்கால் அப்போதுதான் அறுபட்டதைப்போல் துடிக்கும். அத்துடிப்பை அவராலல்ல எவராலும் நிறுத்தமுடியாது. துடிக்கவிடாது இறுக்க மாக வார்ப்பட்டிகளால் கட்டினால் தாளமுடியாத வலியாக இருக்குமாம். அதுவொரு ‘மருத்துவ விந்தை’ என்றார்கள்.

அன்று விபத்துபற்றிய நினைவிடைத் தோய்தலை நிறுத்திப் பேச்சை வேறு திசையில் திருப்பினேன்.

❍

யாழ் – புன்னாலைக்கட்டுவன் சந்தியில் வாகனத்திருத்தகம் வைத்திருந்த மீசை பாலாவையும் வீராவையும் அகவைகள் ஐம்பதை அணுகுபவர்களும், கடந்தவர்களுமான யாழ்வாசிகள் அநேகமாக அறிந்திருப்பர். மீசை பாலாவைப்போலவே அவர் தோழர் வீராவிடவும் தேய்ந்த தும்புக்கட்டையை நினைவூட்டும் அடர்ந்த தில்லான் மீசை இருந்தது. அவர்களிடம் *Harley-Davidson*இன் *(Prototype)* ஆதிப்பதிப்பான *Red Indian Motorbike* ஒன்று இருந்தது. சரசாலையிலிருந்து மீசை பாலாவும் தோழர் வீராவும் அதை உயிர்ப்பித்து இடிமுழக்கிக்கொண்டு அதன் *Side Car* இனுள் வீரா இருக்க தம் வேலைத்தலத்துக்கு புத்தூரூடாக வந்துபோய்க் கொண்டிருப்பார்கள். அவர்களது விசையுருளியை ‘புதுவைக்கவிஞர்’ ‘நடமாடும் இரும்புக்கடை’ என்று வர்ணித்துக் கிண்டலடிப்பார். பின்நாட்களில் மீசை பாலாவும் மீசை வீராவும் ஈழவிடுதலைப்போராட்ட இயக்கங்களிடையே ஏற்பட்ட குரோதங்களுக்குப் பலியானார்கள் என்பதுவும் வருத்தத்துக்குரிய ஒரு தகவல்.

---

1. சிறுசரக்கு உந்து

அந்த *Red Indian* விசையுருளிக்கு நவீன உருளிகளிலுள்ள *Shock absorbers* எனப்படும் அதிர்வுவாங்கிகள் எதுவும் இல்லை. முன்பக்கமாக ஒரு நெஞ்சுக்கூட்டை ஒத்த ஒற்றைச்சுருள்வில் *(Spring)* மட்டும் தனியாக மையத்தில் இருக்கும், ஒருவேளை உந்துருளி கிணற்றுக்குள் பாயநேர்ந்தால் அது இரண்டு அங்குலம் இயங்குதோ என்னவோ . . . அதன் கியரைக்கூட கார்களைப்போலவே கைகளால்தான் மாற்ற வேண்டும், கிளட்சையும் காலினாலேயே மிதிக்க வேண்டும்" இராணுவத் தேவைக்காக அமெரிக்காவிலிருந்து கொண்டுவரப்பட்ட பலவகை வாகனங்களில் அதுவுமொன்று என்றும், முழு இலங்கைக்கும் அப்படி வந்தவை மொத்தமும் 10 விசையுருளிகளுக்குள்ளாகத்தான் இருக்கும் என்று இரண்டாம் உலகயுத்தகாலத்தில் இராணுவத்தில் தொழில்நுட்பப் பிரிவிலிருந்த என் சித்தப்பா சொல்லியிருந்தார்.

எம் கிராமங்களில் சில வயசான மாட்டுவண்டிச் சவாரிப் பிரியர்கள் இருப்பார்கள். ஒருவர் முட்டாமல் கோடிக்கே போக முடியாதவராயினும் சவாரிமாட்டுக் கதையை யாரும் சாமத்தில் எடுத்தாலும், அதிலேயே அமர்ந்து கைத்தடிக் கழுகன்ர பாய்ச்சல், மட்டுவில் மயிலையின்ர எடுப்பு, சங்கானைச் செங்காரியின்ர சீற்றம் என்று பழமைபாடுகளை அவிழ்க்கத் தொடங்கிவிடுவார்கள்.

யாழ்ப்பாணத்துச் சவாரிக்காரரையொப்ப *Lenz*சுக்கும் இன்னும் *Vintage Motorbikes, Cars* பற்றிப்பேசுவதற்குத் தீராத ஆர்வமிருந்தது. நான் அந்த *Red Indian Motorbike*இன் அங்கலாவண்யங்கள், விருத்தாந்தங்களைச் சொல்லச்சொல்ல *Lenz* கண்கள் அகன்று விரியக் கேட்டுக்கொண்டிருப்பார். அவற்றைப்பற்றி அவருடன் அளவளாவும் ஒரு மனிதனாக நான் மட்டும் இருந்ததால் என்னுடன் பேசுவதற்கான ஆர்வம் நாளடைவில் அவரிடம் மெல்ல வளர்ந்துவிட்டிருந்தது.

ஆனாலும் அவருக்குத் தன் சொந்தவாழ்வின் பக்கங்களை முழுவதுமாக எனக்குக் காட்டுவதில் இருந்த தயக்கம் நீடிக்கத்தான் செய்தது. அதுக்கும் ஏதுவான காரணமில்லாமலில்லை. அந்தளவுக்கு அவர் வாழ்க்கை விநோதமானதாகவும் சிக்கலானதாகவும் கோளாறானதாகவும் இருந்தது.

❍

அந்தப் பராமரிப்புமனையில் வதிபவர்களுக்குப் பிரதி மாதமும் சிகரெட்டுக்கள், வைன், பியர்போன்ற அல்கஹோல் செறிவு குறைந்த மதுவகைகள் வாங்குவதற்கு அனுமதியுண்டு. தீவிர

புகைப்பிரியரான *Lenz* எப்படியும் தன் இரண்டாவது வாரத்தி லேயே தனக்கான பங்குரிமையைத் *(Quota)* தீர்த்துவிட்டு நுகர்வரே சுயமாகச் சுருட்டிப் புகைக்கும் பீடியின் கந்தங்கொண்ட மலிவான புகையிலையுடன் அக்கப்பாடுபடுவார்.

அடுத்தவாரம் அவரைச் சந்திக்கச் சென்றபோது அவரை வசியம்செய்ய ஒரு *Marlboro* பாக்கெட்டும் அவருக்கு விருப்பமான *Club-mate* ஒரு குப்பியும் *Red Bull* சக்தி பானகக் குவளையும் வாங்கிக்கொண்டு போனேன். அவரது முகம் ஏகத்துக்கு மலர்ந்து விகசித்தது. சம்பிரதாய முகமன் கூறிவிட்டுக் குசலம் விசாரிக்கை யில் நான் நலமா மனைவி பிள்ளைகள் சுகமா என்றவர், "உங்களுக்கு மூன்று மணம் புரிய அனுமதி உண்டு என்ன" என்றார். அவர் என்னை ஒரு இஸ்லாமியராகக் கருதியிருந்ததும் ஒரு வகையில் நல்லதுதான்.

'ஒற்றையுடன் குத்துமல்லுப்பட்டுக் குறையுயிரிலிருக்கும் பக்கிரிக்கு உள்ளூரச் சிரிப்பு வந்தது. ஆனாலும் வேதாளத்துக்குக் கிடைத்ததைப்போலும் இச்சிறு கொம்பைப் பிடித்தே அவரைக் கொஞ்சம் கிளறலாம்' என்றும் பட்டது. அன்றைக்கு விசை யுருளிகள் பற்றிய கதைகளைத் தொடவேயில்லை. என் மூன்று மனைவிகள் பற்றியான சரடுகளை அவிழ்த்துவிட்டேன்.

"மதம் அனுமதித்த அந்தச் சலுகையை முற்றாகப் பயன் செய்ய வேண்டும் என்ற பெருவிருப்பில் நானும் மூவரை மணந்தேன், ஏதோ அவர்கள் மூவரிடமிருந்தும் தப்பிப்பிழைத்து இதுவரை வாழ்ந்துவிட்டேன்" என்றுசொல்லிப் போலிப் பெருமூச் சொன்றை இழுத்துவிடவும் அவர், என்னை ஒரு 'தேவதூதனைப் போல' அதிசயத்துப் பார்த்தார்.

"ஆரம்பத்தில் என் 24இல் என் பெற்றோரின் விருப்பத்தில் இலங்கையில் ஒரு பெண்ணைத் திருமணம் செய்து கொண்டேன். பின் கப்பலில் மாலுமியாகச் சேர்ந்து கடலோடி பிறேஸிலில் இரண்டு வருடங்கள் தங்கி வாழநேர்ந்ததால் சகமாலுமி ஒருவனின் சகலையைக் காதலித்து மணமுடித்தேன்" என்று முடிப்பதற்கிடையில் ஆர்வந்தாங்காமல் "இப்போது அவள் எங்கே" என்றார்.

"அவள் பிறேஸிலில் சுகமாக வாழுகிறாள்"

"அப்போ மூன்றாவது . . ." என்று இழுத்தார்.

"என் மூன்றாவது மனைவியைத்தான் ஜெர்மனியில் கண்டு பிடித்தேன்."

“அவள் ஜெர்மன்காரியா . . .”

“பிறப்பால் பெர்ஸிக்காரி, வளர்ப்பால் ஜெர்மன்காரி . . . இப்போது என்கூட வாழ்பவளும் அவள்தான்”

*Lenz*இன் முகபாவத்திலிருந்து அவர் என்ன நினைக்கிறார் என்பதை இப்போது ஊகிக்கமுடியவில்லை.

“மூன்று கோட்டான்களும் ஒன்று சேர்ந்தால் உனக்கு ஏகப்பட்ட மனவழுத்தத்தை உண்டு பண்ணுவார்களே?” என்றார்.

“அதுதான் மூன்றையும் ஒன்று சேரவே விடவேமாட்டேனே... ஒவ்வொருவரையும் ஒவ்வொரு திக்கில் வைத்திருப்பது பின் எதுக்கு?”

சிரித்தார்.

“அப்போ பிள்ளைகள் . . .?”

“மூத்தமனைவிக்கு ஒன்று, அவள் அங்கே இயற்கை அறிவியல் படிக்கிறாள்

பிறேஸில்காரிக்கும் ஒன்று, அவளும் அறிவியல் மாணவிதான்.

பெர்ஸிக்காரிக்கு இரண்டு.”

“அதெப்படி இவளுக்கு மட்டும் இரண்டு”

“அவளது கட்டிலைத்தானே நீண்டகாலம் பகிர்ந்து கொண்டேன் எல்லாம் அதன் விளைவுதான்.”

‘ஓ’ . . .வென்று அதிசயப்பட்டார்.

“இந்த மூன்று பெண்களிடமும் உங்களைக் கவர்ந்த விஷயங்கள் என்ன?”

“நான் இயல்பிலேயே நுட்பமான அழகியல் ரசனை கொண்டவன். இவர்கள் மூவருமே அசாதாரண அழகிகளாக இருக்கிறார்கள் . . . இரண்டாவதாக என்னைவிடவும் குடும்பத்துக்காக அதிகம் தியாகங்கள் செய்யத் தயாராகவும் இருக்கிறார்கள்.”

“அவ்வகைப் பெண்களை நான் இன்னும் சந்திக்காதது . . . என் கர்மாவோ என்னவோ . . .”

ஐரோப்பியர்களில் சிலரும் இப்போது கர்மாவைப்பற்றிச் சிந்திக்கத் தொடங்கியிருக்கிறார்கள்.

"என்ன செய்யலாம் . . . ஒவ்வொருவருக்கும் வாழ்க்கை வேறுமாதிரித்தானே இருக்கிறது . . ."

'அவரது பிரச்சனையின் பக்கமாக வந்துவிட்டேன்' என்பது புரிந்தது. ஆனாலும் அவர் இன்னும் தன் கதையைச் சொல்வதிலான தயக்கத்துள்ளே தவிப்பதையும் உணரமுடிந்தது. 'என் சிக்கலான கதையை எதுக்கு இவனிடம் விளம்ப வேண்டும்' என்றுகூட *Lenz* நினைக்கலாம்.

மோர்ஸ் சங்கேதமொழியில் தந்தி அனுப்புவதைப்போல 'எனது வாழ்க்கையின் சிக்கலைப்போல் யாருக்கும் இருக்க முடியாது . . .' என்று நிறுத்தியவர் சிறிது இடைவெளிவிட்டு 'அவ்வளவு விசித்திரம் அது' என்றார். வார்த்தைகள் இங்கொன்றும் அங்கொன்றுமாக வந்து விழுந்தன, சங்கேதமொழியில் பரிச்சயமுள்ள எனக்கே அவற்றைப் பூரணமாகப் பொருத்தி உருப்படியான பனுவலாக்க மேலும் உழைக்க வேண்டியிருந்தது. *Lenz* மேலும் கொஞ்சம் இணக்கமாக நெருங்கிவருவதைப்போல இருந்தது. அவருடனான அன்றைய என் பணிப்பொழுது நிறைவடைந்து நான் புறப்படுகையில் "*Red Indian* விசையுருளிபற்றிச் சொன்னதுக்கு நன்றி" என்றார்.

"அப்போ என் மனைவிகள் பற்றிச் சொன்னதற்கு இல்லையா" என்றொரு 'கொக்கி'யைப் போட்டேன்.

சிரித்தபடி "பதிலுக்கு என் வாழ்க்கைபற்றிச் சொல்ல வேண்டியதுதான் . . ." என்று கையையுயர்த்தி ஐந்து தந்து விடைதரவும்,

"அதை எனக்குச் சொல்லவேண்டிய நிர்ப்பந்தம் கிடையாது" என்றபடி நானும் ஐந்தைத் தந்துவிட்டு வாசலை நெருங்கவும் "ஆனால் . . . எங்கிருந்து ஆரம்பிப்பது என்பதுதான் தெரியவில்லை . . . அடுத்தமுறை பார்க்கலாம்" என்றார். பின்னரும் கட்டை விரல்களை உயர்த்திக்காட்டி விடைபெற்றோம்.

○

அடுத்தமுறை போயிருந்தபோதும் அவருக்குப் பிடித்தமான *Marlboro* பாக்கெட்டும் *Red Bull* குவளையும் மூலிகைகளாலான *Jaegermeister* ஒரு குப்பியும் எடுத்துச் சென்றேன்.

முகமன் சம்பிரதாயங்கள் முடிந்ததும் "குழந்தைகள் என்றால் எனக்கு ஆசை " என்று ஒரு அறிமுகத்தை மட்டும் சொல்லிவிட்டு நிறுத்தினார்.

"பெற்றுக்கொள்வதுதானே . . ."

"அது அத்தனை இலகுவல்ல . . . ஒரு *(Backer)* வெதுப்பாள னுக்குக் கிடைக்கும் வருமானத்தில் ஒரு சிறிய குடும்பத்தைக்கூடப் பராமரிக்க முடியாமலிருக்கும் எனப் பயந்தேன்."

"அதுதான் திருமணமானவுடன் உனக்கு வருமானவரியிலிருந்து விலக்களிப்பார்களே . . ."

"இருந்தாலும் சமாளிக்க முடியாதென நினைத்தேன். திருமணம் என்கிற நினைப்பே என்னைப் பயமூட்டியது."

"அப்போ செக்ஸுக்கு என்ன செய்தாய்..." நான் முடிப்பதற் குள் *Lenz* தொடர்ந்தார். "இதற்குள் என் அடுக்ககத்துப் பக்கத்து அடுக்ககத்தில் வாழ்ந்த ஒரு பெண்ணுடன் தொடர்பு ஏற்பட்டது".

இடையீடு செய்யாது இருந்தேன், அவர் தொடர்ந்து பேசலானார்.

"அவளுக்குப் பெயர் *Bertina*. திருமணமானவள், அவளுக்கு மூன்று வயதில் *Mayer* என்றொரு பையனும் கணவனும் இருந்தார்கள். நான் அதிகாலை ஒருமணிக்குப் பணிக்குப் புறப்பட்டால் ஒன்பது பத்துமணிக்கெல்லாம் வீட்டுக்கு வந்து விடுவேன். *Bertina* பணியெதுக்கும் போகாமல் வீட்டிலிருந்ததால் 'எல்லாமும்' எமக்கு வசதியாயிருந்தது. 'வா' என்றவளுடன் படுத்துவிட்டு எழுந்து என்பாட்டுக்குப் போயிருந்தால் பிரச்சனை ஒன்றுமில்லை. அதிக உரிமை எடுத்துக்கொண்டு என் பலம், பலவீனம், ஆசைகள், கனவுகள் எல்லாவற்றையும் முட்டாள் தனமாக அவளிடம் கொட்டிவிட்டதுதான் பிரச்சனையின் ஆரம்பம். ஒருநாள் 'உனக்குப் பிள்ளைதான் விருப்பமென்றால் நான் பெற்றுத் தருகிறேன். ஆனால் அதுக்கான பராமரிப்புச் செலவினங்களை நீ தந்துவிட வேண்டும்' என்றாள்.

நான் அதனை அவளின் வழமையான 'வேடிக்கைப் பேச்சு' என்றே எடுத்துக்கொண்டேன். நாட்கள் செல்லவும் எமது களவொழுக்கக் காலத்தில் அவளின் மாதவிலக்கு தள்ளிப் போனது, 'நான் உண்டாகி இருக்கிறேன்' என்றாள்.

எனக்கும் அப்பாவாகிவிட்ட பூரிப்பிருந்தாலும் அது நிச்சயம் எனது பிள்ளைதானாவென்ற சந்தேகமும் இருந்தது. அவள்

புருஷன் *Wolfgang* நல்லவன், அவனுக்கு எமது களவொழுக்கம் பற்றிய சந்தேகம் கொஞ்சமும் இல்லை, என்னை நல்லதொரு அயலவனாகத்தான் எண்ணியிருந்தான். குழந்தை பிறந்ததும் 'உன் பிள்ளைக்கு இஷ்டமான பெயரை வைத்துக்கொள்' என்று என்னிடமே விட்டுவிட்டாள். ஒருவேளை என்னுடைய பிள்ளை தானோ . . . கொஞ்சம் நம்பிக்கை வந்தது, அவனுக்கு *Adrian* என்று பெயர் வைத்தேன்.

அவள்தான் தத்தாரி . . . குளிர்காலம் வரவும் குழந்தை *Adrian* ஐக் காட்டிக்காட்டி அவனுக்கு ஸ்வெட்டர் வாங்கணும், ஓவரோல் வாங்கணும், சப்பாத்து வாங்கவேணும், *Pampers* வாங்கணும் என்று என்னிடம் அதிகமாகக் காசு பிடுங்கத் தொடங்கினாள். என் சக்திக்கும் மேலாக அவளுக்கு எல்லாமும் வாங்கிக் கொடுதேன். *Wolfgang*கும் நிச்சயம் நிறையவே அவளுக்குப் பணம் கொடுத்திருப்பான். அவளுடைய வாழ்முறையோ பேராசையோ என்னவோ அவர்களிடையே அடிக்கடி சண்டை வர ஆரம்பித்தது.

ஒருமுறை *Bertina* என்னிடம் *3000* இயூரோ பணம் வாங்கியிருந்தாள். அவள் அதைக்கேட்ட 'தொனி'யைப் பார்க்கையில் ஏதோ கைமாற்றாகக் கேட்டதைப் போலிருக்க என் கடனட்டை மூலம் வங்கியிலிருந்து அத்தொகையை எடுத்துக் கொடுத்திருந்தேன். நாளும் வங்கியின் வட்டி வளர்ந்து கொண்டிருந்தது. ஆறேழு மாசங்களாகியும் அவள் அதுபற்றி மூச்சேவிடாதிருக்க ஒருநாள் அவளிடம் போய் 'அந்தப் பணம் எனக்குத் திரும்பத் தேவை' என்று கேட்டேன்.

அவள் அப்பணத்தில் பாதிக்கும் மேல் *Adrian*க்குத்தான் செலவானது என்பதுபோலக் கதைவிடவும் எங்களுக்குள் தர்க்கம் ஏற்பட்டது. நாம் தர்க்கித்துக்கொண்டிருக்கையில் *Wolfgang*கும் வந்துசேர்ந்தான். வந்தவன் 'உங்களுக்கிடையில் என்ன பிரச்சனை' என்று கேட்கவும் அவளாகவே முந்திக்கொண்டு 'இல்லை *Lenz* இடம் ஒரு ஆயிரம் இயூரோ கடன்வாங்கியிருந்தேன் . . . அதைத்தான் திடுப்பெனத் தரச் சொல்லி வற்புறுத்துகிறான்' என்றாள். கோபடைந்த *Wolfgang* 'நான் உனக்கு வாரியிறைப்பது போதாதென்று வெட்கங்கெட்டு நல்ல அயலவனிடமும் போய்க் கடன் வாங்கினாயா' என்று கூச்சலிட்டான். பின் தன்னை ஆசுவாசப்படுத்திக்கொண்டு "அந்த ஆயிரத்தை விடவும் வேறு என்னவெல்லாம் அவனிடம் வாங்கினாய்" என்று ஆவிவிட்டான்[1].

1. பிளிறுதல்

அதனால் கொதித்துக் கிளர்ந்து சீறிக்கொண்டு வந்தவள் *Adrian* ஐத் தூக்கிக் கையில் பிடித்துக்கொண்டு "வடிவாகப் பார் இவனையும் அவனிடந்தான் வாங்கினேன்" என்றாள், வாயடைத்துப் போனான் *Wolfgang.* 'ஒருவேளை அவன் என்மேல் பாய்ந்து என் கொலரைப் பற்றுவான்' என நினைத்தேன். அவன் உணர்ச்சிவசப்ப்படக்கூடிய வன்முறையாளனல்லன். கடைசி வரையில் சாத்வீகம் காத்தான்.

"ஓகே... ஓகே... நீ உன் இஷ்டம்போல் வாழ்ந்துகொள்... நான் உன் சுதந்திரத்துக்குத் தடையாயிருக்கமாட்டேன்" என்றுவிட்டு *Mayer* ஐயும் தூக்கிக்கொண்டு போனவன்தான் . . . இவளிடம் திரும்பி வரவே இல்லை.

❍

அவர்களின் பிரிவுக்கு நானும் ஒருவகையில் காரணமாக இருந்திருக்கிறேன் என்பது பச்சாதாபத்தையும் மனவுளைச்சலையும் ஏற்படுத்தின. ஆறு மாதத்துக்கும்மேல் தனியே வாழ்ந்தாள் *Bertina.* என் இரக்கம் காரணமாக அவளை என்னுடன் கூட்டி வைத்துக்கொண்டேன். அந்த இரக்கந்தான் என் வாழ்க்கையையே மாற்றிப்போட்டது. 'தகுதியில்லாதவர்களுக்கு இரங்கத் தேவையில்லை' என்பான் ஒரு தத்துவார்த்தி. மீண்டும் தவறு செய்தேன். நாமும் சேர்ந்து ஆறு மாதங்கள் வாழ்ந்திருப்போம். ஒரு பொருட்பெண்ணைப்போல் அவளுக்குத் தினமும் பணம் தேவைப்பட்டது. பணத்தை வீசினாலே அவளுடன் படுக்கலாம் என்றானது. எனது சம்பளம் எம் வாழ்க்கைச் செலவுக்கு மட்டுமட்டாகவே இருந்தது. சில மாதங்களில் என் முழுச்சம்பளத்தையும் குடும்பத்துக்கே தந்துவிட்டு எனக்கான சிகரெட், பத்திரிகைகள், உள்ளாடைகள், பெற்றோலுக்கே அல்லாடினேன். அவளிடமும் கூடவே ஊதாரித்தனம் வளர்ந்ததே தவிர கொஞ்சமும் திருந்திக்கொள்கிற மாதிரியாயில்லை. *Bertina* அவளாகவே 'நானும் வேலை செய்தால் செலவுகளைச் சமாளிக்கலாம்' என்றாள். அவ்வேளை நான் பணிபுரிந்த வெதுப்பகத்தில் மாலையில் அதைச் சுத்தம் செய்யும் பணியாளின் வெற்றிடம் ஒன்று வரவும், அதில் அவளைப் பொருத்திவிட்டேன். அதன்மூலம் கிடைத்த பணம் அவளின் ஆடம்பர உடைகளுக்கும், அலங்காரச் சாதனங்களுக்குந்தான் போதுமாக இருந்தன. நானும் புத்தி சொல்லிப் பார்த்து அலுத்தேன். தான்தோன்றித்தனமாக வாழ்ந்து தம் நிம்மதியையும் குடும்பத்தின் ஒற்றுமையும் கெடுத்த பெண்களைப்பற்றிய கதைப்புத்தகங்களை வாங்கிக் கொடுத்தேன், வாசித்தாள். ஆனால், எதுவும் வேலை செய்யவில்லை. எம்மிடையே

முறுகல்களும் கருத்துவேற்றுமைகளும் வளரத்தொடங்கின. ஒரு ஒக்டோபரில் அவளுடன் தகராறுண்டான ஒரு நாளில்தான் அந்த விபத்து நடந்தது. இத்தனைக்கும் நாம் குடும்பமாக அதே ஒக்டோபரில் *Baltimore* தீவுக்குப்போய் விடுமுறையைக் கழிப்பதாக இருந்தோம். விபத்து செப்டெம்பர், ஒக்டோபர் மாதங்கள் முழுவதும் என்னைக் 'கோமா'வில் கிடத்தி வைத்தது."

விபத்தைப் பற்றிச்சொல்லும்போது *Lenz*இன் வலது கால் உதறலெடுக்கத் தொடங்கியது. 'அவரது நோய்க்கூறே அதுதான்' என்பது எனக்கு முதலிலேயே அறிவுறுத்தப்பட்டிருந்தது.

சிகரெட் ஒன்றை எடுத்து வாயில் வைத்தார், அதைப் பற்ற வைக்க நான் உதவி செய்ததுக்கு 'நன்றி' என்றார்.

*Lenz*ஐ ஆசுவாசப்படுத்தவேண்டி "சரி சரி *Lenz* இன்றைக்கு இது போதும் . . . பிறிதொரு நாளில் மீதியைக் கதையைப் பேசுவோம்" என்று சொல்லி அன்று அவரின் பெருங்கதை யாடலுக்கு அரைப்புள்ளி வைத்தேன்.

அதுவும் ஒரு செப்டெம்பர் மாதந்தான், அடுத்தவாரம் அவரைச் சந்திக்கும் நாளில் *Herzogin-Luise Hause* பராமரிப்பகத்தில் மதிய உணவுவேளை அங்குள்ள தோட்டத்தில் 'கிறில் பார்ட்டி' ஒழுங்குபடுத்தப்பட்டிருந்தது. நானும் *Lenz* சுடன் அமர்ந்து விருந்து சாப்பிட என்னையும் அழைத்திருந்தார்கள்.

விருந்தில் *Lenz* தன் மீதிக் கதையையும் சொல்ல உன்னிக் கொண்டிருந்தார். நான் 'பிறகு பேசிக்கொள்ளலாம்' என்று கண்களால் ஜாடை காட்டினேன். விருந்து முடிந்து அறைக்குத் திரும்புமட்டும் அமைதியாக இருந்தவர் அறைக்குள் நுழைந்ததும் தொடங்கினார்:

"ஆஸ்பத்தரியிலிருந்து விடுபட்டு மூன்றரை மாதங்களில் அவர்களின் மருத்துவ வாகனத்தில் வீடு திரும்பினேன். வீட்டுள் நுழைந்தால் குடியெழும்பிவிட்டவர்களின் வீடுபோல என் வீடு முழுவதும் பூரணகாலியாக இருந்தது. எனக்குப் படுப்பதற்கான கட்டிலைக்கூட விட்டுவைக்காமல் எடுத்துச் சென்றுவிட்டிருந்தாள் அவிசாரி. எந்நிலமையை அறிந்த மருத்துவமனை உடனடியாகவே என்னைப் புனருத்தாரண *(Rehabilitation)* முகாமுக்கு மூன்று மாதங்கள் அனுப்பிவைத்தது.

"இப்போது *Bertina* எங்கே?"

"*Baden-Württemberg* மாநிலத்தில் *Stuttgart*க்கு அருகில் *Konstanz* இலோ எங்கேயோ வாழ்வதாகச் செய்தி வந்தது ... நான் அவளை எதுக்குத் தேட வேண்டும்?"

"சரி *Adrian* என்ன செய்கிறானாம் .. ?"

"அவனுக்கு இப்போ *18* வயது வந்திருக்கும் ... ஒழுங்காகப் படித்திருந்தானாகில் கல்லூரிக்கோ, பல்கலைக்கோகூடச் சென்று கொண்டிருக்கலாம் ... அல்லது 'பங்கி' 'ஜங்கியா' ... தெருக்களிலும் சுற்றிக்கொண்டுமிருக்கலாம் ... யார் கண்டார்?"

"இந்தக்கால இடைவெளியில் *Adrian* கூட உன்னைப் பார்க்க முயற்சிக்கவில்லை ... இல்லை?"

"*Adrian* நிஜமாக என்னுடைய பிள்ளையென்றால் அவனால் என்னைப் பாராமல் இருந்திருக்க முடியாது ... என்னைத்தேடி வந்திருப்பான்."

அப்போது எனக்கும் மூச்சுத் திணறுவதைப் போலிருந்தது. *Lenz*ஐச் சொஸ்தப்படுத்துவதற்கான வார்த்தைகள் என்னிடம் இருக்கவில்லை,

மலைகள்
ஒக்டோபர் இணைய இலக்கிய இதழ் 132

மனைமோகம்

மென்வெய்யிலும், காற்றில் சீதளமும் மிதந்திருக்கும் அருமையான மாலை. வாங்கி வைத்திருக்கும் பூவிதைகளையும் பூக்கன்றுகளையும், வீட்டின் பின்கோடியிலமைந்த தோட்டத்தில் நடலாமாவென்று வர்ஷி யோசித்துக்கொண்டிருந்தாள். *Bremen*இல் பதினைந்து ஆண்டுகளுக்கு முன்னர் அவர்கள் சொந்தமாக வாங்கிய வீடு அது. யாழ்ப்பாணத்திலிருந்து கொண்டுவந்த மல்லிக்கோப்பியைப் போட்டுக் போட்டுக் குடித்துவிட்டுத் தோட்டத்துக்குப் போகலாமென்றிருக்கையில் தொலைபேசி அழைத்தது. அழைப்புவந்த நேரம், இடத்தை வைத்தே அது அகிலாதான் என்று ஊகித்துக்கொண்டதும் வர்ஷிக்குச் சலிப்பாக இருந்தது. அது தொடர்ந்து அனுங்கி எரிச்சலூட்டவும், அலுத்துக்கொண்டுபோய் ஒலிவாங்கியைத் தூக்கினாள்.

'இவ்வளவு நேரமாய் அடிக்கவிட்டன் . . . என்ன செய்துகொண்டிருந்தனி' என்பாளாயின் 'அடுப்பில சமையல், இல்ல வாஷ்றூமில இருந்தன்' என்றேதாவது பொய்யைத் தயார் செய்ய வேண்டும், "இல்லையுங்கோ . . . இப்போ யாருடனும் போன் பேசிற மூடில நான் இல்லை" என்றா சொல்ல முடியும்? சரி எம் ஐயனைச் சாட்சியாய் வைச்சுக் கொஞ்சம் பொய் பேசுவம் நன்மையுடைத்து. அகிலா பேச்சை எப்படி நாடகீயமாகத் தொடங்கினாலும் கடைசியில் 'காணிக்குக் கையெழுத்து வைச்சுத் தந்திடு' என்கிற கோரிக்கையோடும், அது உன் தார்மீகக் கடமை என்பதுபோலொரு மென்னழுத்தத்தையும் வைத்தே பேச்சை முடிப்பாள்.

“ஹலோ … அக்காதான் பேசிறன் … கனநேரம் அடிக்கவிட்டன் ஏதுங் கைவேலையாய் இருக்கிறியோ … எப்பிடிப் பின்ன சுகமா யிருக்கிறியோ அத்தான் எப்பிடி … குழந்தைகள் எப்பிடி”

போனமாதம்வரை வர்ஷி புருஷனை கலாதரன் என்றே அழைத்த அக்கை இப்போ கொஞ்ச நாட்களாக அவனின் மதிப்பையும் கனத்தையுங் கூட்டி ‘அத்தான்’ என்கிறாள்.

“பரவாயில்லை அக்கா இருக்கிறம் … அத்தான், நீங்கள், காப்பியன், தீபிகா எல்லாரும் சுகந்தானே …”

“எல்லோரும் ஏதோ இருக்கிறம் … காப்பியனுக்கு அடுத்த வருஷம் கேம்பிறிட்ஜ் கிடைக்கும்போல இருக்கு … பிள்ளையை விட்டிட்டுத் தனிய இருக்கப்போறதை நினைக்கத்தான் கஷ்டமாயிருக்கு … உங்க பிள்ளைகள் எல்லாம் ஸ்கூலால வந்தாச்சோ … ஜெர்மனியில ஸ்கூலுகள் நேரத்துக்கே விட்டிர்றது போல.”

“ஓமோம் … ஹிட்லர் அப்பிடி பள்ளிகளை நேரத்துக்கே விடச் சொல்லிவிட்டுத்தான் செத்தவர்’ என்று சொல்லலாம்” போலிருந்தாலும்,

“ஓமோம் … இஞ்சை பெரிய லெஸர் இல்லைத்தானே … அதால இரண்டுமணிக்கே விட்டிடும், இவையள் இன்னுமென்ன தவ்வலுகளே … 15, 16ஆம் வயசுகளாகுது … இப்ப தங்கட பாட்டுக்கே போய்வரத் தொடங்கிட்டினம்.”

“தங்கட பாட்டுக்கு வருவினம் என்றிட்டு அசண்டையாய் இருக்கப்படாது கண்டியோ … பொம்பிளைப் பிள்ளைகள். பேப்பருகளில நியூஸ்களில கேள்விப்படுகிறனி தானே, எப்பிடி நாதாரியள் ஸ்கூல்ப் பிள்ளைகளைக் கடத்திறதுறாங்களென்று …”

இவள் இப்ப என்ன பிள்ளைகளைத் தனியே வரச்சொல்லு கிறாளா … இல்லை வேண்டாமென்கிறாளா … அவளது திடீர் அக்கறை குழப்பமாயிருக்க வர்ஷி விஷயத்தை மாற்ற விரும்பவும் அகிலா அவளாகவே அதை மாற்றினாள்.

“அப்ப இந்தமுறை லோங் வகேஷனுக்கு சிலோனுக்குப் போகேல்லேயே …”

“வகேஷன் சீஸனில ஃப்ளைட் டிக்கெட்டுக்கள் ‘நெருப்பு’ விலையாயிருக்கும், அதோட போன வருஷமும் போன்னாங்கள் தானே … அதனால இவர் இந்தமுறை சிலோன விட்டுத் தான்ஸானியாவுக்குப் போவம் என்கிறார்.”

"தான்ஸானியாவில ஆர் இருக்கிறது . . . அங்கே அப்பிடி என்ன விஷேசம் . . . என்ன இருக்காம் . . . பார்க்க ஆபிரிக்காவில . . ."

"ஆபிரிக்கா என்றாலும் அது அவ்வளவு வறட்சியான நாடல்ல . . . இலங்கைமாதிரி மலைகள் ப்ளான்டேஷன், எஸ்டேட்டுகள் உள்ள ஒரு நாடுதான் . . . அவர் படிச்ச *'Snows of Kilimanjaro'* என்றொரு நாவலில அந்த மலைகளைப் பற்றியும், அந்தமலைகளின் பீடத்தில அமைந்திருக்கும் சமதரைகள் தாவரங்களைப்பற்றியும் அழகான விபரிப்புகள் வருதாம் . . . அதனால தான் கையாய்க் காலாய் ஓடும்போதே அதையும் ஒருக்கால் பார்த்துவிடோணும் என்று நிக்கிறார்."

"உப்பிடித்தான் முந்தியும் அன்னை மேரி வாழ்ந்த மனை யொன்று *IZMIR* இல இருக்கென்று எதிலயோ படிச்சிட்டுத் துருக்கிக்கே போய்ப் பார்த்திட்டு வந்த மனுஷனல்லே . . ."

"ம் . . ."

"ஆனால் திரும்பி வரேக்குள்ளதானாம் . . . கொஞ்சம் பிரச்சனைப் படுத்துவாங்கள்."

"ஏனாம் . . .?"

"தான்ஸானியாக்காரியளை ஜெர்மனிக்குக் கடத்திறான் என்று என்னையும் பிள்ளைகளையும் மறிப்பாங்களாம் . . ."

"அடடடா . . . நாண்டுகொண்டு நின்று கட்டின மச்சானுக்கு இப்பத்தான் நாங்கள் தான்ஸானியாக்காரியள் மாதிரித் தெரியிறமாமோ . . ."

"அதை விடக்கா . . . அது சரியான லொள்ளு, எப்பவும் உப்பிடித்தான் . . . எதையாவது சொல்லிக் 'கடி'ச்சுக் கொண்டே யிருக்கும்."

"அது எப்பவெண்டாலும் கடிபடுங்கோ . . . நான் இப்ப முக்கியமாய் எடுத்தது . . . இந்தக் காணிப் பிரச்சனையைக் கதைப்பமென்டுதான்."

"அதில என்ன கிடக்கு நெடுகக் கதைக்க . . ."

"அடி லூஸுப்பெட்டை . . . உன்ர மனுஷன்தான் சமூக சீர்திருத்தவாதி, சீதனவிரோதி என்றாலும் அண்ணையும் நானும் உள்ளதைப் பகிரவல்லே உன்னுடைய ஒப்புதல் கையெழுத்தும் வேணுமாம்."

"ஏனப்பிடி ?"

“ஏதோ எங்கட யாழ்ப்பாணத் தேசவழமையோ என்னவோ ஒன்றொன்றிருக்காம்... பெற்றோர் இல்லாத காலத்தில பிள்ளைகளுக்குச் சொத்தை உறுதி எழுதுகில், எல்லாப் பிள்ளையளும் சேர்ந்து கையெழுத்து வைச்சால்த்தான் அது செல்லுபடியாகும்.”

அகிலா கடைசியாகச் சிலோனுக்குப் போய்வந்தபோது அப்பா இருந்த காலத்தில் அவர்களின் குடும்பச்சொத்து விடயங்களைக் கையாண்ட சட்டத்தரணியிடம் புருஷனோடுபோய் . . . எம் தேசவழமைச் சட்டத்தின்படி ஒரு பொம்பிளைப் பிள்ளைக்கு சீதனம் எழுதுப்படாமல் இருந்தால் . . . அந்தப் பிள்ளைக்கும் பெற்றோரின் சொத்தில மற்றப் பிள்ளைகளுக்கான விகிதத்தில் பங்கிருக்கு என்பதையும், சீதனம் எழுதுப்பட்ட பெண் பிள்ளைகளுக்குப் பிதுரார்ஜிதத்தில் பங்கில்லை, மற்றும் இதுவன்ன சொத்துகள் சம்பந்தமான தகவல்களையும் திரட்டியும் தெளிந்துமிருக்கிறாள்.

எங்கே எல்லா விபரங்களையும் அனாவசியமாய் வர்ஷிக்கு விளம்பப்போய், அவளும் மனம்மாறி சொத்தில பங்குக்கு வந்திடுவாளோ என்கிற எச்சரிக்கையில் அவற்றையெல்லாம் விழுங்கிவிட்டு “அம்மா ஐயா இருக்கும்போதே எழுதியிருந்திருச்சினம் என்றால் இப்படிச் சிக்கல் ஒன்றும் இருக்காது... இப்ப உன்னுடைய கையெழுத்தும் வேணுமாம்” என்பதை மட்டும் அழுத்திச் சொன்னாள்.

❍

கொக்குவில் சாம்பசிவன் வாத்தியாரின் நான்கு பிள்ளைகளில், மூத்தபிள்ளை வரதராஜன். இந்திய அமைதிப் படையின் பிரசன்னத்தின்போது நேர்முகம் ஒன்றுக்காகக் கொழும்புக்கு வந்தவன், அப்பிடியே கொழும்பில் நின்றபடி சாணக்கியமாய் பிரித்தானியத் தூதுவராலயத்தில் ஸ்ருடென்ட்–விஸா எடுத்துக் கொண்டு இங்கிலாந்துக்கு வந்து படிச்சுப் பொறியாளனுமாகி இப்போ மனைவி குழந்தைகளுடன் அங்கே *Enfield*இல் தம்மை நிலைப்படுத்திக்கொண்டும் விட்டான்.

அதையடுத்து 1987 ஜுலை மாதம் 29இல் ராஜீவ் – ஜே.ஆர். ஜெயவர்த்தன ஒப்பந்தம் கைச்சாத்திடப்பட்டு விடுதலைப் புலிகளும், இந்திய அமைதி காக்கும் படையும் தேன்நிலவைக் கழித்துக்கொண்டிருக்கையில் சாம்பசிவன் வாத்தியார் சாமர்த்தியமாக அகிலாவுக்கும் லண்டன் மாப்பிள்ளை ஒன்றைக் கண்டுபிடித்து இந்தியாவில் வைத்துத் திருமணத்தை முடித்து அவர்களையும் தேன்நிலவுக்கு அனுப்பிவைத்துச் சாதனை புரிந்துவிட்டார். இவ்வாறாக வர்ஷிக்கு மூத்த இருவரும் இப்போ லண்டனில் தம்மை நிலைப்படுத்தியாயிற்று.

ஆனாலும் அக்குடும்பத்தில் வரதராஜன் பிறந்து 10 ஆண்டுகளின் பின் பிறந்த இளையவள் வர்ஷிக்குத்தான் அக்கை அகிலாவைவிடவும் முன்பதாக வரன் குதிர்ந்ததும் ஒரு முக்கிய சாங்கியம். அதுக்கெல்லாம் காரணம் வர்ஷியும் ரப்பர் பொம்மையைப்போல் அம்சமாய் இருந்தாள் என்பதை விடவும் அவளுடன் கல்லூரியில் இரண்டாண்டுகள் முன்படி மாணவனாகப் படித்த சுயமரியாதைக்காரன் கலாதரன் அவள்மேல் கண்ணைப் போட்டதும்தான்.

படிப்பைவிடவும் கிரிகெட் ஆட்டத்தால் கல்லூரி முழுவதும் பிரபலமாயிருந்த கலாதரன் ஒருநாள் வர்ஷி வழியில் எங்கேயோ போய்க்கொண்டிருக்கையில் அவளருகில் மிதியுந்தில் போய் "கட்டக்கடு வெயிலில் இப்பட்டிறகு வண்ணத்து வட்டமடித்தெங்கின பறக்குதோ" எனக் கேட்கவும் முன்படி மாணவன் ஒருவனிடம் இதை எதிர்பார்க்காத வர்ஷி திகைத்துத் திரும்பிப் பார்த்தாள்.

"வர்ஷி . . . ஒரு சின்ன அலுவல் ஒரு நிமிஷம் செலவிட முடியுமா" என்று மறித்து அவள் மீதான தன் தீராத விருப்பையும் தவிப்பையும் நேரிடையாகச் சொல்லிவிட்டான். அவள் பேச்சுமறந்து பதுமைபோல நிற்கவும் "இது ஒன்றும் வற்புறுத்தல் அல்ல… ஒரு விருப்பத்தின் பகிர்தல்தான்…. உமக்கு இஷ்டமில்லையென்றால் சொல்லிவிடும்… இப்போ நான் ஒரு ஒன்பது மாதம் இந்தியாவுக்கு ட்றெயினிங்குக்காகப் போகப்போறன்… உமக்கும் சம்மதமென்றால் திரும்பி வந்ததும் வீட்டில வந்து முறையாகப் பெண் கேட்பன்" என்றான்.

கலாதரனுக்குத் தான் தாயகம் திரும்புவதற்கிடையில் குயில் எங்கேனும் தோப்பு மாறிடுமோ என்றொரு பயத்தில் தவித்துக் கிடந்து கடைசியில் கேட்டே விட்டான், அதுவும் ஒரு துணிச்சலான முன்னேற்பாடுதான்.

❍

செம்பிரதிகளோடு அம்பேத்கரையும் பெரியாரையும் படிக்க முதலே இயல்பிலேயே கலாதரன் ஒரு சுயமரியாதைக்காரனாகவும், சமூக அநீதிகளுக்கெதிரான கலகக்காரனாகவும் துணிச்சலும் போர்க்குணமும் உள்ளவனாகவும் இருந்தான்.

யாழ் பல்கலைக்கழகத்தில் அவன் அறிவியல் இளநிலை முடித்தபின் ஈ.பி.ஆர்.எல்.எஃபின் தூய்மைவாதப் போக்கு பிடித்துப்போய் அதில் இணைந்துகொண்டு அதில் இணைய விரும்பிய / இணைந்த இளவல்களுக்கு அரசியல் வகுப்புகள் எடுத்துக்கொண்டிருந்தான்.

வர்ஷிக்கும் கலாதரனின் இயக்க ஈடுபாடுகள் தவிர்த்து அவனை நிராகரிக்கக் காரணங்கள் வேறெதுவும் இருப்பதாகப் படவில்லை. வாழ்வையிட்டான சிந்தனையில் கனவில் இருந்தாள்.

அதற்கிடையில் கலாதரன் பயிற்சிக்குப் புறப்படமுதலே ஒருநாள் மாலை அவன் தோழர்கள் எவரும் சூழவில்லாத தனிமையில் இணுவில் செகராஜசேகரப் பிள்ளையார்கோவில் ஆலமர விருக்ஷத்தின் கீழ் நிற்கையில் . . .

சாம்பசிவன் வாத்தியார் மளிகைச்சாமானும், மரக்கறி வகைகளும் வாங்கிகொண்டு மிதியுந்தில் மெதுவாக வந்து கொண்டிருப்பதைக் கண்டவன் அவருக்குக் கையைக்காட்டி,

"வணக்கம் . . . ஐயா, உங்களோட ஒரு சின்ன அலுவல் பேசவேணும், ஒரு மூன்று நிமிஷம் போதும் . . . வசதிப்படுமோ?" என்று மறித்தான்.

ஏதோ இயக்கத்துக்கு நிதியோ அல்ல வேறேதோ உதவியோ கேட்கப்போறான் என்று நினைத்தவர் "அதுக்கென்ன தம்பி பேசுவம்" என்றபடி விகற்பமில்லாமல் மிதியுந்திலிருந்து இறங்கி நின்றார். இவனும் மடித்துக்கட்டியிருந்த சாரத்தை கீழே இறக்கி விட்டபடி மரியாதையுடன் அருகில் வந்து,

"நான் கோப்பாய் மேற்கு கூட்டுறவு இயக்கச் சமாஜத்தலைவர் சிவசங்கரனின் இரண்டாவது மகன் கலாதரன்" என்றான்.

அவர் "சரி . . . சொல்லுங்கோ . . ." எனவும்

"மாஸ்டர் . . . எமது சமூகத்தைப் பிணித்திருக்கும் பல மூடநம்பிக்கைகளோட இந்தச் சீதனம் கொடுக்கிறது வாங்கிறது போன்ற அநீதிகள் சிறுமைகள் தொடராமலிருப்பதுக்கு எங்க ளுடைய பங்குக்கு என்ன செய்யலாம் என்று நினைக்கிறியள்" என்றோரு கேள்வியைப் போட்டான்.

அதுவரையில் சீதனம்பற்றி எதுவுமே வீறமைவான (சீரியஸ்) கருத்துக்கள் இல்லாதிருந்தவர் ஒரு மாணவனைப்போலக் குழம்பி நின்றார்.

"சரி . . . சீதனம் ஒரு சமூக அநீதி என்கிறதையாவது ஒத்துக் கொள்வீங்கள்தானே . . ."

"நிச்சயமா . . . அது ஒரு அநீதியான காரியந்தான் . . . கண்மூடித்தனமாய் சமூகத்தின் எல்லா மட்டத்திலும் அதைப் பின்பற்றிக்கொண்டு வந்திட்டம்."

"அப்ப சந்தோஷம் . . . இளைஞன் ஒருவன் சீதனம் எதுவும் எதிர்பாராமல் திருமணம் செய்யத் தானே முன்வந்தானாயின் அவனைக் கொள்கையளவில் ஆதரிப்பீங்களா . . ."

“நிச்சயம் அவனுடைய செயலை ஆதரித்து, அந்த முன் மாதிரியையும் போற்றுவேன் . . . சந்தேகமில்லை.”

அப்போது நேராக அவரது கண்களைப் பார்த்துச் சொன்னான்:

“நான் உங்களுடை மகள் வர்ஷியைச் சீதனம் எதுவுமில்லாமல் கல்யாணம் செய்ய விரும்புகிறன்.”

மாஸ்டர் திகைத்து அவனைப் பார்க்கவும்,

“நான் நேரிடையாய்க் கேட்கிறதால நாங்கள் ஏதோ காதலித்துக்கொண்டிருக்கிறம் என்றோ . . . மறைவாய்ப் பேசிப்பறைஞ்சு கொண்டிருக்கிறமென்றோ . . . முடிவு கட்டி விடாதையுங்கோ, அது என்னுடைய ஒரு எண்ணம், ஒரு விருப்பம். ளஅதைத்தான் உரியவரிட்டை விண்ணப்பித்திருக்கிறன். நிதானமாய் யோசிச்சு ஒரு நல்ல முடிவைச் சொன்னால் போதும் . . . ஒன்றும் அவசரமில்லை” என்றான்.

“சரி, தம்பி யோசிப்பம் . . . வரட்டே” என்றவர் இரண்டு திசைகளிலும் தலையைத் திருப்பி ஏதும் வாகனங்கள் வருகின்றனவா என்று பார்த்துவிட்டு மீண்டும் பெடலை மிதித்து மிதியுந்தில் ஏறி நிதானமாக ஆச்சரியத்தோடு இருக்கையில் அமர்ந்து மிதிக்கத் தொடங்கினார்.

‘அக்கை அகிலா இருக்கிறாள் . . . தங்கையையைத் தா’ என்கிறானே லூஸுப் பயல் . . . இந்தக் காலப் பெடியள் எல்லாத்திலும் வித்தியாசந்தான். கலாதரன் ஏதோவொரு இயக்கத்துக்காக வேலைகள் செய்யிறான் என்பது மாத்திரம் தெரியும். எந்த இயக்கம் என்றும் தெரியவில்லை; மறுத்தால் தூக்கிக்கொண்டுபோய் கையில ஆயுதத்தைத் திணிக்கிற இயக்கமோ, என்ன கோதாரியோ . . .’ அவனின் துணிச்சலால் அசந்து போனவர் சிந்தனையோடு வந்துகொண்டிருந்தார்.

வழக்கமாக மாலையில் பொழுதுசாயத் தோட்டத்தில் மேயக்கட்டிய மாட்டை அவிழ்த்துவந்து கொட்டிலுக்குள் கட்டி அதுக்கு வைக்கோலோ, தவிடு புண்ணாக்கோ கரைத்துவைத்துக் கால் மேல் கழுவிக்கொண்டு சாமி கும்பிடப்போகிற மனிதன் யோசனையோடு வந்து அமைதியாய் இருப்பதைக் கவனித்துவிட்டு பார்த்திவிதான் “என்னப்பா . . . பேச்சல்பறைச்சல் இல்லாமல் ஏதோ திகைப்பூண்டை மிதிச்சகணக்காய் இருக்கிறியள் . . .” என்று விசாரிக்கவும் அவருக்கு மெல்ல வழியில் நடந்ததைச் சொன்னார்.

“கோப்பாய் மேற்குக் கூட்டுறவு இயக்கச் சமாஜத்தலைவர் சிவசங்கரனின் மகன் கலாதரனாம்... கோவிலடியில என்னை மறிச்சு தனக்கு வர்ஷியைக் கட்டித்தரச் சொல்லிக் கேட்கிறான், சீதனம் தேவையில்லையாம்.”

“தமக்கை ஒருத்தி இருக்கிறது அவருக்குத் தெரியாதாமோ... அதையும் வழியில தெருவில வைச்சாமோ கேட்கிறது . . . ஒரு வரைமுறை இல்லை. வீட்டில பெரியாட்கள் ஆரும் இல்லையாமோ வந்து கதைக்க. அது சரி . . . ஏதும் வேலைவட்டி பார்க்கிற பெடியனோ . . . கேட்டியளே.”

கலாதரன் பெண்கேட்ட திகைப்பிலிருந்தவருக்கு அதுபற்றிய நினைப்புகளே வரவில்லை. சும்மா அளந்தார்:

“இல்லை . . . பெடியன் மிச்சம் மரியாதையாய்த்தான் கதைச்சவன்... தொழில் துறைபற்றிக் கேட்கத்தான் உன்னின்னான், சரி, அதுவே அவனுக்கொரு பிடியாய்ப் போய்விடுமோவென்று சமயோசிதமாய் விட்டிட்டன்.”

❍

கலாதரன் ஈ.பி.ஆர்.எல்.எஃப் இயக்கம் அமைந்தபோது அதிலொரு போராளியாய் வள்ளத்திலேறி இந்தியாவுக்குப் போய் ஆயுதப்பயிற்சி எல்லாம் பெற்றபின்னர், அங்கே அமைப்பில் இவனுக்குப் பயிற்சியாளராய் இருந்த இளவல் ஒருத்தன் இவனையும் செவியில் பிடித்தாட்ட முயற்சிக்கையில், அவர்களுக்கிடையில் முறுகல் வந்தது. ஊரில் இவனது இங்கிலிஷ் வாத்தியாராய் இருந்தவரும் அப்போது இயக்கத் தலையின் மொழிபெயர்ப்பாளராயிருந்தவரின் காதுகளில் விஷயத்தை இரகசியமாய் வைத்துவிட்டு மும்பாய்க்குப்போய் கிரேக்கக் கப்பலொன்றில் பெயின்டராகச் சேர்ந்து பிறீமன் வந்தடைந்து, கெடுபிடிகள் இல்லாத அச்சமயத்தில் வர்ஷியையும் அழைப்பித்துக் குடும்பமாகித் தம்மை நிலைப்படுத்திக்கொண்டதும் இரண்டு தசாப்தங்களுக்கு முன்னான சம்பவம்.

வர்ஷி கலாதரனிடம் ஜெர்மனி சென்ற கையோடு இதுக்காகவே காத்திருந்தவன் போலிருந்த அவள் இளைய சகோதரன் சேரலாதன் விடுதலைப்புலிகள் இயக்கத்தில் இணைந்து கரும்புலியாகி அதே ஆண்டில் புகைந்து காற்றோடு காற்றாகினான்.

❍

சாம்பசிவன் வாத்தியாரும் மிலேனியத்தின் ஆரம்பத்தில் எவருக்கும் தொல்லை தராமல் வைகுந்தமேகினார்.

சாம்பசிவன் வாத்தியாரின் இறுதி நிகழ்வுகளுக்கு வெளிநாட்டிலிருந்து வந்திருந்த பிள்ளைகள் அனைவரும் திரும்பியதும் வர்ஷி தாயாரைத் தன்னுடன் பிறேமனுக்கு அழைத்து வந்துவிடத் தன்னாலான முயற்சிகள் எல்லாம் செய்து பார்த்தாள். ஆனாலும் பார்த்திவியின் சரீர நிலமை ஒத்துழைப்பதாயில்லை. சீல்வாதத்தினால் பாதிக்கப்பட்டிருந்தவருக்கு ஜெர்மன் தூதுவராலயத்துக்கே நடந்து செல்லமுடியவில்லை.

சாம்பசிவனுக்குப் பின்னரான இடைக்காலத்தில் அவர்களின் பெரியமனையில் பார்த்திவி சமையலுக்கு, கைவேலைகளுக்கு ஒத்தாசையாய் உடுவிலில் இருந்து ஆதரிப்பாரில்லாமல் ஏதிலியாய் தவித்துவந்த ஒரு மனுஷியையும் சேர்த்து வைத்துக்கொண்டு தனியனாய்த்தான் இருந்தார். சாம்பசிவன் இல்லாத உலகில் அவருக்கு நீண்டநாள் வாழப் பிடிக்கவில்லைபோலும், அதே ஆண்டில் அவரைக் கடுகிப் பின்தொடர்ந்தார்.

இருவரின் காலகதிக்குப் பின்னர் காலியான அவர்கள் வீட்டில்வாழ தேசிய சேமிப்பு வங்கியின் முகாமையாளர் ஒருவர் குடும்பத்தோடு வந்துசேர்ந்தார். அவர்களது சாமியறையில் ஆறடி உயரத்தில் வைத்திருக்கும் சாயிபாபா படத்தின் முன் தினமும் ஒருமணிநேரம் நிட்டையிலிருக்கும் அவர், நாணயஸ்தன். அவர் ஒழுங்காகக் கொடுக்கும் வாடகையை மூத்தபிள்ளை என்கிற கோதாவில் அப்பாவின் ஸ்தானத்தில் வரதராஜன் கலாதியாக வாங்கித் தன்னுடைய வங்கிக்கணக்கில் ஏற்றிக் கொண்டிருப்பதுதான் அகிலாவைக் கடுப்பேற்றத் தொடக்கிய முதன்மைச் சாங்கியம். அதை உணரமுடியாத அளவுக்கு அசடு அல்லள் வர்ஷி.

○

தாம் தேடாத பிறன் சொத்துக்கள், சம்பத்துக்கள், ஆதனங்கள் வகையில் கணவன் கலாதரனின் கொள்கை – நிலைப்பாட்டில் ‘அறம்’ இருப்பதாக வர்ஷி நம்பினாலும், இதுவரை ‘யாருக்கும் தேவைப்படாத என்னுடைய கையெழுத்து ... இப்ப சொத்தைப் பங்கு பிரிக்கும்போது மட்டும் தேவைப்படுவதை எண்ணி இலேசாகப் பொருமி,

“எதுக்கும் இவரும் வரட்டும் அக்கா. கலந்து கதைச்சுபோட்டுச் சொல்லுறன்” என்றாள்.

‘நான் ரேஷனலிஸ்ட், சோஷலிஸ்ட்டு, சீதனாதிகளை எதிர்பாராதவன்’ என்கிற மனுஷனோட இனியென்ன கதைக்கப் போறாளாம் ... ஒருவேளை அவனும் இப்போ கொள்கைகளைக் கைவிட்டிட்டானோ ... என்ர அம்மா அப்பாவின்ர சொத்துக்கு

இந்த வடலியடைப்பான்ர சம்மதங்கூட வேண்டியிருக்கு... ம்ம்ம் எல்லாம் காலந்தான்' என்று மறுமுனையில் கறுவிக்கொண்டு...

"சரி . . . சரி . . . நீ கதைச்சுப்போட்டுச் சொல்லு, இந்த ஆண்டிலயே பிரச்சனையைச் சுமுகமாய்த் தீர்த்துப்போட்டு நிம்மதியாய் இருக்க வேணும்" என்று தொலைபேசியை வைத்தாள் அகிலா.

❍

அகிலா ஒன்றைவிட்டு ஓராண்டு பிள்ளைகளின் கோடை நீண்ட விடுமுறைக்கு இலங்கைக்கோ இந்தியாவுக்கோ குடும்பத்தோடு போய் வருகின்றவள். கடைசியாகப் போனபோதுதான் யாழ்ப்பாணத்தில தங்க ஒரு வீடு கிடையாமல் அலைந்து விட்டுக் கடைசியாக நல்லூர் கந்தர்மடம் குறுக்குக்கு அணித்தாய் அரசடிவீதியில இருபத்தையாயிரம் கொடுத்து ஒரு வாடகை வீட்டிலேயே அவர்கள் தங்கவேண்டியிருந்தது. அப்போதே 'அட நான் பிறந்து தவழ்ந்த மண்ணிலேயே சொந்த வீடிருக்க . . . வாடகை கொடுத்தொரு வீட்டில் தங்க வேண்டியிருக்கே' என்ற வெப்பியாரம் அவளுக்குட் கிளரவும் 'பார் இந்த வீட்டுக்கொரு வேலை பார்க்கிறன்' என்று கறுவியபடி காய் நகர்த்தத் தொடங்கியிருந்தாள்.

❍

நல்ல சமண்டலை, மஹோகனி, வேப்பங்கதவு நிலைகளாலும், ராணி மார்க் சீமை ஓடுகளாலும் வேயப்பட்ட அந்த வீட்டைச் சாம்பசிவன் தன் வாத்தியார் உத்தியோகத்தில சம்பாதித்து ஒன்றும் கட்டி நிமிர்த்தவில்லை. 1970களின் கடைசியில் அவர் பாரதிதாசன் பல்கலையில் தமிழ் முதுகலை படித்துவிட்டு யாழ்ப்பாணத்தில் கால்வைத்ததும், யாழ் இந்துக் கல்லூரியில் உடனடியாக ஆசிரிய நியமனம் கிடைத்தது. புகையிலை வியாபாரத்தில் செழுமையாய் வாழ்ந்த அவர் மாமான்காரன்தான் சாம்பசிவன் குடிவெறிப் பழக்கமில்லாத பையன், பிக்கல் பிடுங்கல்கள் இல்லாத குடும்பம், என்று அவரைத் துரத்திப் பிடித்து பார்த்திவியையும் கையில கொடுத்து அந்த வீட்டையும் சீதனமாகக் கொடுத்துக் குடியிருத்தினார். இன்னும் அந்த வீட்டோடு சேர்த்து இராசவீதியில இரண்டாயிரம் கன்று[1] தோட்டக்காணியும் அவருக்குச் சீதனமாக எழுதப்பட்டது.

சாம்பசிவனின் தங்கை வானதியைக் கட்டிக்கொடுக்க வேண்டிய நேரம் வந்தபோது "அது என்ர சீதனமல்லோ

1. ஏழு பரப்பு

அதைத் தொடவும் விடன்” என்று கெம்பாமல் “அந்தத் தோட்டக்காணியை விற்று அவளுக்கு வேண்டிய நகை நட்டெல்லாம் செய்வித்து மைத்துனியின் சுபகாரியங்களை முதல்ல ஒப்பேற்றுங்கோ”வென்று நிறைமனதோடு சொல்லி வாத்தியாருக்குத் தோள்கொடுத்து நின்ற அம்மா பார்த்திவி ஒரு சராசரிப் பெண்ணல்லள், ஒரு ‘மஹாமனுஷி’ என்று அவரை நினைக்கையில் வர்ஷியின் கண்கள் இப்போதும் நிறையும். அம்மாவின் தயாளகுணத்துக்கு ஈடுகட்டத்தான் தனக்குக் கலாதரன் வாய்த்தான் என்றும் உள்ளூரப் பெருமை கொள்வாள்.

❍

சாம்பசிவன் பார்த்திவி இணையர் பொன்னாலைப் பெருமாளுக்கு நேர்ந்து பெற்ற தம் தலைச்சன் பிள்ளைக்கு வரதராஜன் என்று நாமகரணம் சூட்டினர். வளரிளம் பருவத்தின் அலப்பறைகள், ஆர்ப்பாட்டங்கள் எதுவும் இல்லாமல் அமைதியாக இருப்பான், ஆனாலும் தற்காரியக் கெட்டி. தான் முடிவெடுத்தால் சரியாகத்தான் இருக்குமென்கிறதொரு நினைப்பும் அவனுக்கு. அதுவே இப்போது இந்த வீட்டு விவகாரம்வரையில் தொடர்கிறது. தங்கைகள் எவரையும் கலந்தாலோசியாமல் தன்முனைப்பில் வீட்டை வங்கி முகாமையாளருக்கு வாடகைக்குக் கொடுத்ததன் மூலம் வீடு எனக்கே என்பதான சங்கேதச் செய்தியை சகோதரி களுக்கு உணர்த்த விரும்பினான்.

சென்ற ஆண்டின் நீண்ட கோடை விடுமுறையின்போது சிலோனுக்குப் போக அகிலா வெளிக்கிட்டபோது தமையனிடம் ‘கொஞ்சம் காசு தாறியா அண்ணா’ எனத் தட்டிப் பார்த்தாள்.

“அப்ப என்ன காசில்லாமலே ஹொலிடே வெளிக்கிடுறியள் . . ?”

“கிடந்த காசெல்லாம் தட்டிக்கொட்டி ஒருமாதிரி டிக்கெட் போட்டாச்சு . . . இனி அங்கத்தைச் செலவுகளைச் சமாளிக்கத்தான் கொஞ்சம் ரைற்றாய் இருக்கப்போகுது. புனர்வாழ்வு அமைப்பு களுக்கு, ஏதிலிக் குழந்தைகள் காப்பகங்களுக்கெல்லாம் கொடுக்க வேணும். காப்பியனும் அவன்ர ஃப்றெண்ட் ஒருத்தன் சிலோனிலயிருந்து சிங்கப்பூருக்குப் போகிறானாம் . . . தானும் அவனோட ஒரு கிழமைக்கென்றாலும் சிங்கப்பூருக்கும் போய்வர வேணுமென்றான்.”

வரதராஜன் மூச்சு வரும் சப்தமே கேளாமல் ‘எப்படி மறுத்தான் போடுகிறது’ என்கிற யோசனையோடு அமைதியாக இருந்தான்.

“என்னண்ணை பேச்சை மூச்சைக் காணம் . . . சொன்ன தெல்லாம் கேட்டதோ . . .”

“கேட்டுது கேட்டுது, அட நானே காசில்லாததிலதான் ஓரிடமும் வகேஷனே வெளிக்கிடாமல் இருக்கிறன் . . . என்னைப் பிடிச்சுக் கேட்கிறியே . . . அந்த ‘ஷொக்’கில எனக்கெதுவும் சொல்லத் . . . தெரியேல்லை.”

அகிலாவுக்கு குருதி அழுத்தம் மிகைத்து நடுமண்டையில் ‘விண்’ ‘விண்’ என்று இடித்தது. ஆனாலும் வெப்பத்தைக் குரலில் காட்டாமல் தொடர்ந்த சாந்தசொருபியாகவே வெண்ணெய்க் குரலில் கேட்டாள்:

“எங்கட வீட்டு வாடகைக்காசை பாங்க் மனேஜர் செபெறேற் எக்கவுன்டிலதானே போடிறவர். அதில ஒரு லட்சத்தை அவரிட்டக் கேட்கட்டே?”

வார்த்தைகள் மூளையில் அமிலத்தைத் விசிறவும் உசாரானான் வரதராஜன்.

“சச்சச்சச்சாய்ச்சாய் அதில இப்ப அவ்வளவு வராது . . . நான் போனபோது எல்லாம் செலவுக்கு எடுத்துப் போட்டன்” சடைந்து மெழுகினான்.

‘நான் குடும்பத்துக்கு மூத்தவன், இப்போ அப்பா ஸ்தானத்தில இருக்கும் என்னையே கேள்வி கேட்கவும், வாடகைக் காசில வாய்வைக்கவும் பார்க்கிறாளே . . .’ என்ற நமைச்சலில் மெல்லமெல்ல அவன் அஸ்தியில் உஷ்ணமேறத் தொடங்கியது.

○

“இப்போதைக்கு நீங்கள் இளைய சகோதரியிட்டை எழுத்து மூலமான சம்மதம் வாங்காமல் சொத்தை ஆட்சிசெய்தோ, வட்டியை வாடகையை அனுபவித்தாலும், நாளைக்கு வர்ஷியின்ர பிள்ளைகள் சீனியராகி அறிவு தெளிந்ததும் எங்களுக்குள்ள பங்கைப் பிரிச்சுத் தா என்றோ சொத்துப் பெறுமதியின் பங்கைத் தா என்றோ உங்களுக்கு நோட்டீஸ் அனுப்பலாம்” என்று சட்டத்தரணி மந்திரிச்சி விட்டிட்டார். அதுதான் நெற்றிக்கு நேரே வரும் ‘ஷெல்’லைக்கூட உச்சிப்போட்டுப் பங்கருக்குள் வழுக்கிப் பாயக்கூடிய அகிலாவை இப்போது திடுக்கிடுத்தும் செய்தி. அதனால்த்தான் அவள் வர்ஷிடைய கையெழுத்தையும் சம்மதத்தையும் வாங்கிவிடத் துடிக்கிறாள்.

வரதராஜனும் வெறும் முட்டைக்கோஸல்ல, இப்போது இராப்பகலாக வீறமைவான சிந்தனைகள் அவனையும் தொட்டு

ஆட்டுகின்றன. "வாடகைக் காசில தாவன் என்று வாய்வைச்சவள் நாளைக்கு வீட்டை எனக்குத் தா, காணிப்பக்கமாய் நீ வேணு மென்றால் பிடியென்று வரத் தயங்கமாட்டாள்."

360 ஆரையன்களிலும் புத்தியை எறிந்து யோசித்துப் பார்த்தவனுக்கு இப்போதைக்கு அகிலாவைக் கொஞ்சம் கூல் பண்ணிப் போனாலே நல்லதென்றுபட தம் குடியிருப்பாளரிடம் தொலைபேசி "ஐயா … அகிலா அங்கே வாறாள் … என்னுடைய எக்கவுண்டில ஒரு ஐம்பதினாயிரம் ரூபாய் எடுத்து அவளுக்குக் கொடுங்கோ" என்று சொன்னான். அகிலாவுக்கு இலங்கையில் ஐம்பதினாயிரம் ரூபா கிடைத்தது சின்னச் சந்தோஷம் என்றாலும் "மாதம் ஐயாயிரம் ரூபா வாடகை வாங்குகிற கஞ்சல் பன்னாடைக்கு ஒரு இலட்சமாய்த் தர மனம் பிடிக்கேல்லை" என்று அவனை மௌனத்தில் வசைந்து தீர்த்தாள்.

❍

இலங்கையில் சுற்றுலாவை முடித்துக்கொண்டு லண்டன் வந்த அகிலா தமையனிடம் தொலைபேசியில் நேரடியாகப் பேசினாள்.

"அண்ணை நீயும் நானும் நினைச்சுக்கொண்டிருக்கிற மாதிரி யில்லை. எங்கட வீட்டு அலுவல். அதுக்குள்ள நுணுக்கமான சில சட்டப் பிரச்சனைகள் இருக்கு. எல்லாம் போனில கதைக்கேலாது, உனக்கு வசதியாய் ஒரு ஞாயிற்றுக்கிழமை, நானே வந்து எல்லாம் விபரமாய்ச் சொல்லுறன்."

❍

ஒரு ஞாயிற்றுக்கிழமை முறுக்கும் பிழிஞ்சு, சூசியம் சுட்டு, மிக்ஸரும் செய்து எடுத்துக்கொண்டு சகுனம் ஓரை சூலம் பார்த்து அண்ணாச்சியுடன் பேச்சுவார்த்தைக்குப் புறப்பட்டாள் அகிலா. அகிலாவின் மனுஷனுக்கு உயர் இரத்த அழுத்தம். இவள் ஏதும் தமையனோட கத்தினால் அவருக்கு இரத்த அழுத்தம் தானாக எகிறிவிடும். "நீ போய் என்னவென்றாலும் பேசி முடிவெடுத்துக்கொண்டு வா." அவர் அவளுடன் போக மறுத்துவிட்டார். 'இனிமேற் காலங்களில தன்னுடைய பிள்ளைகள் கொக்குவில் வீட்டிலபோய் குடியிருக்கவோ, உரிமைகோரவோ போவதில்லை' என்பது அவருக்குச் சர்வ நிச்சயமாய்த் தெரியும்.

அகிலா கொண்டுபோன பணியாரங்களைத் தமையன் குடும்பத்திலுள்ள அனைவருக்கும் பரிமாறி அண்ணிக்காரி கொடுத்த பால்த்தேநீரையும் தொண்டை செழிக்க இறக்கிவிட்டுச் சொன்னாள்:

“நாங்கள் நினைக்கிற மாதிரி வீட்டையும் காணியையும் நீயும் நானும் பிரிச்சு எடுத்துக்கொள்ள முடியாதாம்.”

“ஏனாம் முடியாதாம் . . .”

“வர்ஷிக்கு அம்மா அப்பாவை சீதனம் என்று ஒன்றையும் எழுதிக் கொடுக்காததில அவளுக்கும் அதில எங்களுக்கு இணையான பங்கு இருக்குதாம் . . . எனக்கு அம்பலவாணர்ப் பிரக்கிராசியார் எல்லாத்தையும் கிளியர் படுத்திவிட்டார். நொத்தாரிசு மணியும் அது அப்படித்தான் எங்கிறார்.”

அண்ணி சூசியம் அடைந்த வாயுடன்: “ஒத்தை வீட்டை மூன்றாய் வகுந்தால் ஆர் எங்கை இருக்கிறது . . . குறுக்க சுவரல்லோ எழுப்பவேணும் . . .” கல்லை நடுக்குட்டையில் வீசிவிட்டுக் குசினிக்குள் ஒதுங்கினாள்.

அகிலா சொன்னாள் “வர்ஷி பங்குக்கு வராள். அவளுடைய மனிசன்ர போக்கும் பொலிஸியளும் ஒரு மாதிரி. அவள் எந்தச் சொத்துக்கும் உரிமைகோருவதை அவர் விரும்பமாட்டார். அவளின்ர சம்மதத்தோட அவளிட்டைக் கையெழுத்து வாங்கித் தாறது என்னுடைய பொறுப்பு.”

வரதராஜன் சொன்னான்: “ஃப்ராங்காய்ச் சொன்னால் வீட்டை இரண்டாய்ப் பிரிக்கிறதுகூட எனக்குச் சம்மதமில்லை . . . பத்துப்பரப்புக் காணி இருக்கு . . . வீடு காணிக்கான இன்றைய பெறுமதியிலை அரைவாசியை நான் உனக்குத் தாறன் வீட்டை எனக்கு விட்டுத்தா. காவியன்ர படிப்பு முடிஞ்சு அவனும் ஓரிடத்தில செற்றிலாக, நான் ஊரோடதான் போய் இருக்கப் போறன்.”

அவனுக்கு காவியன், தீபிகா என்று இரண்டு பிள்ளைகள், காவியன் கேம்பிறிட்ஜில *Civil, Structural and Environmental Engineering* என்று ஏதோவொரு படிப்பொன்று படிக்கிறான், தீபிகா இப்போதுதான் பத்தாவது. அகிலாவுக்கு வடிவாய்த் தெரியும் இங்க லண்டனில பொறுத்த பெறுமதியான இடங்களில எரிபொருள் நிரப்பு நிலையங்களும், அடுக்ககங்களுமாய் வாங்கி வைத்துக்கொண்டு இன்னும் சலூன் விற்பனைக்கு வந்தாலும் வாங்கிப் போடுவம் என்றிருக்கிற அண்ணனாவது ஊருக்குப்போய் செற்றிலாவதாவது. அவளுக்கு உள்ளூரச் சிரிப்பும் அதைவிடக் கோபமும் வந்தாலும் அடங்கியிருந்தாள்.

“ஊரில நானும் றியல் எஸ்டேட் செய்யிற ஏஜென்ட்களிட்ட விசாரிச்சுப் பார்த்தனான் . . . எங்கட ஏரியாவில றோட்டுக்கரைக் காணி பரப்பு பன்னிரண்டு லட்சம் போகுதாம் . . . எங்கள்ன்ர

இரண்டுகாணி உள்ளுக்குள்ளே என்றபடியால குறைஞ்சது பத்துக்குக் கொடுக்கலாமாம். வீடும் பழைய வீடென்றாலும் ஒரு குறைஞ்சபட்ச மதிப்பீடாய் ஒரு ஐம்பது லட்சம் போகுமாம் … நீ, வீட்டுக்கு இருபத்தைந்து லட்சமும், பாதிக்காணிக்கு ஐம்பது லட்சமும் தருவாய் என்றால் நான் வீட்டை விட்டுத்தாறன்," என்றுவிட்டு அவனது எதிர்வினையைக் கடைக்கண்ணால் ஆய்ந்தாள்.

வரதராஜனுக்குப் பட்டென்று கோபம் வரவும் "உன்ர கலியாணத்துக்கும், லண்டனுக்கு ஃப்ளைட்டுக்கும் பவுண்ஸில காசுகள் அனுப்பினது . . . நானாக்கும்."

"வர்ஷி புருஷன், அவன் மனுஷன் … சீதனமே வேண்டாம் என்றிட்டான் … அண்ணன் என்று இருந்த நீ, ஒரு தங்கைச்சிக்குக் குடுத்ததை ஏதோ உலகத்துக்கே அளந்த மாதிரி பில்டப் பண்றாய் . . . அவனவன் வாழ்நாள் பூராய்க் குடும்பத்துக்கே தேய்ஞ்சு நூலாகிப்போய் இருக்கிறாங்கள் … அப்படி மனுஷர் உன்ர கண்ணில பட்டிருக்காயினமே . . . சரி இந்தச் சொத்தில நீ என் கலியாணத்துக்கு பவுண்ஸில செலவழிச்சதைக் கணக்குப்போட்டு எடுத்துக்கொண்டு மிச்சத்தை விடன் . . . நான் பாட்டுக்குப் போய்க்கொண்டே இருப்பன். இப்ப பன்னிரண்டு வருஷமாய் வாடகைக் காசெல்லாம் உன்ர எக்கவுண்டிலதான் இறங்கிக் கொண்டிருக்கு … இருட்டுக்க கணக்குப் பார்த்தாலும் ஆறேழு இலட்சம் வரும் … அதிலயும் பாதி எனக்குச் சேரவேண்டியது …"

"பெற்றோர் வாழ்ந்த வீட்டைத் தத்தமது ஆம்பிளைப் பிள்ளையளுக்குக் கொடுக்கிறதுதான் யாழ்ப்பாணத்து வழமை. எங்கடை அயலுக்க பாரன் தருமலிங்கண்ணைக்குத்தானே தாய் தகப்பன்தான் அந்த அந்த வீட்டைக் கொடுத்தவை. பரராசசிங்கம் இருக்கிற அந்தப் பழையவீடு தாய் தகப்பனிடமிருந்து கிடைச்சதுதானே. வாழ்மனை பிதுரார்ஜித சொத்தாக ஆம்பிளைப் பிள்ளையளுக்குப் போகிறதுதான் எங்களுடைய சம்பிரதாயமும் தேசவழமையும் . . . அம்மாவும் அப்பிடித்தான் என்னட்டைச் சொன்னவ."

இந்தப் பிரவசன வெளிப்பாட்டுக்கு அகிலா அதிர்ச்சி அடைந்தாள்.

"சொல்லியிருப்பா … அம்மா அப்பிடிச் சொல்றதென்றால் பிள்ளைகள் நாலையும் கூட்டி வைச்சுத்தான் சொல்லி யிருப்பா . . . நல்ல கதை சொல்லிறாய் இப்ப நீ . . . நீளந்தான் காணாது," என்றுவிட்டு நலமடித்த நாம்பன் மாதிரி மூச்செறிந்தாள்.

தீபிகாவுக்கும் காவியனுக்கும் அத்தைக்கு 'அப்பாவோட ஏதோ காணியோ வீடோ சம்பந்தப்பட்ட முறுகல் முரண்பாடு' என்று மட்டும் தெரியுது, தமிழ் புரியாததில் விஷயம் முழுக்கப் பிடிபடவில்லை. முழுசியபடி இருவரையும் மாறிமாறிப் பார்த்துக் கொண்டு நின்றார்கள்.

கரும்பை முறித்தாற்போல வந்துவிழுந்த வார்த்தைகள் தடித்திருந்தாலும் தான் சொல்லவேண்டியதை அண்ணாச்சிக்குச் சொல்லிவிட்டேன் என்கிற திருப்தியுடன் மருமக்களுக்குக்கூட 'குட் பை' சொல்லாமல் வெளியேறினாள் அகிலா.

❍

இவர்களின் சம்வாதங்கள் கடந்து அடுத்தமாதம் அகிலாவின் மகள் கஸ்தூரியின் பிறந்தநாள் வந்தது.

வரதராஜன் காப்புறுதிக்குழுமம் ஒன்றின் ஏல விற்பனையில் எடுத்த 'ஒரு றாத்தல் பாண்' வடிவிலான *SUZUKI* வான் ஒன்று வைத்திருக்கிறான். அதன் இருக்கைகள் சாய்வில்லாமல் சாப்பாட்டு மேசைக்கதிரைகள்போல 90 பாகைகளில் நிறுத்திக்கொண்டு நிற்கும். வழமையில் எப்படியும் முழுக்குடும்பமும் கஸ்தூரியின் பிறந்தநாளுக்கு அதிலேறி நிறுதிட்டமாயிருந்தபடி வந்து சேர்வார்கள்.

இந்தப் பிறந்தநாளுக்கு வரதராஜனோ அவர்கள் வீட்டிலிருந்தோ யாரும் வராததைக் கவனித்து விண்ணானம் விசாரித்தவர்களுக்கு "அண்ணை கொஞ்சம் பிஸி அவருடைய ஒஃபிஸில ஏதோ ஓடிட்டிங் நடக்குதாம்" என்று சொல்லி ஓய்ந்துபோனாள் அகிலா. ஆனால், தொலைபேசியில்கூட கஸ்தூரியை வாழ்த்தாததிலிருந்து அண்ணன் கொஞ்சம் முடுக்கிக்கொண்டுதான் நிற்கிறான் என்பதை அவளால் ஊகிக்க முடிந்தது. ஒரேயொரு ஆண்பிள்ளையை வைத்திருக்கிறவருக்கு ஏன் உலகத்துச் சொத்துகள் மேல இவ்வளவு ஆசை வருகுதெண்டது தான் தெரியவில்லை.

❍

அந்த வீட்டைப்பற்றியோ காணியைப்பற்றியோ வர்ஷி இதுவரை நினைத்ததோ ஆசைப்பட்டதோ இல்லை; ஆனால், இப்போது தன் சகோதரங்களின் சேட்டைகளைப் பார்க்கும்போது இவர்களுக்காகத் தான் எதுக்கு விட்டுக்கொடுக்க வேண்டும் என்ற எண்ணமே அவளுக்கிப்போ வருகிறது.

என்னோடு சம்பிரதாயத்துக்குக்கூட ஒரு வார்த்தை ஆலோசியாமல் ' நாங்கள் சொத்தைப் பங்கிடப்போறம் . . . நீ

கையெழுத்தை மட்டும் வை' என்று இவை எப்படிக் கேட்பினம்? ஏன் என்ர அம்மா என்னை மட்டும் என்ன வேறு யாருக்கோ பெத்தவவோ . . .'

○

'மனுஷன் தன் கொள்கைக்காகச் சீதனம் வேண்டாம் என்றால், எனக்கும் சீதனம் வேண்டாமென்று இவை எப்பிடி முடிவெடுக்க லாம். ஒரு விதத்தில, என்ன முட்டாளாக்க நினைக்கிற இவர்களிடம் என்னுடைய பங்கை வாங்கி குழந்தைகள், மாற்றுத்திறனாளிகள், முதியவர்கள் பராமரிப்பகங்களுக்குத்தான் கொடுக்கவேணும். இவையிட்டை விடப்படாது.'

"மனிதரின் உறவுகளைக்கூட ஆப்புவைத்துப் பிரிக்கிற சக்தி இந்த சம்பத்துகளுக்கு இருப்பதை மண்ணுக்குள்ள போகிற மனுஷன் ஏன் கண்டு உசாராவதில்லை . . . அல்லது தப்பாக யோசிக்கிறேனோ . . ."

வர்ஷி தர்க்கங்களைத் தனக்குள் எடுத்து அடுக்கிக் கொண்டு போனாள்.

○

கலாதரனோ "என்னை ஒன்றுக்குள்ளயும் இழுக்கப்படாது, நீங்களே கடிபட்டுக் குத்துப்பட்டு முடியுங்கோ. குஸ்தியில யாருக்காவது துண்டற முடியாமல் பாடென்றால் நான் அம்புலன்ஸுக்கு மட்டும் அடித்துச் சொல்லுறன், அம்மட்டும் ஆளைவிடுங்கோ."

"சோஷலிஸ்டுக்கு இதெல்லாம் வேடிக்கையா இருக்குப் போல . . ."

"இலட்சியவாதிகளாலதான் உலகத்தின் பத்தாம்பசலிப் போக்குகளைத் திசை திருப்பமுடியும் . . . ஓராளைப் பார்த்து பத்துப்பேர் மாற அது நூறாகி ஆயிரமாகிறதேயல்லாமல் . . . ஒரு இரவிலை மாற்றங்கள் வந்திடாது."

"இவர் துவங்கிட்டார் . . . இதெல்லாந்தான் இயக்கத்தில படிப்பிச்சவையோ . . ."

"இல்லைக் கண்ணா, இயக்கத்தில இன்னுங் கனக்கப் படிப்பிச்சவை. ஆனால், அதில சேரமுதலே சீதனம்போன்ற மானிட, சமூகவிரோத சமாச்சாரங்களில எனக்கென்று ஒரு உறுதி யான கொள்கை இருந்ததாலதான் . . . அதிலயிருந்து தடுமாறாமல் வழுக்காமல் சுயமரியாதையோட இருக்க முடிஞ்சுது."

○

அகிலாவின் மனம் இப்படி விவாதித்தது;

“வீட்டுப்பிரச்சனைக்காக நீங்கள் அத்தையோட கோபிக்க வேண்டாமென்று தீபிகாவும் காப்பியனும் அழுகினம் என்று கவலைப்படுகிற அண்ணைக்கு நான்தான் வர்ஷியை ‘எனக்குச் சொத்துப் பங்கு வேண்டாம்’ என்று சொல்ல வைச்சிருக்கிறே னென்ற சூக்குமம் ஏன் விளங்குதில்லை.”

அடுத்தமுறை வரதராஜன் போன் பண்ணினபோது சொன்னாள்:

“நீ சொல்றபடி தற்போதைய மார்க்கெட் நிலவரத்தில எங்களுடைய வீடு நிலத்தின்ர பெறுமதியை நான் ஏற்றுக் கொள்ளுறன் . . . அதில மாறுபாடில்லை . . . ஆனால், அதோட இன்னொன்று மனச்சாட்சிப்படி பார்த்தால் . . . வர்ஷி புருஷ னோட சேர்ந்து தனக்குச் சொத்தொன்றும் வேண்டாம் என்றா லும், அந்தச் சொத்தில எங்கள் ஒவ்வொருவருக்கும் மூன்றிலொரு பங்குதான் பங்கிருக்கு றைட்?”

“வேண்டாமென்றவளை . . . பிறகுமேன் வலிஞ்சு இதுக்குள்ள இழுக்கிறாய்?”

“That is the just I mean…………… Then why don’t you accept the value of one third.”

“உன்னளவுக்கு நான் படிக்கேல்லை . . . எனக்குச் சரியாய் விளங்கேல்லை. நீ . . . தமிழ்ல சொல்லு”

“அப்ப நீ ஏன் சொத்துப்பெறுமதியின்ர மூன்றிலொன்றை வாங்கப்படாது . . .”

“இதைத்தான் இவ்வளவுநாளும் பெண்சாதியோட சேர்ந்து யோசிச்சனியோ . . .”

சிறிது இடைவெளிவிட்டுக் குயுக்தியாகச் சொன்னாள்:

“அப்ப இப்படிச் செய்யன் . . . நான் ஆதனத்தின் மூன்றி லொன்றுக்கான பெறுமதியை உனக்குத் தாறன் . . . நீ எனக்கு வீட்டையும் காணியையும் விட்டுத்தரச் சம்மதமென்று எழுதி விடன்.”

ஒரு சத்தமும் வராமல் தொலைபேசியில் மூச்சுக்காற்று மட்டும் அம்பிளிஃபை செய்யப்பட்டு வந்தது.

“நான்தானே ஊரிலபோய் செற்றிலாகப் போறன் . . . என்றனே, நான் எங்கே, யாற்றை வீட்டில போய் இருக்கிறது?”

“தின்னவேலியிலதானே உனக்குப் ப்ளே கிரவுண்ட் மாதிரிச் சீதனக்காணியிருக்கே அதில போயொரு குடிலையும் முட்டியையும் வையன்.”

“இதெல்லாம் நடக்கக்கூடிய காரியங்களே ... ஒரு தங்கைச்சி மாதிரியே பேசிறாய் நீ?”

“நீ வழிப்பறிக்காரன் மாதிரிப் பேசினால் ... நான் எப்படி உன்னோட தங்கைச்சியாய் பேசுவன்.”

“என்றாலும் உனக்குக் கொழுப்படி” என்றுவிட்டு போனைச் சத்தம் எழும்பும்படி வைத்தான்.

❍

2012

இவ்வேளையில் ஈழவிடுதலைக்கான போரும் ஆயிரக்கணக்கான உயிரிழப்புகளுடன் முடிவுக்கு வந்தது. முள்ளிவாய்க்கால், ஆனந்தபுரம், மாத்தளன், உடையார்கட்டு, புதுக்குடியிருப்பு என்று கிழக்கு வன்னிப்பகுதிகளில் அடைபட்டிந்திருந்த மக்களை ஈரநிலங்களில் முள்ளுக்கம்பி, தறப்பாள் முகாம்களில் கைதிகள்போல் அடைத்துவைத்திருந்த இலங்கை அரசாங்கம் பன்னாடுகளின் அழுத்தத்தினால் அவர்களைப் பகுதிபகுதியாக விடுதலை செய்தது. அதன் பின் வெளிநாட்டுக்குச் சென்றுவிட்டவர்களின் காணி நிலங்கள் மற்றும் ஆட்சியில்லாமல், புழங்காமலிருக்கும் வீடுகள் மனைகளை ஆய்வுசெய்ய ஆரம்பித்தது.

❍

வர்ஷிக்கு இன்று அம்மா அப்பாவுடனும், கரும்புலியாகிப் போன சேரலாதன் உட்பட எல்லாச் சகோதரங்களுடனும் தங்கள் வீட்டிலிருந்து ஏதோவொரு நிகழ்வைக் கொண்டாடிக் களிப்பதைப்போலவும் கனவு வந்தது.

வரதராஜனும் அகிலாவும் கலந்து எதைப்பேசி என்ன முடிவுக்கு வந்தார்களோ, அகிலா மீண்டும் போன் பண்ணினாள்.

“எடி வர்ஷி ... வெளிநாட்டில இருக்கிற ஆட்களுக்குச் சொத்துக்களை எழுதிறதில, மாத்திறதில இப்போதைய மகிந்தவின் அரசு பல சிக்கலுகளைக் கிளப்பிக்கொண்டு வருகுது. நாங்கள் இந்த ஆண்டே இந்த வீட்டுப் பிரச்சனையைத் தீர்க்காட்டி விஷயம் மேலும் சிக்கலாகிவிடுமோவென்று பார்க்கிறன்.

உன்னாணை உந்த கானா, தான்ஸானியாப் பயணங்களை அடுத்த வருஷத்துக்கு வைச்சுக்கொண்டு ஊருக்கு வந்தொருக்கால் அந்தக் கையெழுத்து அலுவலை முடிச்சுவிடு. புண்ணியம் கிடைக்கும். தம்பியின்ர டெத் சேர்டிஃபிகெற்றும் வேணுமென்டதில அதையும் எடுத்திட்டம். எல்லாத்திலயும் எங்களுக்கும் பயங்கரச் செலவு தெரியுந்தானே . . .”

“அக்கா டிக்கெட் விலையைக் கண்டுதான் நாங்களே சிலோனுக்குப் போகப் பயந்திருக்கிறம். அவசரமென்றால் நீயும் அண்ணையும் உங்களோட சேர்த்து எனக்குமொரு டிக்கெட் போட்டுத் தாங்கோவன்.”

இதைக் கேட்டவுடன் அகிலா உள்ளுக்கிழுக்கவும் . . .

“ஏனக்கா உறுதிப்பாட்டுப் பத்திரத்தை அங்கையுள்ள ஒரு லோயரைக்கொண்டு எழுதுவிச்சுப்போட்டு அதை இங்கே ஒரு லோயரோ, நொத்தாரிஸோ, எம்பாஸி ஒஃபிஷர் முன்நிலையிலோ கையெழுத்து வைச்சி அனுப்பிவிட்டால் போதும் என்கிறார் இவர்.”

“அதெல்லாம் நனைச்சுச் சுமக்கிற வேலை . . . போனமா கையெழுத்தை வைச்சமா பதிஞ்சமா என்றிருக்கிறதை விட்டுப் போட்டு . . .”

“ஏன் இப்படி அவதிப்படுகிறியள் . . . உங்களுடைய கையில வீடு வளவு வந்தவுடன அதை விக்கிறமாதிரி ஏதும் பிளான் கிளான் வைத்திருக்கிறியளோ . . .”

“விக்கிற பிளான் ஒன்டுமில்லை. லூஸுமாதிரிக் கதைக்காத . . . வீட்டு வாடகைக்காசையல்லே வரதராஜன் பிள்ளையர் தொடர்ந்து அமுக்கிக் கொண்டிருக்கிறார் . . .”

வாடகைக் காசுக்காகவும் தான் அகிலா துடிக்கிறாள் என்கிற சங்கதி வர்ஷிக்கு மெல்லப் புரிந்தது. வாடகையை அமுக்குகிற அண்ணாவும் அகிலாவுக்கு வரதராஜனாக மாறிவிட்டிருந்தார்.

இரண்டு வாரங்கள் கழித்து ஒரு ஞாயிறன்று மும்முனை உரையாடல் ‘மோட்’டில் போனை வைத்துக்கொண்டு அகிலாவும் வரதராஜனும் திரும்பவும் கையெழுத்துக் காலாட்ஷேபத்தை வர்ஷியுடன் நடத்த வந்தனர்.

வர்ஷி உறுதியான குரலில் பிசிறில்லாமல் சொன்னாள்:

“கலாதரனுக்கு உவப்பில்லாததில எனக்குச் சீதனம் எதுவும் எழுதுப்படேல்லை என்றாலும் சட்டப்படி எங்களின்

வீட்டில எனக்குள்ள பங்கு பாக்கியதை என்னவென்று எனக்குத் தெரியும் . . . சரி . . . 'கையெழுத்தை வை' 'கையெழுத்தை வை' என்று குதிக்கிற உங்களில் யார் . . . 'வாடி வர்ஷி இந்த வீட்டு விஷயத்தில உன்னுடைய எண்ணம் நிலைப்பாடு என்னவென்று' என்னோட கலந்து கதைச்சியள்... இதுவரையிலான வீட்டிலிருந்து கிடைத்த வாடகையை எனக்கு ஒரு வார்த்தை சொல்லாமல் தான் நீங்கள் எடுத்து உங்கள் பாட்டுக்கு அனுபவித்துக் கொண்டிருக்கிறியள் . . ."

"வாடகைக்காசில சல்லிக்காசு நான் எடுக்கேல்லை" அகிலா இடையீடு செய்தாள்.

"2014 இல நீ சிலோனுக்குப் போனபோது ஐம்பதினாயிரம் தந்தது வாடகையிலிருந்தென்றது நினைவிருக்கட்டும்."

"அதைக்கூட ஒரு லட்சமாய்த்தர உனக்கு முடியேல்லைப் பார்."

"விடுங்கோ ... விடுங்கோ ... உங்கட சண்டையைப் பிறகொரு நாளைக்கு வையுங்கோ . . ."

"வாடகைக் காசுகள், கனிமரங்களின் பலன்களை எல்லாம் அனுபவிக்கும் உங்களுக்குக் கையெழுத்து வைச்சுத்தர வாற எனக்கொரு டிக்கெட் போட்டுத்தரக் கசக்குது. மனம் வருகுதில்லை. அப்படியான நீங்கள் என்னிடம் ஆதனத்தில் பங்கை எதிர்பார்க்கிறது எந்த வகையில நியாயம்?"

"இதுதான் என்னுடைய முடிவு, இப்ப சொல்லுறன் கேளுங்கோ . . . கலாதரன் சீதனம் கோரவில்லை. அது அவரது பொலிஸி. ஆனால், எனக்கான பிதுரார்ஜித சொத்துரிமையை நான் விட்டுத் தருவதாயில்லை. முழுச் சொத்தினதும் இன்றைய பெறுமதியின் மூன்றிலொரு பங்கு என்ன எங்கிறது உங்களுக்குத் தெரியும். அதை நீங்கள் எனக்குத் தந்தாலே தவிர நான் எதிலேயும் கையெழுத்து வைக்கமாட்டேன்" என்றுவிட்டு வர்ஷியே தொடர்பைத் துண்டித்தாள். மீண்டும் மீண்டும் அகிலாவும் வரதராஜனும் அழைத்தபோது வர்ஷி போனை எடுக்கவில்லை.

❍

கொக்குவிலில் பிரிட்டிஷ்காரரின் ஸ்டைலில் அமைந்திருந்த சாம்பசிவன் வாத்தியாரின் வளமனை யாழ்ப்பாணம் *Security Forces Headquarters (SFHQ)* தலைமைக் கட்டளை அதிகாரி பிரிகேடியர் (இப்போது லெப்டினென்ட் ஜெனெரல்) தயா இரத்தினநாயகவின் கண்களை உறுத்திக்கொண்டிருக்கவும்

அது இராணுவத்தினால் கையகப்படுத்தப்பட்டது. அந்த வீட்டுக்கு இறங்கும் கிளைவீதியின் முகப்பில் இரண்டு காவல் அரண்களும், வாசலில் இன்னும் இரண்டு காவல் அரண்களும் அமைக்கப்பட்டு அதனுள் 24 மணிநேரம் இராணுவத்தினர் விறைப்பாக நின்று காவல் காக்கின்றனர். அவ்வளவின் பிரதான நுழைவாசலில் *SFHQ* தலைமைக் கட்டளை அதிகாரியின் உத்தியோகபூர்வ வாசஸ்தலம் என்பதான அறிவிப்புப்பலகை மூன்று பாஷைகளிலும் டாலடித்துத் தொங்குகிறது.

❍

கலாதரன் வந்ததும் வர்ஷி நடந்த மும்முனை உரையாடலைப் பற்றிச் சொல்லவும், முழுவதையும் கேட்ட கலாதரன் சொன்னான்:

“எங்கடைய அப்பா ஒத்திவைச்ச காணிகள் ஒவ்வொன்றாய் விலைப்பட விலைப்பட நாங்கள் கொட்டிலைப் பிடுங்கிப் பிடுங்கி நட்டு வாழ்ந்த காலங்களின் அனுபவங்கள் எனக்கிருக்கு. மனுஷனுக்கு வாழுறதுக்குக் கொஞ்சம் நிலம் தேவைதான். உங்கள் மூன்றுபேருக்கும் மனசாரத் தெரியும் சுனாமி போலொரு பேரலைவந்து லண்டனைக் கடலுக்குக் கீழ கொண்டுபோனாலே தவிர . . . நீங்கள் எக்காலத்திலும் யாழ்ப்பாணம்போய் அந்த வீடுவாசல்ல வாழப்போறதில்லை. அதிலயும் பெற்றாரோடு கொஞ்சக் காலம் சந்தோஷமாய் வாழ்ந்தீர்கள்தானே . . . அந்த அனுபவத்தோடு திருப்திப் படுங்கோவன். அதை விட்டிட்டு நீரும் அவர்களோடபோய் பங்குச் சண்டையில் முட்டுவதைப் பார்க்க எனக்கு அந்தரமாயிருக்கு.”

“இல்லை என்னுடைய சிந்தனை என்னென்றால், எனக்குரிய பங்கை வாங்கி ஏதிலிகள் பராமரிப்பு இல்லம் ஒன்றுக்கு வழங்கி விடலாமென்றுதான் நினைக்கிறன்.”

“அது நல்ல எண்ணமும் தீர்வுந்தான். ஆனாலும் உம்மைக் கட்டிய காலந்தொட்டுக் கலாதரன் தனக்குப் பின்னால ஒரு ஆயுதக்கும்பல் இருக்கிற துணிச்சலில்தான் சாம்பசிவன் வாத்தியார் குடும்பத்தை வெருட்டி வர்ஷியைக் கட்டினவன் என்றொரு அவப்பேச்சு என் முதுகுக்குப் பின்னால மிதந்துகொண்டிருக்கு. இப்போ சகோதரங்களோட சண்டை வலித்துச் சொத்தில பங்கையும் எடுத்தமோ எமக்கு இன்னுமொரு அவப்பெயரும் வந்து சேரும்.”

கலாதரனின் கருத்து வர்ஷிக்கும் உவப்பாகப் படவும் திரும்ப அவர்களுக்குப் போன் செய்தாள்.

"வேண்டிய பத்திரங்கள் எல்லாத்தையும் தயார் பண்ணுங்கோ... எப்ப எங்கே, எத்தினை இடத்தில வேணுமென்றாலும் நான் கையெழுத்து வைத்துத் தாறன்."

○

கொக்குவில் மேனாள் வாத்தியாயர் சாம்பசிவன் வளமனையில் புத்தபிக்குகள் கூடி 'பிரித்' ஓத அவ்வொலியின் மத்தியில் அங்கே பிரிகேடியர் மனைவி காய்ச்சிய பாலையும், கிரிபத்தையும் குடும்பத்தவர்களுக்கும், வந்திருக்கும் உயர் இராணுவ அதிகாரிகளுக்கும் பரிமாறப்பட்டுக்கொண்டிருப்பதுவும், இரவு நடக்க விருக்கும் கோலாகல விருந்துக்கான ஆயத்தங்கள் நடைபெற்றுக் கொண்டிருப்பதுவும் லண்டனுக்கும் என்ஃபீல்டுக்கும் பிறேமனுக்கும் இனித்தான் தெரியவரும்.

ஜீவநதி,
ஜூன் இதழ் 2018

மாயத் தூண்டில்

இரண்டு விடயங்கள்தான் இப்போது என்னைக் குடைந்துகொண்டிருக்கின்றன. ஆறு மாதமாகப் பணியில்லை; வேலை இல்லை என்பதை நான் சமாளித்தாலும் வெளியில் என்னைக் காண்பவர்களுக்கும் போனில் குடையும் மற்றவர்களுக்கும் இதுவே முதன்மையான பேசு பொருளாகவும் பிரச்சனையாகவும் இருக்கிறது.

இப்போதான் ஆடத்தொடங்கியிருக்கும் முதற் பல்லை நாக்கால் நிமிண்டிக்கொண்டிருந்ததை நிறுத்திவிட்டு "உங்களுக்கு ஏம்பா வேலை" என்றான் கடைக்குட்டி கந்தன்.

"வேலைக்குப் போனாத்தானே மகன் காசு கிடைக்கும்."

"அய்யோ அய்யோ, எதுக்கப்பா சும்மா மெனெக்கெட்டு வேலைக்கெல்லாம்போய்... நேராய் பாங்குக்குப்போய் பேப்பரில கீறிட்டுக் குடுங்கோ... காசு தருவாங்கள்"

ஐந்தாவது படிக்கும் அருவியோ மடிக்கணினியை எடுத்து வைத்துகொண்டு "உங்களுக்கு இன்னா ஜொப் வேணும் சொல்லுங்கோ... நான் பிடிச்சுத் தாரேன்பா" என்கிறாள்.

ஏதாவது செய்துதான் ஆகணும். எனக்கான வேலையைப் பத்திரிகைகளிலும் இணையங்களிலும் கடுகித் தேடிக்கொண்டிருக்கிறேன். கிடைக்காவிட்டால் ஏதாவது சுயதொழிலாவது இறங்க

வேண்டும். சுயதொழில், வியாபாரம்போன்ற சதுரங்கங்களில் இணைவி சாதனாவுக்கு அத்தனை இஷ்டமில்லை.

ஊரிலிருக்கும் என் ஒன்றிவிட்ட சகோதரி தமயந்திக்கு இரண்டு ஆண்களும், மூன்று பெண்களுமாக ஐந்து பிள்ளைகள். 'அவர்களுள் ஒருத்தியையாவது கரைசேர்த்துவிடு அண்ணா' என்று சொல்லி அவளும் பிலாக்கணம் வைத்துக்கொண்டிருக்கிறாள். அவள் பெண்களுள் பெரியவள் ஜெயதாகினியை இப்போ ஆறுமாதத்துக்கு முன்பதாகத்தான் இங்கே இறக்குமதி செய்து வைத்திருக்கிறேன். நல்ல சூட்டிகையான பெண். யாழ் பல்கலையில் பொருளாதாரம் இளநிலை முடித்திருக்கிறாள், கணினி தெரியும். இப்போ ஜெர்மன் தீவிரக் கற்கைநெறியில் சேர்த்துவிட்டிருக்கிறேன். விரைவில் எதையும் பிடித்துக் கொண்டுவிடுவாள். என்னிடமும் சாதனாவிடமும் பிள்ளைகளிடமும் அப்படியொரு ஒட்டுதலும் பாசமும்.

நானாகவும் தெரிந்தவர்களிடம் சொல்லிவைத்தும் அவளுக்குப் பொருத்தமான ஒரு பையனையும் அதே கதியில் தேடிக்கொண்டிருக்கிறேன். முதலில் எது கிடைத்தாலும் சந்தோஷ தான்.

❍

பத்திரிகைகளிலும் இணையங்களிலும் தொடர்ந்த என் தேடலில் அந்த விளம்பரம் கண்ணில் பட்டது *PFAFF COMPANY* ஒன்று விற்பனைக்கு. குறிப்பிட்ட அவ்விற்பனை நிலையத்தின் முகவரி எங்கள் வீட்டிலிருந்து ஒரே சுரங்கத் தொடருந்தில் அடையக்கூடிய இடமாக இருந்ததால் ஆர்வம் அதிகமாகி அவ்விளம்பரத்தைத் திரும்பவும் முழுவதுமாகப் படித்தேன். மெல்லமெல்ல உள் மண்டையுள் குறுகுறுப்பு ஏற்படத் தொடங்கிற்று. சாதனாவிடமும் விஷயத்தைப் பகிரலாமெனத்தான் எண்ணினேன். என்ன முதலில் வேண்டாமென்று முன்மறிப்பாள். எனது இத்தகு பரிசோதனை முயற்சிகளை அவள் மறுப்பதற்கான நியாயமும் இல்லாமல் இல்லை. ஒரு ரொட்டியைக்கூட கருகாமல் பதமாகச் சுட்டு எடுக்கத்தெரியாத நான் உணவகம் சார்ந்த வியாபாரத்தில் இறங்கலாமா? *Gastronomy*யின் அரிச்சுவடியோ, சூட்சுமங்களோ புரியாமல் உணவகம் ஒன்றுக்குள் நீளமாகக் காலைவிட்ட என் முதல் அனுபவம், என்னை எழுந்திருக்க முடியாதவகையில் ஆழ அமிழ்த்தியது. வியாபாரத்தில் தொடர் நஷ்டம், ஒரு பக்கம் அதை மீள விற்க முடியாத அவஸ்தை. மறுபக்கங்களில் வங்கியும் வட்டியும், காப்பீட்டுக் குழுமமும், ஆதனமுகவரும் *(Real Estate)* சங்கிலேறி நசுக்க வாஷ்மெஷினுள் தானாய் நுழைந்து மாட்டிக்கொண்ட பூனையாய்த் திணறினேன். அவ்

அனுபவம்கூடவே அச்சகடயோக ஓரையில் மாமனிதர்கள் பலரின் சொரூபங்களைத் தரிசிக்க வைக்கவும், வேண்டாமடா சாமியோ வியாபாரம் என்றானது.

முதலில் போய் இந்நிலையத்தைப் பார்ப்பது, எமது கணிப்பீட்டுக்குள் அமைந்து வரக்கூடியதாயின் சாதனாவுடன் கலந்து அவளைச் சமாதானப்படுத்தி ஒரு முடிவுக்கு வரலாம் என்கிற எண்ணத்துடன் அடுத்தநாள் நேரில் போய் அவர்களைப் பார்த்துப் பேசினேன்.

ஆகப்பெரிய நிலையம் என்று சொல்ல முடியாது. நீளப்பாங்கான கட்டமைப்பில் அமைந்த வியாபாரஸ்தலம். பின்பக்கமாக அலுவலகமும் கழிப்பறை, காப்பி – மளிகையறை *(Pantry)* என்பன இருந்தன. வீதிப் பக்கமுள்ள சுவர் முழுவதும் ஒரு ஷோ றூமுக்கு உகந்த வகையில் கண்ணாடியால் அமைக்கப் பட்டிருந்தது. *PFAFF* ஐவிடவும், இதர ஜாதிகளைச் சேர்ந்த தையல் இயந்திரங்களுமாக மொத்தமும் *50* இயந்திரங்கள் வரையில் அங்கிருந்தன. காலனித்துவ நாட்டினரான நமக்கு காரென்றால் *AUSTIN,* பேனாவென்றால் *PARKER,* மிதியுந்தென்றால் *RALEIGH,* கைக்கடிகாரமென்றால் *ROMER,* என்பதைப்போல் தையல்மிஷி னென்றால் *SINGER* தான் முதலில் எமக்குத் தெரிய வந்ததும் உசத்தியானதுமான இனம்.

என் சின்ன வயதில் சாவகச்சேரி – சுன்னாகம் வீதியில் எமது வீட்டைக்கடந்து *SINGER* குழுமத்தின் பேருந்துகள் எப்போதாவது செல்லும். சில விளம்பர வாசகங்கள் கவிதையின் தரத்தில் இரசிக்கும்படியாக இருக்கும். அப்பேருந்துகளின் பின் பக்கத்தில் எழுதப்பட்டிருக்கும் விளம்பர வாசகம் ஒன்று நிஜமானதாகவும் எனக்குப் பிடித்ததாகவும் இருந்தது.

'WE TAUGHT THE WORLD TO SEW' என்பதே அது.

எங்கள் அம்மாவிடமும் காலால் இயக்கும் வகையிலான *SINGER* மிஷின் ஒன்று இருந்தது. அது தாத்தா அவருக்கு சீதனமாகத் தந்தது என்பதில் அம்மாவுக்கு ஏகப்பட்ட பெருமை. அந்த மிஷினுக்கேயுரியதும் அதுக்கான மெல்லிய மசகெண்ணை வாசமும் நெடுங்காலமாக அது கிடந்த அறையில் இருந்தன. அம்மா பெண்களுக்கான சட்டைகள், பூவேலைப்பாடுடைய குழந்தைகள் ஆடைகளை அழகாகத் தைப்பதில் சுற்றுவட்டத்தில் பெயரெடுத்திருந்தார். ஆறுஏழு வயதுவரையிலும் அம்மா தைத்துத்தந்த முதுகில் வார்வைத்த தோரணச்சட்டையைத்தான் *[Sunsuit]* மேலே பெனியனோ, ரீ–ஷேர்ட்டோ இல்லாமல் போட்டுக்கொண்டு பள்ளிக்கூடம்

போனேன். அம்மா தைப்பது பாட்டிக்கு மட்டும் பிடிக்காது. பெண்கள் சதா தைத்துக்கொண்டிருந்தால் அது வாழ்மனையின் ஐஸ்வர்யத்தை ஊதிவிட்டுவிடுமாம். இதைப்போல் தொன்மங்கள் பலவற்றிலும் பல நுண் ஆய்வுகள் செய்து வாழ்மனைக்கு ஆகாத பல சாங்கியங்களைக் கண்டுபிடித்து யாரும் எதிர்க்கேள்வி போடாதபடிக்கு அவரது பரிபாலனத்தில் அமல்படுத்திருந்தார். அவ்விதிகளின்படிக்கு இன்னும் எவரும் சதா நாவல்கள் படித்துக்கொண்டிருப்பது, சீட்டாடுவது, கொக்கான் வெட்டுவது, ஒற்றைக்காலில் நிற்பது, முட்டிபோட்டிருப்பது, தலையில் கைவைப்பது, சத்தமாகக் கொட்டாவி விடுவது, விரல் சொடக்குப் போடுவது, நெட்டி முறிப்பது, நெல்லைப் பொரிப்பது, பாற்கஞ்சி காய்ச்சுவது, அந்திக் கருக்கலில் சாப்பிடுவது, இரவானபின் நகம் வெட்டுவது, காசு முட்டை உப்பு கடன்கொடுப்பது எல்லாம் தடைசெய்யப்பட்டிருந்தன.

நான் அந்த PFAFF குழுமத்துள் நுழைந்ததுவுடன் எங்கள் வீட்டின் SINGER மிஷினில் இருந்துவரும் சுகமான கந்தம் நாசியைத் தாக்கவும் எனக்கு அம்மாவே 'மகன் இதுதான் உனக்கான இடம், வாங்கடா இக்கம்பனியை' என்று ஆசீர்வதிப்பதைப்போல் இருந்தது. நேராகப்போய் அதன் முகவரைப் பார்த்தேன்.

நடுவயதிலிருந்த அந்த ஜெர்மன்காரர் என் கண்களை நேர்கொண்டு பார்த்துப் பேசிய விதம் பிடித்திருந்தது. அவரிடம் தில்லுமுல்லுகள் இருக்காதெனவும் சொல்லியது. குழுமத்தை விற்க விரும்புவதன் உண்மையான காரணத்தை அவராகவே சொன்னார்: "குடும்பத்தில் மணமுறிவு, மனைவி என்னுடன் இல்லை. அதனால் இந்த உழைப்பும் ஓட்டமும் இனி எனக்கு வேண்டியதில்லை. என் கிராமத்தில் போய் ஓய்வாக வாழ விரும்புகின்றேன்."

நான் கேட்கத் தயங்கிய அந்த ஆண்டுக்குரிய வியாபார விபரங்கள், விற்பனைக்கமைய வரி செலுத்தியமைக்கான அத்தாட்சிகள் என்பவற்றைத் தன் கணினியிலிருந்து காட்டினார். "நீங்கள் விரும்பினால் அமய அல்லது நிபந்தனை ஒப்பந்தம் ஒன்றைச் செய்துகொண்டு எம்முடன் ஒரு மாதம் இருந்து வியாபாரத்தை நேரடியாகக் கண்காணிக்கலாம். ஒன்றும் அவசர முடிவுகள் எடுக்கவேண்டியதில்லை" என்றார். அந்தப் பேரத்திலும் ஒரு கண்ணியமும் நெகிழ்வுத்தன்மையும் இருந்தன.

அது ஒரு வசந்தகாலம். சராசரியாக வாரத்தில் ஐந்து மெஷின்கள் தான் விற்பனையாகுமென்று அம்முகவர் சொல்லி யிருந்தும் அம்முதல் வாரத்தில் ஆறு மெஷின்கள் விற்பனை யாயின. மெஷின்களின் விற்பனை வருஷத்தின் எல்லா

வனம் திரும்புதல் 127

மாதங்களும் ஒரேமாதிரி இருக்காது, மாறுபடும். சிறப்பாக டிசெம்பர் பண்டிகை மாதமாதலால் உழைக்கும் மக்களுக்கு விஷேட விழாக்கால சிறப்புப்படிகள் கிடைக்கும். அநேகமானோர் பழைய பண்டங்களைத் தூக்கிக் கடாசிவிட்டுப் புதியவற்றை நுகர்வுறும் காலமும் அதுதான், ஆதலால் விற்பனையிலும் சற்றுத் துடிப்பு இருக்கும்.

வசந்தம் முடிந்து கோடை விடுமுறைக்காலம் ஆரம்பித்து விட்டிருந்தது. அநேகப் பெற்றோர்கள் பிள்ளைகளுடன் வெளிநாடுகளுக்கோ வெளியூருக்கோ சென்றிருப்பர். வியாபாரமும் மிகவும் சோர்வாக இருந்தது. அவ்வாரம் மூன்று மெஷின்கள் விற்க முடிந்தாலே சிலாக்கியம் போலிருந்தது. ஒரு நாள் மதியம் கணினியில் எதையோ தேடிக்கொண்டிருந்தபோது திடுப்பென ஒரு இளைஞன் நிலையத்துள் நுழைந்து *'Guten Tag'* என்றான். பார்வையில் தமிழன் என்று தெரிந்தது. இருந்தும் கேட்டு வைத்தேன்.

"*Guten Tag* . . . தம்பி தமிழா ?"

"ஆமாண்ணே."

"மெஷின் ஏதும் பார்க்கிறீங்களா ?"

"இல்லேண்ணே ... என்பெயர் மோகனரமணன் பாட்ஸிலர். அதோட தற்சமயம் நான் வேலை தேடிக்கொண்டிருக்கிறேன் ... இப்படிப் போய்க்கொண்டிருந்தனா இங்கே ஒரு கருப்புத்தலை தெரிஞ்சுது நுழைஞ்சுட்டேன்."

"தம்பி நானும் மூன்று மாசமாய்த்தான் இந்த நிலையத்தை ஒரு நிபந்தனை ஒப்பந்தத்தோட எடுத்துப் பரிசோதனை செய்து கொண்டிருக்கிறேன். முன் அனுபவம் இல்லாமல் முன்னரும் ஒருமுறை *Gastromie field* இல காலைவிட்டுச் செமையடி பட்டுக் கொண்ட அனுபவமும் இருக்கு."

"எப்பிடிப் போய்க்கொண்டிருக்கு ?"

"மாஜின்லதான் நிக்குது . . . இன்னும் இம்புறூவ் பண்ண வேண்டும், புறோகிறெஸ் இருந்தால்தான் தொடர்ந்து செய்யலாம்."

"எல்லாம் வெல்லலாம் அண்ணை, வெல்லுவம் என்று நம்பிக்கை வையுங்கோ."

"எதை வைச்சுச் சொல்லுறீர் ?"

"இங்கே ஹேர் சலூனும் இறைச்சிக்கடையும் வைத்திருக்கிற நம்ம ஆட்கள் எல்லாம் என்ன ஊரில ட்றெயினிங் எடுத்திட்டே

வந்தவை ... ஆரம்பத்தில தட்டுத்தடுமாறி நடந்து பிறகு மெல்ல எழும்பி நிற்கேல்லையா. முதல்ல இப்படி ஊ–பாண் வாசலோட பிஸினெஸுக்கான ஸ்பொட்டில ஒரு இடம் கிடைச்சிருக்கிறதே அதிஷ்டம். ஒருநாளைக்கு கடை எத்தனை பேருடைய கண்ணில படக்கூடிய வாய்ப்பிருக்கு . . . எனக்கொரு சான்ஸ் தந்து பாருங்கோ, நிச்சயமாய் மேலே கொண்ணந்து காட்டுறன்."

மிகவும் தன்னம்பிக்கையுடன் பேசினான்.

"மனத்தில இருக்கிறதை தெளிவாய்ச் சொல்லும்."

"என்னை குறைந்தபட்ஷ சம்பளத்தில உங்கட சேல்ஸ் அசிஸ்டென்டாய் இரண்டொரு மாதம் வைத்திருந்து பாருங்கோ . . . ஏதும் என்னால புறோகிறெஸ் வந்திச்சா தொடர்ந்து வைச்சுக்கொள்ளுங்கோ. இல்லேன்னா நானாவே கழண்டிடுவன்."

"இந்தமாதிரியான பிஸினெஸில உமக்கு முன் அனுபவம் ஏதாவது இருக்கா ... குறைந்தது துணியில நேராகத் தைக்கவாவது தெரியுமா."

"என்ன அண்ணே இப்பிடிச் சொல்றியள் ... வந்த புதிதில லுண்டாவில *(Flohmarkt)* வாங்கின *Stapler* மாதிரியான *Hand held Sewing* மெஷினால சாரம் தைத்து உடுத்திருக்கிறேன். இந்த மாதிரி மொடேர்ண் எலெக்டிறிக் மெஷின்ஸ் பற்றியெல்லாம் தெரியாது. ஊரில கொஞ்சம் மோட்டோர்பைக் றிப்பேருகள் செய்திருக்கிறன். தவிர கொம்பியூட்டரும் கொஞ்சம் வரும்."

நிஜமாக ஒரு பெண் விற்பனை உதவியாளர் இருந்தால் வாடிக்கையாளர்களுடன் தொடர்பாட நன்றாயிருக்குமென்று என் மனதிலும் ஒரு எண்ணம் இருந்தது. மீறிவந்த அசட்டுத் துணிச்சலில் அவனைச் சேர்த்துக்கொண்டேன்.

முதல் நாள் அங்கே இருந்த மெஷின்கள் அனைத்தினதும் திருத்தக் கையேடுகளையும் புரட்டிப் படித்தான். சில மெஷின்களில் நூலைக் கோர்த்துத் தைத்தும் பார்த்தான். எட்டுப்பத்து நிறத்தில் நூல்களைப் பொருத்தி எம்ப்ராய்டறி வேலைகள் செய்யக்கூடிய மெஷின்களிலும் அவனது ஆராய்ச்சிகள் தொடர்ந்தன. புதியன வற்றை அறிய வேண்டும் என்கிற வேகமும் தேடலும் அவனது செயற்பாடுகளில் இருந்ததைக் கண்டுகொண்டேன்.

அன்று ஒரு நடுத்தர மாது உள்ளே வந்தாள். அவளைக் கவனிக்கச் சொல்லி ஜாடை காட்டினேன். மோகனரமணன் குரலில் எக்ஸ்டிரா இனிமையச் சேர்த்துக்கொண்டு அவளுக்கு *'Guten Tag'* (வந்தனம்) சொல்லி உள் இழுத்தான்.

“அல்ட்றா மொடேர்ண் *PFAFF* மெஷினுகள் வந்திருக்கு பார்க்கிறீங்களா மெடம்.”

அவனை அவள் பின் தொடரவும் ஒவ்வொரு மெஷினையும் காட்டிச் சொல்லலானான்.

“தற்போது சந்தையில் கிடைக்கும் மெஷின்களில் *PFAFF* தான் அதிசிறந்ததென்று உங்களுக்கு நான் சொல்ல வேண்டியதில்லை. அதிலும் பாருங்கோ இந்த ஆண்டில வந்திருக்கிற மொடலுகளில என்ன சேஞ்ஜ் என்றால் அவற்றின் பொடியை அவர்கள் இப்போ பியூட்டர் மெட்டலுக்கு மாற்றியிருக்கிறதால பழைய மொடெல்களை விடவும் இவற்றின் நிறை 12.5 வீதம் குறைக்கப் பட்டிருக்கு. தூக்கிறதோ அல்லது இடம்மாற்றி வைக்கிறது சும்மா குஷன் தலையணைகளைத் தூக்கிறமாதிரி அத்தனை லேசாக இருக்கும் மெடம்.”

“ஓ . . . நிஜமாகவா”

“இரண்டாவதாய்ப் பார்த்தீங்கன்னா இவற்றின் உள்ளே யுள்ள பற்சக்கரங்கள் எல்லாம் ஐம்பதுக்கு ஐம்பது இப்போ வழுக்கும் தன்மை அதிகரிக்கப்பட்ட பொலி எதிலீனால் பிரதி யீட்டப்பட்டிருக்கிறதால அவற்றின் பகுதிகளின் தேய்மானமும் இரைச்சலும் பாதியாக்கப்பட்டு உங்க ஆயுசுக்கும் மேலாக உழைக்கப்போகுது.”

“இதில கிடைக்கிற இன்னொரு முக்கிய அனுகூலம் என்னவென்றால் . . .”

என்றுவிட்டு நிறுத்தவும் அவரது கண்களில் ஆர்வமும், முகத்தில் மலர்ச்சியும் அரும்பின. “இம்மெஷினுக்குரிய மின்நுகர்வு பாதியாக்கப்படுது மெடம். இன்றைக்கு சிக்கனமும் முக்கிய விஷயமல்லவா . . .”

இப்போது அவரது மலர்ச்சி தணிவதற்கிடையில் மின்னல் வேகத்தில் சில *Zig-Zag* தையல்களை அவன் போட்டுக் காட்டவும் மனது குளிர்ந்த மாது ஒரு மெஷினை வாங்கினார்.

மெஷினைக் கொண்டுபோய் அவரது வண்டியுள் மோகன ரமணன் வைத்துவிட்டு வரவும் கேட்டேன்: “இந்த மெஷினைப் பற்றி இத்தனை விபரங்கள் உனக்கு எப்படி அப்பனே தெரியும்?”

“அண்ணே இப்பவெல்லாம் தையல்மெஷினுகளை வார்ப்பிரும்பில் எந்தக் கொம்பனியும் செய்யிறேல்ல. எங்க ஆச்சிமார் வைத்துத் தைத்த சிங்கர், ஊஷாவோட அந்தக் காலம் மலையேறிவிட்டுது. இப்போவெல்லாம் பியூட்டர் மெட்டலும், அலுமினியமும் பிளாஸ்டிக்குந்தான். அதைத்தான் ஒரு புதிய

விஷயம் மாதிரி எடுத்து கஷ்டமருக்குச் சொன்னன். எதையாவது ஒரு விஷயத்தைப் புதிதுபோலச் சொல்லிக் கஷ்டமரைக் கொஞ்சம் குழப்பிவிடுதல் முதல் வியாபார உளவியல்.

லைஃபோய் சோப் விளம்பரத்தில கேட்டிருப்பியள் நுண்ணுயிர்களைக் கொன்றுவிடும் முதல் கார்போலிக்சோப் இது என்று ... உலகின் எல்லா சோப்புக்களுமே கார்போலிக் அசிட்டுக்களில்தான் தயாரிக்கப்படுபவை ..."

"... பொறு பொறு நீயும் ஏதோ பொலி—எதிலீன் என்றியே அது என்னப்பனே?"

"அது வேறொன்றும் இல்லை. பிளாஸ்டிக்தான் பொலி எதிலீன். அதையே கொஞ்சம் மாற்றிச் சொன்னால் அது ஏதோ விஷேசமான பொருள் என்று சனம் நினைக்கும். நினைக்கட்டன் ... நாம பொய்சொல்லலையே. இருந்தாலும் எம் ஐயன்தான் சொல்லிட்டாரே பொய்மையும் வாய்மையுடைத்து புரைதீர்ந்த நன்மை பயக்கு மெனின், நாமெதுக்குப் பயப்பிடோணும்."

"உண்டு உண்டு உண்டு."

"வாடிக்கையாளர்களின் கண்களில் வந்தவுடன படுகிற மாதிரி நாலைந்து சாமான்களின் விலையைக் குறைச்சு வைக்க வேணும், அதுகள்ல இலாபம் இல்லாவிட்டாலும் பரவாயில்லை. அப்போதான் மற்ற இடங்களிலும் பார்த்துவிட்டு வருகிறவர் களுக்கு 'இங்கே பொருட்கள் மலிவுதான்' என்ற நம்பிக்கையை ஏற்படுத்தும் சின்ன டெக்னிக் அது" என்றான்.

சில நூல்வகைகளையும், சற்றில்கள், பொபின்கேஸ்கள், கோலங்கள் வெட்டும் கத்திரிகள் போன்ற தையல் வேலைக்கான பிற உபகரணங்கள் சிலவற்றின் விலைகளையும் குறைத்து வைத்தோம்.

"அண்ணை நாங்கள் இரண்டுபேரும் நிறப் பட்ஷியள். பார்த்தவுடன வெளிநாட்டுக்காரர் என்று கஸ்டமருக்குத் தெரியத் தான் போகுது, இரண்டொரு எங்கட நாட்டுச் சாமானுகளையும் பக்கத்தில வைத்தால் என்ன?"

"என்ன வையன்ன, சினா, குனா சுருட்டுப்பெட்டிகளைப் பரவிவைக்கலாம் என்கிறீரோ."

"இல்லை பாரை, பொம்பிலி, மாசிக்கருவாடுகள் என்றால் இன்னும் எடுபடும். கொஞ்சம் வாசமாயும் இருக்கும்."

நான் முறைக்கவும் "ஒரு கோப்பி, தேயிலை, கொக்கோ, கறுவா, வனிலா, ஏலக்காய், கராம்பு இப்படி."

அழகான பெண்ணொருத்தி தோட்டத்தில் தேயிலை கொய்யும் படமொன்றையும், மரங்கள் அடர்ந்த கோப்பித் தோட்டத்தின் படம் ஒன்றையும் கடையின் இருபக்க உட்சுவர் களிலும் பொருத்திவைத்த பின் முதல்தரத்திலான கோப்பியையும், தேயிலைகளையும், கோக்கொ பவுடர் பெட்டிகளையும் விறாக்கை களில் வைத்தோம்.

எம் நிலையத்துக்குள் வந்த ஒவ்வொரு கஸ்டமருக்கும் அவர் கொஞ்சம் ஊசிகளோ, பொபினோ, கலர்நூலோ வாங்க வந்தவராயினும் அவர்களுக்கு சூடாக ஒவ்வொரு கிளாஸ் பால்கலந்த தேநீரை வழங்கிவிட்டு அது அவர்கள் தொண்டையைத் தடவி உள்ளிறங்கவும் அவர்களிடம் குறிப்பாகப் பெண்களிடமும் கொஞ்சம் மிதமாகவே இலங்கைத் தேயிலையின் மகாத்மியம் பாடினான். 'எம் தேயிலையின் சுவை தனித்துவமானதாகவும், இதர நாட்டுத் தேயிலைகளைவிடவும் அதிகமாகவும் இருப்பதன் காரணம் அவை 3700 – 4900 அடிகள் உயரமான உயிர்ச்சத்துக்கள் செறிந்த ஈரமலைச்சரிவுகளில், அச்செடிகளுக்கே உவப்பான சீதோஷ்ணநிலையில் இயற்கையாக மதாளித்து வளர்வதுதான், நாம் நீர்ப்பாய்ச்சுவதோ, செயற்கை உரமிடுவதோ இல்லை' என்றான்.

இவன் சொல்லும் கதைகளை அங்கார்ந்து ரசிக்கும் வாடிக்கையாளர்கள் கடைசியில் அரைக்கிலோ தேயிலையாவது வாங்கியே செல்வார்கள்.

❍

இன்று சாதனா இராசவள்ளிக்கிழங்கு அவித்திருந்தாள். மாமா வுக்குச் சூடாகக் குடிப்பதுதான் பிடிக்கும், சுவையாகவும் இருக்கு மென்று ஜெயதாகினி அதை ஒரு தேமோ பொக்ஸில் வைத்து சுரங்கத் தொடருந்தில் எடுத்துவந்து தந்தாள். மோகனரமணன் கண்கள் கஸ்டமர்களோடு அவள்மீதும் படர்வதைக் கண்டேன்.

அடுத்தவாரம் ஜெயதாகினியின் பிறந்தநாள் வந்தபோது எம்நிலையத்தின் பிரதான அங்கமாகிவிட்ட மோகனரமணனைத் தவிர்த்துவிடாமல் அவனையும் அழைத்தோம். அன்று அவன் அவளுக்கு ஒரு ஸ்மார்ட்போனைப் பரிசளித்தான்.

பொதுவாக ஜெர்மன்காரர்களுக்கு தங்களது உற்பத்திகளை உயர்வாகச் சொன்னால் மனங்குளிரக் கேட்பார்கள். விதிவிலக் காக அன்றைக்கு கோலங்கள் மற்றும் வரைகலை வடிவுகளைத் தைக்கும் மெஷினை வாங்கவந்த ஒருவர் 'இல்லை NECCHI மெஷின்கள்தான் உயர்ந்தவை' என்று விவாதித்தார்.

விவாதங்களில் ஜெயிப்பது எமது நோக்கம் அல்லவே. மோகனரமணன் குரலில் மேலும் தண்மை கலந்துகொண்டு தாழ் ஸ்தாயியில் அவரைச் சமாளித்தான்.

“எங்களிடம் PFAFF மெஷின்கள் அதிகம் இருப்பதால் NECCHI மெஷின்களின் தரத்தைக் குறைமதிப்பீடு செய்வது எமது நோக்கமல்ல. அவையும் சிறந்த தயாரிப்புக்கள்தான். ஆனால் வரைகலை, கோலங்கள், எம்பிராய்டரி வேலைகளை தைப்பதற்கு NECCHIமெஷினில் பயன்படுத்தப்படும் மெகனிஸம் மிகவும் புராதனமானது, புறொப்பெல்லர் விமானங்களைப்போல. முன்னே அவற்றில்தானே பறந்தோம், ஆனால், அவற்றில் ஓடி உராய்ந்து இயங்கும் பாகங்கள் அதிகமிருப்பதால் தேய்மானமும் அதிகம். எளிமையாகச் சொன்னால் அவை பழுதடைந்தால் திருத்துவதற்கு நேரமும் செலவும் அதிகமாகும். PFAFF, SINGER மெஷின்களில் நவீன எலெக்ரோணிக் – மெகனிஸம் புகுத்தப் பட்டிருக்கிறது; ஜெட் விமானங்களைப்போல. கணினியின் பிறின்டர்களிலுள்ள MEMORY-CHIPகள் கணினிகள் கொடுக்கும் தகவல்களை உள்வாங்கிக்கொண்டு எப்படி வித்தியாசமான மொழிகளையும் கோலங்களையும் சித்திரங்களையும் பிரதி எடுத்துத் தருகின்றனவோ அதே வகையில்தான் எம் நவீன தையலியந்திரங்களில் அமைக்கப்பட்டுள்ள MEMORY-CHIPகளும் உங்கள் விருப்புகளை உத்தரவுகளை உள்வாங்கிக்கொண்டு வேண்டிய விதத்தில் வேண்டிய வடிவத்தில் அவை தைத்துத் தருகின்றன. ஏதாவது பழுதடைவதானால்கூட அநேகமும் அவை MEMORY-CHIPகளாகத்தான் இருக்கும், அவற்றை இலகுவிலும் சிக்கனமாகவும் மாற்றியமைத்துவிடலாம்.”

கண்களை சேர்ச் லைட்டுக்கள் மாதிரிப் பலகோணங்களிலும் சுழற்றி யோசித்தார்.

“மின் மோட்டோர் மிஷினைப் பட்டியால் இழுத்து இயக்கும் வகையிலான மெகனிஸம் இருந்த காலத்தில் அந்தப் பட்டிக்கே 10 வருஷம் உத்தரவாதம் கொடுத்தவர்கள் PFAFF.”

நான் அவன் காதோடருகி “அது எப்பிடிப்பா உனக்குத் தெரியும்” எனவும் என் பக்கம் அலட்சியமாகத் தலையைத் திரும்பி பிரியங்கா சோப்ரா பாணியில் கண்ணடித்தான்.

குழம்பித் தெளிந்தவர் கடைசியில் ஒரு PFAFF AMBITION எனும் நவீன மெஷினையே வாங்கிச் சென்றார்.

ஜெயதாகினி இப்போதெல்லாம் “இந்த ஸ்டேசனைத் தாண்டிப் போனேனா அதுதான் மாமா என்ன செய்கிராறென்று பார்க்கலாமென்று சும்மா இறங்கிவந்தேன்” என்பதுபோன்ற

சின்னச்சின்னச் சும்மா ரகச் சாட்டுகள் நேரத்துக்கொன்றாக வைத்துக்கொண்டு அடிக்கடி இங்கே வருகிறாள். அவள் வரும் போதெல்லாம் நம் இருவருக்கும் அவள் கைப்பக்குவத்தில் தேநீரோ கோப்பியோ அமிர்தமாகப் போட்டுத் தருவாள். அவளாக வீட்டில் பாதாம் ஹல்வாவன்ன ஸ்வீட் ஏதாவது புதிதாகப் பண்ணினாலும் தவறாது மோகனரமணனுக்கும் தனியாக எடுத்து வருகிறாள்.

❍

அன்று நாலைந்து வாடிக்கையாளர்கள் ஒரே நேரத்தில் வந்துவிட குஷியாகிப்போன மோகனரமணன் பலவகையான பீடிகைகளுடனும், குரலை வெவ்வேறு தினுசாக மாற்றிப் பண்பேற்றிக்கொண்டும் ஒரு விரிவுரையாளரைப்போலப் பேசலானான்.

“இங்கிலாந்தின் தொழிற்புரட்சிக் காலத்தில் தயாரிக்கத் தொடங்கப்பட்ட *SINGER*உம், ஜெர்மனியின் *PFAFF* தையல் இயந்திரங்களுந்தான் உலகம் முழுவதும் ஆதியில் பரவலாக அறியப்பட்ட இனங்களாகும். அண்மையில் *PFAFF, SINGER* இரண்டுமே தத்தம் 150 ஆண்டு நிறைவைக் கொண்டாடியுள்ளன. முதலாவது உலகமகாயுத்தம் முடிந்த பின்னால் எழுந்த பெருவாரியான சந்தை வாய்ப்பைக் கருதி இத்தாலி *SINGER* இயந்திரங்களின் அப்பட்டமான பிரதியெடுப்பாக *NECCHI* மெஷின்களைத் தயாரித்துச் சந்தைப்படுத்தியது. இறுக்கமான தனிக்காப்புரிமைச் சட்டங்களெல்லாம் அப்போது கிடையாத லால் அது சாத்தியமாயிற்று. இப்போது ஜப்பான், தென்கொரியா, கிழக்கு ஐரோப்பாவிலிருந்தும் பெருவாரியான மெஷின் வகைகள் சந்தைக்கு வந்திருக்கின்றன. ஆனாலும் எங்கள் மெஸ்டெஸ்பென்ஸ், பி.எம்.டபிள்யூ, ஔடி கார்களைப்போலும் எம் மெஷின்களின் தரத்தையும் தனித்துவத்தையும் இன்னும் எவரும் விஞ்சிவிடவில்லை. அதிலும் இப்போ அதிநவீனமாக *Poly Vinyl Polymeric Propylene* என்றொரு சேர்மத்தினால் மெஷின்களின் *Case hardening* என்கிற புதிய தொழில்நுட்பத்தால் பியூட்டர், பித்தளை உலோகச் சக்கரங்களின் தேய்வடையக்கூடிய பகுதிகளை வைரமேற்றிவிடுகிறோமா அவற்றின் உருளும், வழுக்கும் உராயும் உள்ளகப்பகுதிகள் எவையும் தேய்வடைவதே இல்லை. அதனால்தான் எம் மெஷின்களுக்கு இப்போதெல்லாம் துணிந்து 10 வருஷங்கள் உத்தரவாதம் வழங்குகிறோம்…” என்று அங்கார்ந்து கேட்டுக்கொண்டிருக்கும் அவ்வாடிக்கையாளர்களை நழுவவிடாதும் லாவகமாகவும் தன் மாய வலையைத் தொடர்ந்து வீசிக்கொண்டிருக்கிறான்.

மாலைச்சூரியன் வழுக்கி உயர்ந்த கட்டடங்களுக்குப் பின்னால் ஒளித்துவிட அவற்றில் பட்டுத்தெறிக்கும் கதிர்களின் பிரவாகம் வானத்துக்குப் பலவர்ணங்களை மெழுகிக்கொண் டிருக்கிறது.

ஜெயதாகினி சிக்கென்று அழகாக உடுத்திக்கொண்டு தோளில் போட்ட பெரிய லெதர் பையினுள் சிறிய எவர்சில்வர் பாத்திரத்தினுள் பாலுஷகியோ, பாதாம்ஹல்வாவோ எடுத்துக் கொண்டு மோகனரமணன் மாட்டப்போகும் மாயத் தூண்டி லுடன் படிகளில் ஏறி வந்துகொண்டிருக்கிறாள். அவளிடமும் அதற்கான நளினமும் சாதுர்யமும் இருக்குமென்றால் என்ன நானா வேண்டாங்கறேன்?

ஆக்காட்டி,
மே - ஜூன் இதழ் 2015

மேகா அழகிய மனைவி

ராம்குமாருக்கு வேலைபோய் மூன்று மாதங்களாகின்றன. அவன் இழந்தது மந்திரிப் பதவியோ, ஒரு நிலப்பிரபுவின் பிள்ளை என்ற பதவியோ அல்ல. ஒரு சாதாரண உயிரணிகச் சாரதி[1]. அவனது மாதாந்த ஊதியமே அவன் குடும்பம் வதியும் இரண்டறை வீட்டின் வாடகைக்கும், அரிசி காய்கறி, உப்புப்புளி, குழம்புக்கும், குழந்தைகளின் உடுப்பு, லக்டோஜன் /செறியல் (தானிய) உணவுகள், மருத்துவச் செலவுகளுக்குந்தான் அத்தாப்பத்தியமாயிருக்கும் (மட்டு மட்டாய்.) அந்த ஒரே வருமானத்தையும் இழப்பதென்பது அவஸ்த்தையிலிருக்கும் ஒரு நோயாளியின் உயிர்வளிக் குழாயைப் பிடுங்குவதைப்போல.

அவன் சகி மேகா அழகி. அப்பா சிவசங்கரன் அவளுக்கு வரன் தேட ஆரம்பிக்கவும் நிறைய ஜாதகங்கள் வந்து சேர்ந்தன. அவற்றுள் உறவிலும் ஒரு பையன் இருந்தான். இவளை அவனுக்கு நன்றாகவே தெரியும். அழகி என்பதால் மேகாவைக் கட்ட ஆசை இருந்தும், அவன் அவளது அப்பாவை ஆயுளுக்கும் நுகத்தடியில் மாட்டிவிடக்கூடியதொரு தொகையை ரொக்கமாகக் கேட்டதோடு 25 சவரன் நகையும் கேட்டான். உறவு என்கிற உரிமையோடு சமைலறை வரைக்கும் வந்தவனை அவன் முகத்துக்கு நேரேயே ‘போய்யா . . . போ, எவளாவது மந்திரி வீட்டுப் பெண்ணாய்ப் பாரு’ என்று விரட்டிவிட்டாள்!.

1. (ஆம்புலன்ஸ்)

வேறும் ஒரு வரன் வந்தது, அவன் அம்மாவும் அப்பாவும் சீர்திருத்தத் திருமணம் புரிந்துகொண்டவர்கள். சாதிய அடுக்கில் அப்பா இடைநிலை, அம்மா தலித்தாகவிருந்தும் அப்பா 'தன் பையனை அவன் தாய்மாமன் மடக்கப் பார்க்கிறான் என்றும் அதைத் தடுத்திடணும். தயவுசெய்து உங்க பொண்ணை என் மகனுக்குக் கொடுங்க' என்றும் அவள் அப்பாவிடம் மன்றாடினார். அதையும் மேகா மனசு ஏற்கவில்லை. நிர்த்தாக்ஷண்யமாய் "நோ" சொல்லிவிட்டாள். ராம்குமார் பி.ஏ. படித்திருப்பதாகவும் அடர் முடியோடு துல்கர் சல்மானின் சாயலிலிருக்கச் சம்மதித்துவிட்டாள். 'தப்பாகத் தேர்வு செய்திடோமே' என்று இப்போதான் கலங்கிறாள். என்ன இலக்கியத் தோழமைகளோடு சேர்ந்தால் கொஞ்சம் பீர் குடிப்பான். பாக்கெட்டில் சில்லறை கனத்தால் இரண்டு சிகரெட் வாங்கி வீட்டுக்கு வெளியே நின்று புகைப்பான். தவிர வேறுவிதமான தீவிர குடிப்பழக்கமோ, கூடாத சகவாசங்களோ இல்லைத்தான்... பயபுள்ள தன் கிராப்பில, கவிதை, இலக்கியம், காப்பியம், திறனாய்வு, இலக்கியச்சந்திப்புகளில் குவிக்கிற கவனத்தைத் தனக்கு நல்லதொரு வேலையைத் தேடிக்கொள்ள வேண்டும் என்கிற கரிசனையிலோ, தன் குடும்பத்தின் முன்னேற்றம், எதிர்காலம் பற்றிச் சிந்தனையோ வைக்காமல் விட்டேத்தியாய் இருக்கிறானே என்பதுதான் மேகாவின் ஆதங்கமும் கவலையும்.

"இந்த இலக்கியச் சந்திப்புகள் எல்லாம் எம் குடும்பத்துக்குச் சோறு போடுமாங்க . . ." என்றால் "கவிதையும் இலக்கியமும் உலோகாயத விஷயங்கள் அல்லம்மா, அததன் சுவை அறிந்தவர்களுக்குத்தான் அதன் அருமை புரியும் . . . இப்போ சாளம்பன் கோவில்ல உண்டக்கட்டி உருட்டிறசாமிக்கு விரால்குழம்பின் டேஸ்டைப் புரியவைக்க முடியுமா . . . ஏன்டி ஒரு சராசரிப் பொண்ணாகவே இருந்து என் இரசனைகளைப் புரிய புரிய மாட்டேங்கறே . . ." என்பான்.

இத்தனைக்கும் மேகாவும் அச்சுப்பிச்சல்ல. அவளும் வர்த்தக முகாமைத்துவத்தில் இளங்கலை முடித்தவள்தான். "நான் இலக்கிய ஈடுபாடே வேண்டாங்கல... குடும்பப் பொருளாதார நிலையில கொஞ்சம் ஸ்திரமாய்க் கால்களை ஊன்றி வைச்சப் புறம் அதுகளைப் பாத்துக்குங்களேன் " என்பாள்.

கல்யாணம் முடிந்து இந்த நாலரை ஆண்டுகள் தாம்பத்யத்தில இரண்டு குழந்தைகள் பெற்றுக்கொண்டாயிற்று. கூத்தனுக்கு மூணரைவயசு; சின்னப்பாப்பா மாயாவுக்கு 10 மாதங்கள். அவள் பிறந்தநாளுக்குகூட பத்துப்பேரை அழைத்து விருந்தாடா விட்டாலும், ஒரு கட்டிகையாவது (கேக்) அனுப்பாணையில்

எடுப்பித்து அயற்குழந்தைகளுடனாவது பகிர்ந்து கொண்டாட முடியுதோ என்னவோ.

❍

மேகாவின் அப்பா சிவசங்கரன் கடல்கடந்த தொலைத் தொடர்புத்துறையில் தொலைத்தொடர்பாளராகப் பணிபுரிந்து இளைப்பாறியவர். இவர்களுடன் வாழ்ந்திருந்த காலத்தில் அவரின் ஓய்வூதியத்தில் அங்கே அடுப்புக்கள் தடையின்றிப் புகைந்தன. அப்பாவே இன்னும் பிள்ளைகளுக்குச் சட்டைகளும் மேகாவுக்கு வருடத்துக்கு குறைந்தது மூன்று சேலைகளாவது வாங்கித் தருவார். இப்போவெல்லாம் புடவை துணி வருஷம் தீபாவளி விஷேசங்களுக்கு வாங்குவதே வல்லையென்றாகிவிட்டது. அப்பாவும் அவர் செல்லமகள் படப்போகும் கஷ்டங்களைப் பார்க்கவேண்டமென்றோ என்னவோ ஒரு இரவிலான தன் தூக்கத்தை மீளாத துயிலாக்கிக்கொண்டார்.

❍

தரையில் வாழ எத்தனிக்கும் தாவரங்களில் காற்று, கனிம வளமின்மை, வறட்சி, இடநெருக்கடியென்று அனைத்துச் சூழல் உற்பாதங்களையும் எதிர்நின்று ஓங்கி வளரக்கூடியது சவுக்குமரம்.

சிவசங்கரனின் நண்பரான ஒரு அரசுப் பள்ளியாசிரியர், அவர் மனதில் என்ன தோன்றியதோ, பேரூராகவிருந்து நகரமாக மாறிக்கொண்டிருக்கும் ஜெயந்திபுரத்தின் நடுவில் ஏழெட்டு வருடங்களுக்கு முன்னர் ‘சவுக்கு களஞ்சியம்’ என்கிற பெயரில் ஒரு மளிகைக்கடையை ஆரம்பித்திருந்தார். போட்டிகளில்லாத அவ் வியாபாரம் விரைவில் ஓஹோவென்று பெருகியொரு பல்பொருள் அங்காடிக் கணக்காக மிளிரவும் அவரும் ஆசிரியப்பணி நீங்கி ஒரு முழுநேர வணிகராகிவிட்டார். அம்முதலாளியின் அறிமுகத்தைப் பயன்செய்து ராம்குமாரின் குடும்பம் கொப்பியில் கணக்கு வைத்துக்கொண்டு மாதம் முழுவதுக்கும் மளிகைச் சாமான்களை அங்கே வாங்குவதும், பின் மாத இறுதியில் சம்பளம் வந்தானதும் அவர்களின் நிலுவையை அடைத்துவிடுவதும் வழக்கம்.

இப்போதும், மளிகைப் பொருட்கள் யாவும் தீர்ந்துபோச்சு., கடை நிலுவையும் எகிறிவிட்டிருக்கிறது. ‘சும்மா வீட்டில் முடங்கிக்கொண்டு இருக்காமல் கடைக்காரரிடம்போய் நிலமையை எடுத்துச் சொன்னால் புரிஞ்சுப்பார், தேவையான சாமான்களை வாங்கி வாங்க’ என்று மேகா ராம்குமாரை விரட்டிக் கொண்டிருக்கிறாள். அவன் சாரத்துக்குள் அரணை புகுந்தாலே பிறகு விரட்டுவமென்று அசமந்தமாய் இருக்கக்கூடியவன். அவள்

கூச்சலைக் காதிலேயே போடாமல் புதிதாக வெளிவந்திருக்கும் 'கூடாக் காமம்' கவிதைப் புத்தகத்தில் திளைத்துப்போயிருக்கிறான்.

"அட . . . புத்தகத்தை வெச்சிட்டுப் போங்கப்பா . . . மாயாவைக் குளிப்பாட்டித் தூங்கவைச்சிருக்கேன். லக்டோஜன் நேற்றே காலி. பால்க்காரரும் இன்னிக்குக் கையை விரிச்சிட்டார். இப்போ அரைமணிக்குள்ள குழந்தை எந்திருச்ச உடனே பால் குடுகலைன்னா சன்னதமாடுவாள் ... பிறகு எனக்கு அவளைத் தாக்காட்டேலா . . ."

"சரி ஒரு காப்பி கொடு, குடிச்சிட்டுப் போறேன்."

"காப்பி தரேன் ... வெல்லமில்லாமத்தான் ஒகேவா . . ."

வெல்லம் இல்லாத காப்பி அவனது தொண்டையால் இறங்காது. ஷேர்ட்டை எடுத்துப்போட்டுக்கொண்டு மாயா எழும்பிவிடாமல் மேகாவின் ஸ்கூட்டியை ஐம்பது மீட்டருக்குத் தள்ளிக்கொண்டுபோய் அதை உயிர்ப்பித்துப் போனவன் பத்து நிமிஷத்தில் அதேவேகத்தில் வெறும் பையோடு திரும்பிவந்தான்.

"ஏன்னா . . . என்னாச்சு"

"அங்கே முதலாளியில்லை... பாங்குக்குப் போயிருக்கிறாராம். கடையில ஒரு புதுப்பையன்தான் நிற்கிறான். நாங்க எக்கவுண்ட் வைச்சிருக்கிற மேட்டர் அவனுக்குத் தெரியுமோ என்னவோ, கடன் என்றுசொல்லிக் கேட்கச் சங்கோஜமாய் இருந்திச்சு வந்துட்டன்."

ஆத்திரத்தோடு "பையை இப்படிக் கொடுங்க . . ." என்று அவனிடமிருந்து பிடுங்கியவள் "மாயாவைப் பாத்துக்குங்க" என்று விட்டு ஸ்கூட்டியில் தலைக்கவசம் அணியாமலே பறந்துபோய் வேண்டிய சாமான்களோடு கால்மணி நேரத்தில் வந்திறங்கினாள்.

❍

ராம்குமார் கடைப்பையன் என்றது ஒன்றும் அரைக்களிசான் பையனல்ல. இருபத்திரெண்டோ, மூன்றோ, வயசிருக்கும், பி.கொம் இறுதி எழுதிவிட்டு முடிவுகள் வரும்வரையில் மாமாவுக்கு உதவியாளனாக ஸ்டோரில் நின்றிருந்தான். மேகா கடைக்குள் நுழைந்ததும் அவன் முகத்தில் ஒரு விகசிப்பு விரவும். அவள் தனியாகப்போகும் சமயங்களில் களவாக அளவெடுப்பதுபோல அவளை இரசித்துப் பார்ப்பான். அதில் அவனுள்ளான தகிப்பும் தாபமும் தெரியும். குற்றமில்லை இயற்கைதான். அவனுக்கும் தூண்டுமுட்சுரப்பிகள் குதிச்சுப் பாய்கிற வயசு. ஆனாலும் என்றைக்கேனும் அவளிடம் சில்மிஷம், சீண்டல்,

கிண்டல்மாதிரியோ எதுவும் அவன் பேசியதில்லை. பேசும் சில வார்த்தைகளிலும் கண்ணியமாக இருந்தான். ஒருமுறை மாத்திரம் மிஸிஸ். ராம்குமார் என்று கௌரவமாக அழைத்து "இஃப் யூ டோன்ட் மைன்ட் . . . நான் ஒரு கொம்பிளிமென்ட் சொல்லலாமா" என்றவன் அவள் சுதாகரிப்பதற்கிடையில் "கடைக்குவாற எங்கள் பெண் கஸ்டமர்களில் . . . நீங்கதான் அழகி . . ." என்றான்.

அவனது நுண்யமான உபசார வார்த்தைகளால் அவளுக்கு உள்ளூரக் குளிர்ந்தாலும் அதற்கு எப்படி எதிவினையாற்றுதென்று தெரியவில்லை. புன்னகைத்துவிட்டு "ஏதேது . . . உங்க வேலை களோட கஸ்டமர் பெண்களின் அழகுகளைக் கவனித்து வைக்கிறதுக்கும் மாமா தனியாகச் சம்பளம் போட்டுத் தாறாப்பல . . ." என்று பதிலுக்குக் கலாய்த்துவிட்டு வந்தாள். ஆனால் வீடு திரும்புகையில்த்தான் 'தான் வெறுமனே ஒரு புன்னகையுடன் விலகிவந்திருக்கலாமோ'வென்று சிந்தித்தாள். அவன் சொன்னதிலும் தப்பில்லை. நிஜந்தான். மேகா அழகாகத் தன்னை வெளிகிடுத்தி வந்தாளாயின் சதைபோடாமல் வார்த்துவைத்தது போல் இருக்கும் அவளை இரண்டு குழந்தைகளின் தாயென்று எவரும் கணிக்க முடியாது. அத்தனை அம்சமாகத்தான் இருப்பாள். அழகும் சீனாவின் ஹாடி எறிகணையைப்போலத்தான் . . . மத்தாப்பாய் எல்லா ஆரையன்களிலும் சிதறி யாரை எவரை யென்றில்லாமல் கண்மூடித் தாக்கும்.

ராம்குமாரது அரச மருத்துவமனை உயிரணிகம் ஓட்டுனர்கள் சங்கம் ஊதியவுயர்வும், பணிநேரக் குறைப்பும் கேட்டுப் பணி நிறுத்தம் செய்ததால் பணி இழந்தவர்களில் அவனும் ஒருவன் என்பதை எப்படியோ அந்தக் கடை யுவனும் அறிந்திருந்தான். அவள் கொடுத்த பொருட்களின் நிரலிலிருந்த அத்தனை பொருட்களையும் நொடியில் எடுத்துவந்து அவள் பையை நிரப்பி அனுப்பிவைத்தான்.

மேகாவுக்குத்தான் இப்போது கஷ்ட தசை. அவளைத் திருமணம் செய்தவேளையிலும் ராம்குமாருக்கு வேலை எதுவு மில்லை என்பது தெரிந்ததுதான். ஆனால் அவன் தான் படிச்ச இளங்கலையிலும் அரியேர்ஸ் வைச்சிருக்கேன் இன்னும் முடிக்கவில்லை என்றபோது லேசாக அதிர்ந்தாள். ஆனாலும் அவன் தன் அரியேர்ஸை விரைவில் முடித்துக்கொண்டு சின்னதாகவேனும் ஒரு வேலையில் நுழைந்துவிடுவான் என்று நம்பிக்கை தளராமல் இருந்தாள். திருமணத்தின் பின் முதல் ஆறுமாதங்கள் வேலையில்லாமல் அவளைச் சுற்றிக்கொண்டு வீட்டிலேயே இருந்தான். கூத்தன் வயிற்றில் உண்டாகிவிட்டான்.

‘உத்தியோகம் புருஷ லட்ஷணம்’ என்றல்ல அப்பாவின் நுகத்தடியில் பாரத்தை இலகுவாக்கவேண்டும் . . . அவன் ஏதாவது பணிக்குப்போயே ஆக வேண்டும் என்று மேகா அழுத்தியபோது ... ஒரு தனியார் போக்குவரத்துக்கழகத்தில் நடத்துநர்களை எடுக்கிறார்களாம், நானும் போய்ச் சேரட்டுமா என்றான். அப்போது அவளது சிவசங்கரன்தான் “கொஞ்சம் பொறுங்க தம்பி ... எனக்குத் தெரிந்தவர் ஒருவரிடம் உங்களுக்காக ஏதாவது வேலைக்குக் கேட்டுவைச்சிருந்தேன் . . . அவரு கவர்ண்மேன்ட் ஹொஸ்பிட்டல்ல ஆம்புலன்ஸ் டிறைவேஸைச் சேர்க்கறாங்களாம், அவரு போவாராான்னு கேட்டார். பஸ்கண்டருக்கு ஆம்புலன்ஸ் டிறைவிங் எவ்ளோமேல்” எனவும் ராம்குமார் மனம்மாறி அப்பணியில் சேர்ந்து இரண்டுமாதம் பயிற்சியும் பெற்று அதில் நிரந்தமானான். பணியில் சேர்ந்த பின்னால் தன் பாடப் புத்தகங்களை ஷெல்ஃபில் உயரத்தில் வைத்துவிட்டவனின் கவனங்கள் கவிதைகள், சிறுகதைப் பயிலரங்கம் என்றிருந்தனவே தவிர தன் அரியேர்ஸ் பக்கமாகவில்லை. இப்போது அவன் தனக்கென வாங்குவதெல்லாம் கவிதையும் நாவல்களுந்தான், பாடப்புத்தகங்களல்ல.

அவனது சம்பளத்தில் தனியாகக் குடும்ப வண்டி நகரத் தள்ளாடிய வேளைகளில் மேகாவும் இளங்கலையோடு கணினியும் கற்றிருந்ததால் அவளும் தாங்கமாட்டாமல் “ஏனுங்க நானும் ஏதாவது வேலைக்குப் போகட்டா . . .” என்பாள்.

“நான் என்ன வேணான்னா சொன்னேன் . . . அப்போ குழந்தைகளை யாரு கவனிச்சுப்பா? ஆயா கையில வளர்ற குழந்தைகள் வளர்கையில் அவர்கள் மனநிலை மோசமாய் பாதிக்கப்படுதுன்னு உளவியல் ஆய்வுகள் சொல்லுது” என்று தடுத்துவிட்டான்.

இப்போ பணி எதுவும் இல்லாமல் இருக்கிறபோதும் கவிதை ஆய்வுகளில் இருக்கிற கவனமும் ஈடுபாடும் தனக்கொரு பணி தேடுவதில் இல்லை.

“எப்பிடியுங்க உங்களால இப்படி இருக்க முடியுது ...” என்று கேட்டால் “பாரதிகூட செல்லம்மா பக்கத்து வீடுகளில் அரிசி வாங்கியாந்து சாதம் வடிக்கிற கஷ்டத்தில் இருந்தப்போதான் “எத்தனைகோடி இன்பம் வைத்தாய் இறைவா” போன்ற தன் உயர்ந்த கவிதைகளை எல்லாம் எழுதினாங்கறது உனக்குத் தெரியுமா” என்றுவிட்டு “எங்க கஷ்டமெல்லாம் சீக்கிரம் வடிஞ்சுடும் பார்த்துக்கோ” என்று அவளைச் சேர்த்து அணைத்துக் கொஞ்சுவான்.

கொஞ்சினால் போதுமா வயிறு என்று ஒன்றிருக்கில்லை?

"சரி... கடனாகவாவது அரிசி, கறி, புளி வாங்கிவா" என்று அனுப்பினால் "கடைக்கார முதலாளி அங்கில்லை டவுணுக்குப் போய்விட்டார், சாயந்தரம் வந்ததும் போய் வாங்கியாரேன்" என்று வெறும் பையுடன் திரும்பி வருவான், சாமர்த்தியம் போதாது.

வெறும் ரொட்டியையே திரும்பத் திரும்பச் சாப்பிட்டு அலுத்துப்போன கூத்தன் "அம்மா சாதம் வேணும்" என்று அழுகிறபோது மேகா ஈரல்குலை நடுங்கத் துடித்துப் போவாள். மேகாவுக்கான லக்டோஜனும் தீர்ந்துபோய் டின்னுள் இன்றைக்கு மட்டுந்தான்போதும் என்றிருந்தபோது மேகாவே பையை எடுத்துக்கொண்டு கடைக்குப் போனாள்.

கடை முதலாளியுடன் ராம்குமார் ஒரு சீட்டுப் பிடித்திருந்தான். சீட்டு இருக்கு என்கிற தென்பில் முன்பு முதலாளி தாராளமாகவே தேவையான பண்டங்களைக் கணக்கு வைத்துக்கொண்டு வாரி வழங்கினார். ராம்குமார் வேலைபோனபோது சீட்டையும் எடுத்துக்கொண்டுவிட்டான். அதனால் அவருக்கு இப்போ கடன் வழங்கச் சற்றே சுணங்கித் தயங்கலானார். மேகா கடைக்குப் போனபோது முதலாளி இருக்கவில்லைதான். என்ன இருந்தால் கொஞ்சம் முனகியிருப்பார். அவர்களின் பொருளாதாரநிலையை அறிந்தவன்போல் தாராளமாக அவள் கேட்ட பொருட்களான அரிசி, சர்க்கரை, மாவு, லக்டோஜன் டின்கள் எல்லாம் கொடுத்தான். அன்று அவள் வாங்கிய அரிசிப்பையின் அடியில் ஒரு 500 கிராம் பூஸ்ட் போத்தல் ஒன்றும் மேலதிகமாக இருந்தது, அதற்கான கணக்கும் கொப்பியில் எழுதப்படவில்லை.

அவளுக்கு அதை ஒளித்து வைக்கவேண்டிய தேவை இருக்கவில்லை. பூஸ்ட் போத்தலைப் பார்த்த ராம்குமார் "நாம குழந்தைகளுக்கு லக்டோஜனுக்கே திண்டாடும்போது பூஸ்ட்டெல்லாம் எதுக்கம்மா ..." என்றான்.

"எல்லாம் உங்களுக்காத்தான்... இப்போதெல்லாம் சரியான போஷாக்கான சாப்பாடு உங்களுக்கில்லை ... இரவெல்லாம் தூக்கத்தில் இருமுறேள் ... அதுதான் கொஞ்சம் சத்தாக இருக்குமேன்னு வாங்கினேன்" ஒரு பொய்யை மனசு அறிந்து சொன்னாள்.

இவ்வளவு சீக்கிரம் திருமணம் பண்ணிக்கொண்டிருக்க வேண்டாமேயென்றும், திருமணமே பண்ணிக்கொண்டிருக்க வேண்டாமே என்றெல்லாம் இப்போது நினைக்கும்படி வாழ்வு ஒரு விலங்கைப்போல அவளைப் பொறியிட்டு வீழ்த்திக்

பொ. கருணாகரமூர்த்தி

கைதியாக்கிவிட்டிருக்கிறது. அப்பா இருந்திருந்தால் ஜீவிதம் இத்தனை கஷ்டமாக இருந்திருக்காது. அவர்தான் நிரந்தரமாய்த் தூங்கிவிட்டாரே . . . சிக்கலானவற்றையும் விளங்க முடியாத வற்றையும் பார்த்துச் சிரிப்பதைத் தவிர அவளால் வேறொன்றும் பண்ணமுடிவதில்லை.

முல்லை, முசுட்டை, முருங்கையிலை போட்டுப் புளிக்கஞ் சிதான் காய்ச்சிக் கொடுத்தாலும் குடித்துவிட்டுக் ராம்குமார் கவிதை பற்றித்தான் பேசுகிறான். நாளைக்கு அடுப்பில் வைக்க என்ன இருக்கு என்கிற கவலை அவனுக்கில்லை. இவனைக் கையாலாகாதவன் என்பதா, முட்டாள் என்பதா? தெரியவில்லை.

அந்த சவுக்குக் களஞ்சியம் கடையை நினைத்தாலே தாபம் வழியப் பார்க்கும் அவ் இளைஞனின் ஏக்கப் பார்வைதான் முதலில் கண்முன்னாடுகிறது. ஒருவன் தாபத்தை ஏக்கத்தைக் கருவியாய் வைத்து நான் காரியம் சாதிப்பது எவ்வகையில் ஒழுக்கம் தர்மம்.

அடுத்தமுறை கடைக்குப் பார்க்கப்போனபோது "ப்றோ . . . இனிமேல் அப்படி எல்லாம் செய்யாதீங்க. அது தர்மமில்லை, ஆபத்தானது. எங்காவதுகொண்டுபோய் புதுவம்பில மாட்டிடும். தயவுசெய்து அவற்றுக்கான பில்லை போட்டு எங்க கணக்கில சேர்த்திடுங்க" என்றுதான் அவனிடம் சொல்ல வேண்டுமென நினைத்தாள். ஆனாலும் அவனைக் கண்டபோது அவன் முகத்துக்கு நேரே அப்படியெல்லாம் சொல்லிவிட முடியவில்லை. அவன் மனதை நோகடிப்பதாகிவிடுமோ என்று தயங்கினாள்.

அன்றும் "உங்களமாதிரி யாருக்குமே அழகா சாரி கட்ட வராது மாம், அதுக்குன்னு ஒரு போட்டி வைத்தா நீங்கதான் ஃபெர்ஸ்ட்." என்றான். மேகாவுக்கும் "தாங்ஸ் ஃபோர் யுவர் கைன்ட் கொம்பிளிமென்ட்" என்று மட்டும் சொல்ல முடிந்தது. ஆனாலும் அவளுக்கு உள்ளே கொஞ்சம் பதற்றமாகத்தான் இருந்தது.

யுவன் பின்னர் குரலைத் தாழ்த்திக்கொண்டு "மாம் நேரமிருக்கறப்போ மிஸ்டர். ராம்குமாரை மாமா . . . தன்னை வந்து ஒருதரம் பார்க்கச் சொன்னார்" என்றான்.

காரணம் அவளுக்குத் தெரிந்ததுதான் என்ன நிலுவைத் தொகை நாற்பதினாயிரத்தைத் தொட்டிருக்கும். 'பாதியையாவது அடைத்திடுங்க' என்று சொல்லப் போறார்.

"சரி . . . சொல்லி அவரை அனுப்பிடறேன்" என்றுவிட்டு வந்தாள்.

வீட்டுக்கு வந்ததும் விஷயத்தைச் சொன்னாள். பிறகும் "எதுக்கு வரச் சொன்னாராம்" என்றான்.

"ம்ம்ம்... உங்க இலக்கியச் சேவையையும் தமிழ்ப் பணியையும் பாராட்டி ஒரு விருந்துவைக்கவும், பொற்கிழி வழங்கவும் தீர்மானிச்சு ஏற்பாடு பண்றாங்களாம் . . . அது உங்களுக்குச் சம்மதந்தானா என்று விசாரிக்கக் கூப்பிடிறாப்பல" என்று நொடித்தாள்.

பத்துநாளா அவன் எங்கும் புறப்படவேயில்லை. பம்மிக் கொண்டு வீட்டுக்குள்ளேயே கிடந்தான்.

"ஏங்க . . . என்னதான் பிரச்சனையாயிருந்தாலும் அதை நேருக்கு நேர் எதிர்கொள்றவன்தான் மனுஷன். இப்படி கோழை மாதிரி வீட்டுக்குள்ளேயே உட்காந்திருக்கப்படாது. அந்த மனுஷன் அப்பாவின் அறிமுகத்துக்காகப் பொறுமை காத்திட்டிருக்கார். ஒரு நாள் முற்றத்தில வந்து நின்று சத்தம்போட்டால் யாருடைய மரியாதை போகும் . . . அஞ்சு பத்தென்றால் பரவாயில்லை இப்படி நாப்பது ஐம்பது என்று கடனைத் தந்திட்டு அந்தத் தொகைக்கு வட்டியுமில்லாம முதலுமில்லாம இருக்கிறதுன்னா அவங்க என்ன இளிச்சவாயன்களா ..." என்று சத்தம் போட்டாள். 'அவனோ அரணையை நாளைக்கு விரட்டினாப் போச்சு' என்கிற மாதிரி இருந்தான்.

இதற்கிடையில் மாயாவின் பிறந்தநாளும் வந்தது. அதற்காகக் கடனேதும் படாமல் வீட்டிலேயே கொஞ்சம் கேசரியும் வடையும் பண்ணி அயல்வீட்டுக் குழந்தைகளுடன் கொண்டாடினார்கள்.

தினமும் பாலூத்தும் பால்காரரும் அவனுக்கு வேலைபோன விபரம் தெரிஞ்சிருந்தும் "ஏம்மா . . . இப்படி மாசக்கணக்கில் பாக்கிவைச்சீங்கன்னா ஆதரவுகெட்ட ஏழைகள் நாங்க, புள்ள குட்டிக்காரங்க எங்கே போவோம் ஊவாவுக்கு" என்று ஒரு பாட்டம் முனகிவிட்டுப் போனான். அவள் குழந்தைகளைப் பட்டினி போடாமல் காத்ததில் அவருக்கும் பெரும் பங்குண்டு. இவ்வாரம் தன் சங்கிலியை இருபத்தையாயிரத்துக்காக அடைவு வைத்து பால்க்காரரின் பாக்கியையும், சவுக்கு களஞ்சியத்தின் பாதிக்கடனையாவது அடைப்பதான முடிவுடன் மேகா இருந்தாள். ராம்குமாருக்கு ஏதாவது சிறிலக்கியப் பத்திரிகைகள் அஞ்சலில் வந்தாலொழிய இந்நாட்களில் யாரும் அவர்களுக்கு கடிதங்கள் அனுப்புவதில்லை.

வழக்கமாக வழியில் எப்போதாவது எதிர்ப்பட்டால் 'சௌக்கியமாம்மா' என்று விசாரித்துவிட்டுப்போகும் தபாற்காரர் இன்றுகாலை மிதிவண்டியை நிறுத்தியை மடித்து நிறுத்திவிட்டு

ஒரு நீளமான ஒருகடிதத்துடன் "சார் . . ." என்று சத்தமாக அழைத்தபடி வீட்டினுள்ளே வந்தார்.

உயிரணிக சாரதிகள் சங்கம் தங்களுக்கு இழைக்கப்பட்ட அநீதிக்கு எதிராக வைத்த வழக்கின் விசாரணைக்குத் தீர்ப்பாயம் கொடுத்துள்ள தேதியை ஒவ்வொரு ஊழியருக்கும் சங்கம் அறிவிப்பதான கடிதம் அது. இரண்டு வாரங்களில் வழக்கு விசாரிக்கப்பட்டுச் சாரதிகளுக்குச் சாதகமான தீர்ப்பும் வந்தது. இனி திரும்பவும் பணியும் திரட்டிய மூன்று மாதச் சம்பளமும் எல்லோருக்கும் கிடைத்துவிடும். வீட்டில் மீண்டும் ஆனந்தம்.

மளிகைப் பொருட்களும் வாங்குவதற்கான பைகளை எடுத்துக்கொண்டு 'கணவனைப் பிள்ளைகளைக் கவனமாகப் பார்த்துக்க'ச் சொல்லி உத்தரவு போட்டாள். உட்கிளர்த்துமொரு பரவசத்தோடு முதுகு இறக்கமானதும் முத்துகள் வைத்துத் தைத்ததுமான அழகான சோளியைத் தேர்ந்து, அதற்குப் பொருத்தமான துளிர்நீல ஷிஃபோன்–டிஸைன் சேலையொன்றையும் எடுத்துக்கொண்டு கண்ணாடி முன்நின்று உடுத்தியபின், சுழன்று சுழன்று முன், பின், பக்க அழகுகளைக் கவனித்தாள். பின் மேலும் கொஞ்சம் சேலையை நெகிழ்த்தித் தளைச்சுச் 'சிக்'கென்று உடுத்தினாள். சேலையின் நிறத்துக்குப் பொருத்தமானதாய் வேறொரு செருப்பைத் தேர்ந்து மாட்டினாள். அப்போது வடிவமைத்ததொரு புதிய உடல்மொழியின் செல்லமான நளினநடையில் மெல்ல அசைந்துபோய்த் தன் ஸ்கூட்டியை உயிர்ப்பித்தாள்.

அம்ருதா
ஜனவரி 2019

வடிவான கண்ணுள்ள பெண்

இலக்கியச் சந்திப்பொன்றில் ஒருமுறை ஒரு பெண்ணிய எழுத்தாளர் 'பொதுவாக இந்த ஆண் எழுத்தாளப் பிசாசுகள் பெண்களை வர்ணித்து மாயிறதிலேயே தங்கள் சக்தியை விரயம் பண்றாங்கள். நீங்களே பாருங்கள் நாங்கள் ஆண்களையோ இல்லை பெண்களையோ வர்ணித்து எழுதிக்கொண்டா இருக்கிறோம்' என்று எகிறிக் குதித்தார்.

சபையில் ஆண்கள் பக்கமிருந்து எதிர்க் குரல்கள் வந்தன.

"நிஜத்தில் பெண்கள் அப்பிடியில்லை என்கிற ஆதங்கத்திலதான் ஆண்கள் அப்பிடி மாய்ந்து மாய்ந்து பன்னுறாங்களோ ... அவ்வகைப் புனைவு களை நீங்கள் ஏனொரு வகைப்பட்ட மஜிகல் – ரியலிசமாகக் கொள்ளப்படாது."

" ஒட்டுமொத்தமாக அப்படிச் சொல்லமுடியாது அனுராதா ரமணன் எழுதுவாரே ..."

"நீங்கள் தங்களைத் தவிர இன்னொரு பெண்ணை அழகியென்று ஒத்துக்கமாட்டீங்களே ... அதனால இன்னொருத்தியை வர்ணித்து எழுதுவது உங்களுக்குக் கஷ்டமாகத்தானிருக்கும்."

அந்த விஷயத்தையிட்டான விவாதப் பிரதி வாதங்கள் இந்தத் திசையில் இன்னும் வளரலாம். ஆனால் நடப்பில் நமக்குள் ஒரு தேவதையோ, பசாசு குடி புகுந்தவளோ ஒரு பெண்ணின் நினைப்பு வந்து முட்டாமல் ஒரு நாளாவது கழிவ துண்டா? அனாதியிலிருந்தே அநியாயத்துக்கு எல்லாப்போழ்தும் அவர்கள்தானே எம்மை

ஆகர்ஷிக்கிறார்கள். ஆயிரம் பெண்களைத்தான் கடந்து சென்றாலும், அதில் ஒன்றோ இரண்டோ மனதில் நிற்கிற, அவனை ஆக்கிரமிக்கிற தொந்தரவு செய்கிற ஒன்றைப்பற்றி அவன் எழுதுவான்தானே, அதில ஆச்சர்யப்பட என்ன இருக்கு. அப்படி எழுதினால்தான் யார் குடி முழுகிப் போய்விடும்?

இந்தப் பீடிகையெல்லாம் எதற்கென்கிறீர்களா? அதாவது இப்போது நானும் அப்படி என்னை ஈர்த்த ஒரு அசாதாரண அழகைப் பற்றித்தான் சொல்லப் போகிறேன். நான் அதைப் பதிவு செய்யாவிட்டால் அந்தக் கணங்கள், அந்தப் பார்வை, எந்தன் ரசனை, அந்தப் பெண்ணின் படைப்பு, இருப்பு அனைத்துமே விரயம் என்பேன். இனி வருகிறாள் என் அழகி பராக்! பராக்! பராக்!

அது அலெக்ஸாண்டர் பிளாட்ஸ் என்னும் இடத்தில் பெர்லின் தொலைக்காட்சிக் கோபுரம், சர்வதேச மணிக்கூண்டுகள் அமைந்துள்ளதும், பல இடங்களுக்கும் கிளைத்துச் செல்லும் டிராம் தொடரிகளின் தரிப்பு நிலையங்கள், ஒரு கார்ணிவெலைப்போல சிறுசிறு பழக்கடைகள், நொறுவைத் தீனிக்கூடங்கள் என்பன செறிவாகவுள்ள ஒரு நடை வலயத்தில் அமைந்துள்ள ஒரு KFC உணவகம். மக்கள் கூட்டம் எப்போதும் மிதமாக இருக்கும். என் பணியிடையே ஒரு கோழித்துண்டு கடித்து காப்பியோ, கப்புச்சினோவோ, குடித்து இளைப்பாறவேண்டி அங்கு அடிக்கடி போவேன்.

அப்படிப்போய் வந்துகொண்டிருந்த நாளொன்றில்த்தான் அந்த அழகியை எதேச்சையாகப் பார்த்தேன். முதற் பார்வையிலேயே அவளின் கண்கள்தான் என் மனதில் பதிந்துபோயின. கண்களின் கருமைக்கும் குண்டுத் திரட்சிக்கும் காபூல் திராட்சையைச் சொல்வார்கள், அதை நான் இன்னும் பார்க்கவில்லை. அவளைக் கந்தர்வப் பெண் என்பதிலும், காணாத பொருளை உவமிப்பதிலும் எனக்கு உவப்பில்லை. இவளது படைப்பில் ஆயிரத்தில் ஒருவருக்கே அபூர்வமாய் வாய்க்கும் சற்றே வெளிப்புடைத்த காந்தம் கலந்தவகைத் தூண்டிற் கண்கள். அவளது அகவைகளும் ஒரு இருபதைத் தாண்டியிருக்காது. அநேகமாக இன்னும் படிப்பைத் தொடர்பவளாக இருக்க வேண்டும். கோடை விடுமுறையில் இங்கே அமயமப் பணியாளராகச் சேர்ந்திருக்கலாம். அவளின் விளைந்த கோதுமைப்பயிர் நிறத்து மேனிக்கு KFCயின் கடுங்காப்பி நிற உடலும், இளமஞ்சள் / கிறீம் நிற கொலரும் வைத்த சீருடை இன்னும் எடுப்பைச் சேர்த்தது. நான் சாப்பாட்டை எடுத்தானதும் என் தட்டைத் தூக்கிக்கொண்டு என் விண்ணாணம் பார்க்கும் வழக்கத்தால்

வாசல்பக்கமாகப் பெரிய கண்ணாடிச்சுவரின் பக்கமாகப் போய் அமருவது வழக்கம்.

அந்தப் பெண்ணுக்கு ஒரு ஸ்நேகிதன். ஹூம் ஒருவன் முந்திக்கொண்டுவிட்டானா . . . என்றாலும் அத்தனை நஷ்டமில்லை. கொஞ்சக்காலம் விரயமானதோட சரி. அநேகமாக நான் அங்கே போகும்வேளைகளில்தான் அவனும் அவளைத் தரிசிக்க வருவான். அவன் வந்ததும் அவள் தன் போர்மனிடம் அனுமதி பெற்றுக்கொண்டு தனக்கும் அவனுக்குமாகக் கொறிப்பதற்கும் குடிப்பதற்கும் ஏதாவது எடுத்துக்கொண்டு முன்னுக்கு வந்து விடுவாள். விலாட்டு மாம்பழமெனக் கோலங்காட்டும் கன்னக்கதுப்புகளிலும் லேசான நேபாளி / மங்கோலியச் சாயல். மீடியம் என்று சொல்லக்கூடிய சின்னப்பெண் அவள். பாதங்களின் நுனிகள் ஒன்றையொன்று லேசாக நோக்கும் வண்ணம் ஒருங்குவித்தொரு வாத்து நடையில் அவள் வருகையில் அப்பிடியே தூக்கி இடுப்பில் வைத்துக்கொண்டு போய்விடலாம் போலிருக்கும்.

நான் அமரும் இடத்துக்குப் பக்கத்திலுள்ள இருக்கைகள் அனைத்தும் தொடருந்தின் பகுப்பறைகள்போல பகுக்கப்பட்டுள்ளன. அந்தப் பகுக்கப்பட்ட இருக்கைகளில் அமர்வதுதான் அந்த இணைக்கும் பிடிக்கும். அந்தப் பையன் வெகுகண்ணியமான காதலன், பகுப்பறைதானே என்றுவிட்டு மொசுக்கென்று அவள் மேல் விழுந்து சில்மிஷங்கள் பண்ணமாட்டான். முதுகில் சுமந்து வந்த தனது கனதியான முதுகுப்பையை தனக்கும் அவளுக்குமான இருக்கைகளுக்கிடையில் வைத்துவிட்டு அவளருகில் அமர்ந்து சமர்த்தாகப் பேசிக்கொண்டிருப்பான்.

அவளுக்குச் சரளமான ஜெர்மன் கொப்புளிக்கும். அவனோ சிறுசிறு வார்த்தைகளில் ஜெர்மனில் பதிலளித்தாலும் செவ்வீதமும் வங்காளத்தில்தான் பேசுவான். எனது ஊகம் அவன் அண்மையில் தான் கிழக்கு வங்காளத்திலிருந்தோ, பங்களாதேஷிலிருந்தோ இங்கு வந்திருக்க வேண்டும். இளம் பசங்கள் தமக்குள் சிரித்துச் சிரித்து ஜாலியாகப் பேசிக்கொண்டிருப்பார்கள். அந்த மடந்தையின் வயலெட்நிற உதடுகள் அவள் பேசுகையிலும் சிரிக்கையிலும் இளம் றோஸாக மாறிப் பின் அவள் நிறுத்தியதும் வயலெட்டாகியொரு மாயத்தையும் நிகழ்த்திக்கொண்டிருக்கும். அவளுக்கும் நோக்கியோரை அலைக்கும் தன் கண்களின் மகத்துவம் தெரியாமலிருந்திருக்குமா . . . தேர்ந்தவொரு நடிகையைப்போல் அவற்றை மிதமாக அங்குமிங்கும் சுழற்றியும் மலர்த்தியும், அபிநயித்துக் கொண்டும்தான் பேசுவாள். எனக்கும் பார்க்கப்பார்க்க அந்தக் கண்களின் ஒவ்வொரு சுழற்சியிலும் அவள் அழகாகிக்கொண்டே போவதாகப்படும். நம்மைக்

கொல்வதெற்கென்றே இக்காரிகைகள் எங்காவது ஜனித்து வந்திடுவார்கள் . . . ம்ம்ம்.

ஒருநாள் அவர்களின் உரையாடல் ஸ்படிகமாக என் காதில் விழுந்தது.

அவன் சொன்னான்:

“ஹேய் . . . உனக்கு 30 நிமிஷங்கள் தானே அனுமதி என்றாய் . . . இப்போ 45 நிஷங்களையும் கடந்தாகிவிட்டது, உன் ஃபோராராபைட்டர் (Foreman) கத்தமாட்டானா?”

“ம்ம்ம்... அவன் கிடந்தான், வரும்போது பயலுக்கு ஒண்ணு கொடுத்திட்டுத்தான் வந்திருக்கேன். அந்தத் தியக்கத்திலிருந்து அவன் விடுபடுவதாவது என்னைத் தேடுறதாவது . . . இப்போதைக்குத் தேடவே மாட்டான் டியர்.”

அதுக்குப் பிறகு அவளைத்தேடி அந்தப் பையன் வந்ததை நான் காணவில்லை.

❍

பின்னிணைப்பு: பிரமன் மனிதரைப் படைப்பது நிஜமென்றால் அவன் எனக்கு பெர்லினில் வைத்து ‘இவள்தான் நான் உனக்காக வங்காளத்தில் வைத்து இணக்கிய தேவதை... கிளப்பிக்கொண்டு மெதுவாய் மாறு’ என்கிற சமிக்ஞையைத் தினமும் தருவதாகத் தோன்றிற்று. யௌவன தேசத்து இளவரசிகளின் மரபணுக்களின் தொடர்ச்சியாக வந்திருக்கக்கூடிய அந்த அழகையும் மாயவிழிகளையும் அநியாயத்துக்கு அப்பிடியே விட்டுவிடுவேனா? கவர்ந்துவிடுவதெனத் துணிந்தேன். அதன்பின்னான ஆறேழுமாதகால என் தளரா முயற்சியில் வினைக்கெட்டலைந்து பிறாக்கெட்டைப்போட்டு அவளை ஒரு மலரைப்போல் கொய்ய முயல்கையில் அவள் “ஐயையோ ... நீ தமிழன், நான் வங்காளி...” என்றபோது பிஸ்தா – ஐஸ்கிறீமையும், “நீ இந்து, நான் முஸ்லிம் . . .” என்றபோது சிக்கன் சூப்போடு மட்டன் பிரியாணியையும், “நீ ஸ்ரீலங்கன், நான் பங்களாதேஷி” என்று அலறியபோது, சல்வார் கம்மீஸ், பஞ்சாபி, சுடிதாரையும், ஜீன்ஸ், டீ–ஷேர்ட், கம்மல், கடிகாரம், வளையல்களாகவும் வாங்கிக்கொடுத்து அதிர்ச்சித்து அவள் அலறலை ஒடுக்கி ஒருமோனநிலையில் வைத்துக் கடிமணம் கண்டேன் என்பது இப்பனுவலுட் பன்னப்படாததும் சிறுபின்னமுமான இரண்டாம் அங்கம் என்றறிக.

குமுதம், தீராநதி
நவம்பர் 2011

வனம் திரும்புதல்

ஒரு நல்ல கதையை வாசித்து நிறைக்கையிலும், பணிமுடிய இன்னும் ஐந்து நிமிஷங்கள்தான் இருக்கு என்று மணிக்கடிகை அபிநயிக்கையிலும் எனக்குள் எப்போதும் ஒரேமாதிரியான உணர்வே திரைக்கும்.

பணி என்றால் ஏதோ 'கழுத்துப்பட்டி' கட்டிக் கொண்டு இயற்றுவது என்று நீவீர் எண்ணி விடலாகாது. பாண்[1] வெதுப்புவதே ஊழியம். என் சகபணியாளன் அயிடின் "இன்றைக்கு என் காதலியின் பிறந்தநாள். நாம் பணிமுடிந்து போகையில் ஒரு அருந்தகத்தில் 'ராக்கி' குடிக்கப் போகலாம்" என அழைத்திருந்தான். துருக்கியில் இருக்கும் காதலியின் நினைப்பைக் கொண்டாட வேண்டி தன்னார்வத்தில் அவனே அழைத்திருந்தாலும் எனக்கான திராவகத்துக்கும் கொறியலுக்கும் நானே பணம் செலுத்தவேண்டியிருக்கும் என்பதறிக.

ஒரு காலத்திய இந்திப் படங்களில் வரும் சகோதரிகள் அனைவரும் தவறாது தம் சகோதரர்கள் கையில் அழகழகான 'ராக்கி'களை அணிவித்து விட்டுச் சம்பாவனை பெறுவதைப் பார்த்திருப்போம். ஸ்கொட்லான்ட் என்றால் விஸ்க்கி, ஃப்ரான்ஸ் என்றால் 'கோனியாக்', ரஷியா என்றால் வொட்கா, கிரேக்கம் என்றால் ஔஸோ என்பதைப்போல் . . . துருக்கி என்றால் 'ராக்கி'. இந்தத் துருக்கியின் 'ராக்கி' அல்கஹோல் செறிவான ஒரு மதுவகை. துருக்கிய மளிகைப்பொருட்கள் விற்கும் சிற்றங்காடிகளிலும், அருந்தகங்களின் விறாக்கைகளிலும் 'ராக்கி'யைப்

1. ரொட்டி

பார்த்திருக்கிறேனே அல்லாமல் எஞ்ஞான்றும் உள் 'இறக்கி'ப் பார்த்ததில்லை. இன்று அயிடின் அனுசரணையுடன் அதையும் சுகித்துவிடச் சித்தமானேன்.

நாம் நுழைந்த அந்த அருந்தகத்தில் பரிசாரகியாக 'சிக்'கென்றுடுத்திப் புலியன்ன நளின அசைவுகளுடன் ஒரு இளநாரியை நீங்கள் எதிர்பார்த்திருந்தால் ஏமாந்தீர்கள், நாமும்தான். உணவகங்களிலாயின் 'ஹிஜாப்' அணிந்தபடி துருக்கி யுவதிகள் ஓடியாடிப் பணிசெய்வார்கள். ஆனால், அருந்தகங்களில் அருந்தலாகத்தான். இங்கே பரிமாறுவதற்கு 'ஜிம்'மிலேயே பிறந்தவன்போல் ஒரு கனரக இளைஞன்தான் நின்றிருந்தான். எங்களைக் கண்டதும் மகிழ்ந்து 'மெஃறேபா[2]' சொல்லி வரவேற்றான்.

அநேகரும் செய்வதைப்போல் நாமும் 2cl, 2cl ஆக ஏற்றிக் கொண்டால் முடிவில் ஐந்து முழுப்போத்தல்களுக்கான 'சிட்டை' வரும். ஆதலால் "ஒரு முழுப்போத்தல் ராக்கி கொண்டுவா ஆபி[3]" என ஆக்ஞை கொடுத்தோம்.

ஆபியோ "நைன் நைன் நைன் . . . இங்கே ஷாம்பேன் மட்டுந்தான் முழுப்போத்தலாகத் தருவோம். 'ராக்கி' 'வொட்கா' போன்ற ஸ்றோங் மதுக்களைத் தருவதில்லை" என்று தம் அருந்தக தர்மத்தை விளக்கினான்.

அயிடின் "அப்படியானால் கிளம்பு நாம் வேறு அருந்தகம் போகலாம் . . ." என்றபடி எழும்பினான்.

ஆபி தனக்கான சம்பாவனையை இழக்கத் தயாரில்லை. எம்மைத் தோளில் முட்டியை வைத்து அமுக்காத குறையாக அமுக்கி மீளவும் இருத்தி "இருங்க இருங்க . . . புசுக்கெனக் கோபித்துக்கொண்டு கிளம்பிட்டா எப்படி, இருங்க உங்களுக்காக நான் ஒரு 'டிறிக்' பண்ணி ராக்கி கொண்டாந்தாரேன்" என்று கண்களைச் சிமிட்டிச் சொல்லிவிட்டுச் சென்றான்.

"எப்படியோ கொண்டு வா" என்றுவிட்டுக் குடிப்பதுபோல் 'க்ளக்' 'க்ளக்' என்று ஒலி எழுப்பினான் அயிடின்.

வழமையில் ஐஸ்கட்டிகள் போட்டு ஷாம்பேன் போத்தல் வைத்துப் பரிமாறப் பயன்படுத்தும் அலுமினிய வாளிக்குள் ஒரு 700cl போத்தல் 'ராக்கி'யை வைத்து ஏதோ செறிவாக்கப்பட்ட யூரேனியத்தைக் கடத்தி வருபவனைப் போன்றதொரு பாவனை யோடு கொண்டுவந்து பௌவியமாக மேசையில் வைத்துவிட்டுக்

2. வந்தனம்

3. சகோதரன்

கண்ணாடிக் குவளைகளையும், ஸ்டில், சோடா வாட்டர் போத்தல்களையும் பரவினான். அல்கஹோல் செறிவான 'ராக்கி'யுடன் 50:50 தண்ணீர் கலந்து பருகுவதே பொதுமரபாம்.

வொட்காவைப் போன்றே நிறமற்று இருக்கும் 'ராக்கி'யை கண்ணாடிக் குவளையுள் ஊற்றிவிட்டு அதனுள் சோடா நீரைச் சேர்க்கவும் அது கள்ளின் நிறத்துக்குமாறி 'முதல் மாயம்' பண்ணியதுடன் கூடவே கராம்பின் வாசத்தையும் கிளப்பியது. இணைப்பு உணவாக ஆவியில் அவித்த 'ஸல்மோன்' மீன் ஃபிலேயை அவனும், எண்ணெயுள் அமுக்கிப் பொரித்த 'டொறாடோ' மீனை நானும் வருவித்தோம். குடித்துவிட்டு மேசையில் வைத்த கண்ணாடிக் குவளையின் அதிர்வு ஓயமுதலே நடுமண்டைக்குள் 'ஜிவ்'வென்று சுகமாக ஏறியது. ஒரு ரவுண்ட் உள்ளே இறங்கியதும் எமக்குள் ஹீலியம் வாயு புகுந்துவிட்டதைப் போலிருந்தது. பின் நண்டைப்போல் எட்டுத் திசைகளிலும் அசைந்தபடி மிதக்கத் தொடங்கினோம். அருந்தகத்தில் அவர் களின் 'பெல்லி–டான்ஸு'க்குரிய இசை வைத்திருந்தார்கள். நேரம் ஆக ஆக அந்த இசைமாறி சல்லாப லயங்கள் இழைந்ததும், சிருங்கார ரஸங்களைக் கிளர்த்துவதும், வேறொரு லாகிரி உலகத்துள் இட்டுச்செல்வதுமான ஸ்ருதி சந்தங்களுடன்கூடிய அங்கே வைக்கப்படாத புதியவகைச் சங்கீதங்கள் எமக்குக் கேட்கத் தொடங்கின. ராக்கி முழுவதும் உள்ளே போனதும் கபாலத்துள் வெள்ளொளி பிறந்து அது 360 ஆரையன்களிலும் கசிவது போலிருந்தது.

❍

சீருந்தைப் பிடித்துத் தொடருந்து நிலையத்துக்கு வந்தேனோ, இல்லை கால்களில் வந்தேனோ, வீட்டுக்குப் போகவேண்டிய தொடரிக்குள் இருந்தேன்.

எனக்கு எதிரேயிருந்த ஆசனத்தில் நாற்பது வயது மதிக்கக்கூடிய வெள்ளையர் ஒருவர் பகுமானமாக அமர்ந்திருந்தார். ஒருவேளை உல்லாசப் பயணியாக இருப்பாரோ . . . இல்லை இருக்காது. அவர்களது தேசத்தில் நானல்லவா பரதேசி. உடனே என்னைத் திருத்திக்கொண்டேன். அவ்வப்போ அவர் என்னைப் பார்த்து முறைப்பதைப் போலவும், புன்னகைப்பதைப் போலவும் இருந்தது.

கொஞ்சநேரம் வெளியே ஜன்னலூடே வெளியே பார்த்துக் கொண்டிருந்தவர் திடீரென நினைப்பு வந்தாற்போல் தன் கோட் உறையிலிருந்து நாவல் ஒன்றை எடுத்துப் படித்தார். ஒரு பக்கம்கூடப் படித்திருக்க மாட்டார். மீண்டும் உள்ளே வைத்து விட்டார். மொக்கையாக இருந்திருக்கும்போல.

அவருக்கு நான் 'ஜோஹிம்' என நாமகரணம் செய்திருந்தது அவருக்குத் தெரியாது. அவர் தன் இருபதுகளில் காதலியுடன் ஏற்பட்ட மனமுறிவினால் 'இறையியல்' படித்துக் குருநிலைக்குப் போய்ப் பின்னர் மனம்மாறிக் காதலுக்கே மீண்டவரா யிருப்பார். இப்போது இரண்டு பிள்ளைகளும் இருக்கலாம், பின் அவளைவிட்டு மீண்டும் தனித்த வாழ்க்கைக்குத் திரும்பியு மிருக்கலாம். மீசையையும் சேர்த்து மழுங்கச் சௌவுரம் செய்திருக்கும் இவர் இராணுவத்துக்குப்போய் துப்பாக்கிப் பயிற்சி எல்லாம் எடுத்திருக்க மாட்டார்.

மனம் முகில்போல் அலைந்துகொண்டிருக்கிறது, நான் அவதானிக்காமல் இருந்துவிட்டேன்போல. எந்த நிலையத்தில் ஏறினாரோ தெரியவில்லை, இப்போது ஒரு புதியபெண் என் எதிர்வரிசையில் ஆசனங்களின் நுனிப்பக்க இருக்கையில் அமர்ந்திருந்தார். பெண் என்பதாலாயிருக்கலாம் அவர் என்னைப் பார்க்கவில்லை. நான் அவரை அவதானித்தேன். அதுவும் நான் ஆண் என்பதால் அல்ல. அவர் பூசணிவிதையின் முகவெட்டுடன் ஆன் ஃபிராங்கின் சாயலில் பார்க்கும்படியாக இருந்தார். அத்துடன் அவருக்கு மார்க்ஸிம் கார்க்கியின் 'தாய்' நாவலில்வரும் நீலவ்னாவைப்போலப் புருவத்தில் ஆரம்பித்து நடுநெற்றிவரை நீளும் ஒரு ஆழமான தழும்பும் இருந்தது. அவ்வடு அவருக்கு ஒரு மிதியுந்துக்காரன் மொத்தி வீழ்த்தியதாலோ, குளிப்பறையில் வழுக்கியதாலோகூட ஏற்பட்டிருக்கலாம். 'தாய்' நாவலைப் படித்த பின்னால் இப்போ எந்தப் பெண்ணினதும் முகத்திலோ நெற்றியிலோ தழும்பைப் பார்த்தாலும் அவள் குடிகார முரட்டுப்புருஷன் அவள்மீது பாத்திரம் எதையாவது விட்டெறிந்திருப்பான் என்கிற எண்ணமும், வருத்தமும்தான் வருகின்றன. ஆனால், நிஜத்தில் 'பாதிக்கப்பட்டவர்கள்மீது எமக்கெழும் அனுதாபம் அவர்களுக்குப் பிடிப்பதில்லையாம், பதிலாக அவர்களை எரிச்சலடையவே செய்கின்றது' என்கிறது நவீன உளவியல். இந்த இயல்களை மீறியும் எனக்கெழும் அனுதாபத்தை என் செய்வேன்?

நான் கண்ணயர்ந்த வேளையிலாயிருக்க வேண்டும், ஏராளம் முகில்கள் வண்டிக்குள் நுழைந்திருந்தன. யாருக்கும் எந்த இடையூறும் பண்ணாமல் அவை தம்பாட்டுக்கு எண்ணங்களைப் போல மிதந்துகொண்டிருந்தன. எண்ணங்களுக்கும் முகில்களுக்குந்தான் என்னே ஒரு ஏர்வை[1] ஐயகோ ... இப்படித்தான் அப்பப்போ என் எண்ணங்கள் செந்தமிழாகத் திரிந்துவிடுகின்றன, செந்தமிழாவது

1. பொருத்தம்

பரவாயில்லை. என் தாத்தாவுக்குக் 'கோப்பறேசன்'[1] பூட்டி அவரை வெளியே விட்டுவிட்டால் தன் மிலிட்டரி இங்கிலீஷில் சீறிக்கொண்டு வீடுவந்து சேர்வார். போதையேறவும் பிறிதொரு பாஷை மூளையை ஆக்கிரமித்து ராஜ்ஜியம் பண்ணுவதன் மர்மம் இன்னமும் எந்த இலக்கியரதும் பெருங்கதையாடலுக்கும் உட்பவில்லை.

எந்த வார்த்தையுடன் என்ன விஷயத்துடன் யாம் சம்பாஷிக்கத் தொடங்கியிருந்தோம் என்பது நினைவில் இல்லை. எனினும் யாம் ஏதோவொரு கணத்தில் இயல்பாகச் சம்பாஷிக்கத் தொடங்கியிருந்தோம். அப்பெண்ணின் பெயரை நான் கேட்ட போது, என்ன அதிசயம் 'நீலவ்னா' என்றார். 'தாய்' நாவலில் வரும் தாயின் பெயரல்லவா . . . அது உங்களுக்குத் தெரியுமாவெனக் கேட்க உன்னினேன், பின் சடுதியில் அடக்கிக்கொண்டேன். கேட்டிருந்தால் பயல் தன் மேதாவித்தனத்தை எழுப்பிக் காட்டுகிறான் என நினைத்திருப்பார். நீலவ்னா ஹொஸ்டலில் தங்கிப் படிக்கும் தன் மகளைப் பார்த்துவிட்டு வருவதாகச் சொன்னார். அவரது காலடியில் வைத்திருந்த பையிலிருந்து கொஞ்சம் லீக்ஸ¬ம், றொகோலாக் கீரையின் தளிரிலைகளும் சேர்ந்துகொண்டு வெளியே எட்டிப் பார்த்தன. இப்போது எனக்கு 'இப்படித்தான் அநேகமான பெற்றோர்களின் காலங்கள் பிள்ளைகளுடனேயே கரைந்துபோகின்றன' எனச் சொல்ல வேண்டும் போலிருந்தது. சடுதியில் 'பிள்ளைளுக்கு இன்னும் இன்னும் அதிகமாக உங்கள் நேரத்தைத் தாருங்கள்' எனும் சமூக சேவைப்பிரிவின் அறிவித்தல்கள் நினைவுக்குவர அதையும் அடக்கி நிறுத்திவிட்டேன். ஒருவேளை அப்பிடி நான் சொல்லியிருந்தால் அவர் ஒரு புன்னகையுடன் ஆமோதித்துவிட்டு உள்ளுக்குள் என்னையொரு 'முட்டாள் பயல்' என நினைத்திருக்கலாம்.

டிஷ்–அன்டெனாக்கள் போலிருந்த தன் செவியின் சோணைகளை பேசுபவர்களின் பக்கமாக மாறிமாறித் திருப்பிக் கொண்டிருந்த ஜோஹிம், நீலவ்னா என்னுடன் பேசும்போது அவரது தழும்பைக் கவனித்திருக்க வேண்டும். "என் தாயாருக்கும் இதேயிடத்தில் கிடந்த 'வடு' அவரது வாழ்க்கையையே மாற்றிப் போட்டுவிட்டது," என்றார். 'அந்த வடுவை உண்டுபண்ணிய அப்பாவை அவர் விரட்டி விட்டாராக்கும்' என்று நினைத்தேன். ஆனால், தொடர்ந்து அவர் சொன்ன கதை என் கற்பனையை விடவும் வேறாக இருந்தது.

"அம்மாவுக்கு தான் ஒரு சினிமா நக்ஷத்திரமாக வேண்டு மென்பது இளவயதிலிருந்தான கனவாக இருந்தது. நெற்றியிலிருந்த

1. அன்றைய யாழ் வழக்கில் கள்ளுக் கொட்டகை.

அந்தத் துக்கிரி வடுவினால் அவரை எந்த சினிமா நிறுவனமும் சேர்த்துக்கொள்ள மறுத்துவிட்டன, அவரது கனவுகளும் கலைக்கப்பட்டுவிட்டன."

"இப்போதாயின் அது ஒரு பிரச்சனையாகவே இருந்திருக்காது, அந்த அளவுக்கு எந்த வடுவையும் இல்லாமலாக்கிவிட மேக்–அப்பிலும் நவீன விஞ்ஞானத்தின் பயன்பாடு கைகொடுக்கு மாக்கும்."

அதன்பின் மௌனமாகிவிட்ட அவரை யாரும் அவ்'வடு' ஏன், எதனால், எப்படி அவருக்கு ஏற்பட்டதென்று உசாவவில்லை.

நான் சாதுரியமாக விஷயத்தை மாற்றி அவரிடம் எனக்கு என்னவென்ன விஷயங்களெல்லாம் பிடிக்கும் என் அக்கறைகள் என்னவென்ன என்பதை விளம்பிக்கொண்டிருந்தேன். அவற்றுள் மோஸாட், ஜஃக்ஜித்சிங்–கஸல்ஸ், டெஸ்லா–மகிழுந்து, டென்னிஸ், ஒடியல்கூழ், அக்கார அடிசல், ஹெமிங்வே, காம்யூ, செக்கோவ் என்பன மட்டும் காதில் மெலிதாய் ரீங்கரிக்கின்றன.

ஜோஹிமும் தனக்கு "பேஹாக், கல்யாணவசந்தம், பிருந்தாவனசாரங்கா, ரேவதி, லதாங்கி, யமன்கல்யாணி, காபி, பாகேஸ்வரி, கீரவாணி, மதுவந்தி ராகங்கள் எல்லாம் ரொம்பப் பிடிக்கும், அதைவிடவும் . . . ஃபிடிலோ, செலோவோ ஹார்ப்பையோ வாசிப்பது இளம்பெண்களானால் அந்தக் கைகள் வில்லைப் பிடித்திருக்கும் லாவகமும், அவைகளின் நளின அசைவுகளும் நடனங்களும் நிரம்பப் பிடிக்கும்" என்றார்.

நீலவ்னாவுக்கும் ஜோஹிமுக்கும் நடுவில் அளவான உடம்பும், பச்சைக் கண்களுமுடைய இன்னொரு பெண்ணும் அமர்ந்திருந்தார். அவருக்கு எடுப்பான மோவாயும் உதடுகளும் அமைந்திருந்தன. அடர்ந்த, அலைகளோடிய வெண்கேசத்தைக் கொஞ்சம் குள்ளமாக வெட்டியிருந்தார், சிரித்தால் இன்னமும் பொலிவாகவும் அழகாயுமிருப்பாரோ என்றிருந்தது. எம் பேச்சுக் களை ரசித்துக்கொண்டு வந்திருக்க வேண்டும். இடையிடையே எதையோ சொல்வதற்கு விரும்புபவர் போலவும், வந்த சிரிப்பை அடக்குபவர் போலவும் அவரது முகபாவங்கள் மாறிக் கொண்டிருந்தன. அவர் தன் இளமைக்கால நினைவுகளில் தோய்ந்திருக்கலாம். தன் காதலனிடம் கிடைத்த முதல் முத்தத்தை, அவன் முதன் முதலாக இடுப்பில் கைவைத்த சுகத்தை, கட்டித் தழுவியதை, கல்லூரி நண்பர்களின் சல்லாபப் பேச்சுக்களை, அவர்கள் பண்ணிய சில்மிஷங்களை மீட்டு அவற்றில் தோய்ந்து கொண்டும் வந்திருக்கலாம். நான் அவருக்கு என்ன பெயர் வைக்கலாமென யோசித்துக்கொண்டிருக்கையில் . . .

ஜோஹிம் தன் பேச்சைத் தொடர்பவர்போல் "என்றாலும் வாழ்க்கையில் நான் பார்த்த காட்சிகளை நீங்கள் எவரும் பார்த்திருக்கவே முடியாது" என்றார்.

'அப்படி என்ன உன்னதமான காட்சியைத்தான் பார்த்தீர்கள்' எனக்கேட்க நினைக்கவும் அவராகவே வலிந்து,

"என் நண்பனின் காதலியை என் இன்னொரு நண்பனின் கட்டிலில் பார்த்தேன் ... ஜா" என்றார்.

நடுவிலிருந்த பெண் திடுப்பென உயிர்த்து "அந்தப் ஃபெர்டினான்ட் எனக்கு என்ன பண்ணினான்னு உங்களுக்குத் தெரியுமா" என்றார், கடுப்பான குரலில். அவர் முகம் சடுதியில் வெளிறியிருந்தது.

"ஏம்மா அப்பிடி என்னதான் அந்த ஃபெர்டினான்ட் பண்ணினான்," என்றேன் குரலில் தண்மை சேர்த்து.

உடனே இருக்கையைவிட்டு எழுந்தவர் முன்னே சாய்ந்து என்னைக் கட்டி அணைத்துக்கொண்டு கேவி அழலானார். என் ஷேர்ட் முழுவதும் அவர் உதட்டுச் சாயமும். மஸ்காராவும். கண்ணீரும் கலந்து அழுந்த அவர் காதருகே மெதுவாக "ஆமா ... ஃபெர்டினான்ட் என்ன பண்ணினான் டியர்" என்றேன் மறுபடியும்.

அணைப்பை விலக்கி என் முகத்தைப் பார்த்தார்.

"அப்போ ... உனக்கும் அந்த ராஸ்கலைத் தெரியுமா?" என்றார் கண்களில் வியப்போடு.

"ஆமா ... அவனும் எங்கள் வீதியில்தான் குடியிருந்தான்."

எங்கிருந்துதான் வருகின்றனவோ இந்தப் பொய்கள்.

அவர் குரலைத் தணித்துக்கொண்டு ஒரு சிறுமி முறை யிடுவதைப்போலத் தலையை ஆட்டியாட்டி.

"என் பாட்டுக்குத் தேமேயென்று பள்ளிக்கூடம் போய்க் கொண்டிருந்தேனா, அந்த ராஸ்கல் என்னைப் பசப்பி வம்புக் கிழுத்து காதலிக்கிறேன் பேர்வழி என்று ஆரம்பித்து என்னை மயக்கி எல்லாத்தையும் காட்டிப்போட்டு (அனைத்தும் வார்த்தைப்படுத்த முடியாத பாலியல் வர்ணனைகள்.) கடைசியில் ஏமாத்திட்டான் ... ஜா."

பொ. கருணாகரமூர்த்தி

மேலும் உதிர்ந்த கண்ணீரை டிஸுவை எடுத்துத் துடைத்துக் கொண்டார்.

நான் அவர் தோளில் தட்டி எத்தனை சமாதானப்படுத்தியும் தொடர்ந்து விம்மிக்கொண்டே வந்தார்.

ஜோஹிமின் மௌனத்திலிருந்து அவர் தன் 'தரிசன'த்துக்காக அருவருப்படைகிறாரா, அருகிலுருக்கும் ஏமாற்றப்பட்ட பெண்ணுக்காக அனுதாபப்படுகிறாராவென்பது தெரியவில்லை.

முகில்கள் நிறைந்திருந்த உந்துக்குள் மீண்டும் அமைதி கசிந்து நிறையலாயிற்று. தொடரூந்து லின்டன், கஸ்டானியன் மரங்கள் செறிந்தவொரு பிரதேசத்தால் நகர்ந்துகொண்டிருந்தது. இருப்புப்பாதையின் கீழாக பாலங்களினூடு புகுந்த வீதிகளிலும் வெளியேறிய வீதிகளிலும் வாகனங்கள் வெளிச்சப் புள்ளிகளோடு விரைகின்றன. இன்னும் பாதையின் கீழாகப் பள்ளத்திலுள்ள சிறுநகரத்தின் குடியிருப்புகளிலிருந்து வரும் வெளிச்சத்துளிகள் மின்மினிகள் அலைவதைப்போல் அலைகின்றன. அம்மின்மினிகள் எனக்கு அடர்காடு ஒன்றினூடாகப் பயணிப்பதைப்போன்ற பிரமையைத் தந்தன. இப்போதெல்லாம் எனக்குக் காடுகளில் இயற்கையோடு வாழவே மனம் அவாவுகிறது. நான் வனத்துக்குத் திரும்புதல் பற்றிச் சிந்திக்கத் தொடங்கினேன்.

○

இலையுதிர்காலம், வெளியில் புல்வெட்டுகிறார்களோ, இலைச் சருகுகளை உறிஞ்சுகிறார்களோ அவர்களது குட்டிச் சில்வண்டு மெஷின் எழுப்பிய இரைச்சலில் என் தூக்கம் கலைகிறது.

என் படுக்கையில் கம்பளிப் போர்வைக்குள் இருக்கிறேன், பரிச்சயமான படுக்கை. ஓ… இது என் வீடுதான், குசினியிலிருந்து மனைவியின் குரலோடு, நல்ல மீன் பொரிக்கும் வாசமும் சேர்ந்து வருகிறது.

அவளுக்குக் கேட்கும்படியாகச் சத்தமாகக் கேட்டேன்:

"குட் மோணிங் . . . ஸ்வீட்டி . . . எப்போ நான் வீட்டுக்கு வந்தேன் . . ."

"நேற்றிரவும் நீங்கள் 'புத்தி'யுடன் வரவில்லை." குரலில் இணைவிகிதத்தில் பரிகாசமும் கடுப்பும். அதாவது குடிக்காமல் வரவில்லையாம், அவள் பர்ஸிக்காரி, வார்த்தைகளைப் பர்ஸியி லிருந்து மொழிபெயர்த்துத்தான் பேசுவாள்.

“அப்போ ... எப்படி வந்தேன் ஹனி?”

“நான் உரத்துத் தூங்கிக்கொண்டிருந்தேனா உங்கள் கூட்டாளி ஆந்திரேயோ ... அயிடினோ குறுந்தாடிவைத்த ஒரு கடுவன் சீருந்தில் இட்டுக்கொண்டுவந்து பறித்துவிட்டுப் போனான்.”

நிஜந்தானோ ... எழுந்து என் பர்ஸைத் திறந்து பார்த்தேன். அதனுள் நான் எடுத்துச்சென்ற 50 இயூரோத்தாளும், வங்கிஅட்டை, அறிமுக அட்டை அனைத்தும் அப்படியே இருந்தன.

❍

மூகரம்
5, கனடா. 2016

ஜிமிக்கி ஸ்பெஷலிஸ்ட்

யாழ்ப்பாணம் நகரில் கன்னாதிட்டி நகைக் கடைகளுக்குப் பிரசித்தமான சதுக்கம். ஒருகாலம் இந்திய வணிகர்களின் வைரமாளிகை, கல்யாணி ஆபரணமாளிகை, நிர்மலா ஜுவலர்ஸ் போன்ற பெரிய ஸ்தாபனங்கள் எல்லாம் அங்கேதான் நிரை அமைத்திருந்தன. காசிலிங்கப்பத்தர், மாசிலாமணிப் பத்தர் என இரு கூட்டுமுதலாளிகளால் நிறுவப்பட்ட காதம்பரீஸ் நகைமாளிகையும் அவற்றுக்கு இணையாக ஓங்கி வளர்ந்து நின்றிருந்தது. அவர்கள் இருவரிலும் பத்தாவது படித்திருந்த மாசிலாமணி இவ்வியாபாரத்தின் நெளிவுசுளிவுகள் அதிகம் தெரிந்தவர் என்பதோடு நல்ல வாயாடி. நளினமான வார்த்தைகளில் சோடனைகளிட்டு வாடிக்கை யாளர்களைச் சொக்கவைத்து வியாபாரம் பண்ணத் தெரிந்தவர். பேச்சோடு பேச்சாக அவர்களின் பிறந்த தேதியைக் கேட்பார் பின் அவற்றின் இலக்கங் களைக் குறுக்குமறுக்காகக் கூட்டி கண்களை மேலே சொருகிச் சிந்திக்கும் பாவனையுடன் அவர்களுக்கு ஜோசியமும் இராசிக்குப் பொருத்த மான இரத்தினக்கற்கள் எவையென்றும் சொல்லி மயக்குவார். “எட்டாந்தேதியில் பிறந்த நீங்கள் புஸ்பராகம் பதித்து ஒரு மோதிரம் மட்டும் அணிந்துகொண்டீர்களாயின் உங்கள் ஜீவிதபாடுகள் அனைத்தும் ஒரு மாசத்திலேயே தகர்ந்துவிடும். மஹாலக்ஷ்மி உங்கள் வீட்டுக்கூரை மேலாகக் கொண்டுவந்து தங்கத்தாரையாகவே பொழியத் தொடங்கிவிடுவாள் அதுக்குப்பிறகு திருகோணத்தில் பிறந்த நீங்கள் ஒருகோணம் ஆளாட்டிப் பாருங்கோ”

என்று சொல்லி வார்த்தை வசியம் வைப்பார். "இப்படித்தான் இரண்டு வருஷத்துக்கு முன்னால கொக்குவிலில் தினப்படி சீவியத்துக்கே சிங்கியடித்த ஒரு பக்கிரி என்ர அட்வைஸில புஷ்பராகம் பதித்த ஒரு மோதிரம் வாங்கிப் போட்டார், மனுஷன் இப்போ முழு யாழ்ப்பாணத்தையும் வாங்கிப்போடுற றேஞ்சுக்குப் போட்டுதுங்கோ" என்பார்.

ஜனங்களுக்கு சிங்கப்பூர் நகைகள் மேல் மோகம் வளர்ந்த ஒரு நேரத்தில் நேரடியாக அங்கிருந்தே நகைகளை வருவித்துச் சந்தைப்படுத்தினார். யாழ்ப்பாணத்தில் மெஷின்வெட்டில் உருவாக்கப்பட்ட காப்புகளையும் சங்கிலிகளையும் அறிமுகம் செய்தார்கள். தாலிக்கொடியின் சவரன்களில் இருக்கும் ஜோர்ஜ் மன்னர்கள் ஒருவரை ஒருவர் பார்த்தபடி தொங்குவார்கள் அல்லவா, அவர்களில் இடதுபுறமாகப் பார்ப்பவரே அசல் இங்கிலாந்துப் பவுணில் வார்க்கப்பட்ட ஜோர்ஜ் மன்னர். ஒருவர் முகத்தை மற்றவர் பார்க்க வேண்டும் என்பதற்காக வார்க்கப்பட்ட மற்றவர் சிங்கப்பூரிலிருந்து வரவழைக்கப்பட்ட நகலாவார். சவரன்களின் இறக்குமதியில் வலம்பார்த்த ஜோர்ஜ் மன்னர்கள் கிலோக்கணக்கில் காதாம்பரீஸினூடாக வந்து இறங்கினார்கள். காதம்பரீஸின் கொள்முதல்களுக்கான அந்நியச் செலவாணி இங்கிலாந்து, ஜெர்மனி நாடுகளிலிருந்து இவருக்கு வேண்டப்பட்டவர்களால் சிங்கப்பூருக்கு டொலர்களாக அனுப்பப்பட அவற்றுக்குப் பகரமான தொகை உள்ளூர் நாணயத்தில் இங்கே உரியவர்களுக்கு இறுக்கப்படும்.

காசிலிங்கத்தார் இயல்பில் அப்பாவி. வாயடிவித்தைகளும் அவ்வளவு வராது. வியாபாரத்தில் பாகஸ்த்தரின் வாக்கு வேதம் அவருக்கு. காசிலிங்கத்தார் வைத்திருந்த நம்பிக்கையையும் அவரது ஆங்கில அறிவின்மையையும் மாசிலாமணி பயன்படுத்தி வியாபாரத்தில் கொஞ்சம்கொஞ்சமாகக் கையைவிட்டுருவி விளையாடி நாளடைவில் மொத்தமாக அவரைக் கழற்றிக் கொண்டுவிட்டதுவும் இக்கதை முன்நிகழ்வு.

காதம்பரீஸைவிட்டு வெளியேற நிர்பந்திக்கப்பட்ட காசிலிங்கப்பத்தருக்கு மீளவும் முன்புபோல் அலைந்து திரிந்து தொழில் பண்ணும்படியாயிற்று. அவர் உள்ளூர்ப் பொன்னாசாரிகளைக்கொண்டு நகைகளை இணக்குவித்து யாழ்ப்பாணம், கொழும்பு, கண்டி, வவுனியா, திருகோணமலை, மட்டக்களப்பு நகைக்கடைகளின் தேவைகட்கு விநியோகம் செய்ய ஆரம்பித்தார்.

யாழ்ப்பாணத்தில் ஒருகாலம் ஜிமிக்கி என்றால் நாணயமிக்க காசிலிங்கப்பத்தரின் பெயர்தான் பிரசித்தம்.

மெல்லமெல்ல அவர் பெயரே 'ஜிமிக்கி காசிலிங்கப்பத்தர்' என நிலைக்கலாயிற்று. பத்தர் ஒருமுறை தன் வியாபார மும்முரத்தில் திருச்சிராப்பள்ளியிலிருந்து வந்து கன்னாதிட்டி வட்டகையில் புதிதாக அறிமுகமாகியிருந்த ஆசாரியார் ஒருவரைக்கொண்டு 100 சோடி ஜிமிக்கிகள் இணக்குவித்தார். புதியவர் உள்ளூர் ஆசாரிகளைவிடக் குறைச்சலான கூலிக்கு இணக்கித்தரச் சம்மதித்தபோதுகூட அவர்மேல் காசிலிங்கப்பத்தருக்குச் சந்தேகம் வரவில்லை. அப்புதிய ஆசாரியாருக்குத் தவறுதலாக நேர்ந்ததோ, இல்லை தெரிந்துதான் தங்கத்துள் செம்பை அள்ளிவிட்டாரோ இருக்கவேண்டிய மாற்றுக்கு ஜிமிக்கிகள் இருக்கவில்லை.

காப்பு, மோதிரம் போன்ற ஒட்டுவேலை குறைவான நகைகளை 22 காரட்டில் இணக்கலாம். சங்கிலி, நெக்லஸ் பதக்கம் தோடு ஜிமிக்கி போன்றவற்றில் அதிகம் ஒட்டுவேலைகள் இருப்பதால் ஒட்டுவதற்குத் தேவையான வெள்ளியைச் செம்பைக் கலக்கையில் அவற்றின் மாற்றுக் குறைந்து அவை 20 காரட்டாகிவிடுவது இயல்பான விஷயம்தான். ஆனால், இவ்வாசாரியாரின் உருப்படிகள் 18 காரட்டுக்கு இறங்கியிருந்தன. காசிலிங்கப்பத்தர் அவற்றைக் கொண்டுபோய் தயக்கத்தோடு மாசிலாமணியிடம் கொடுக்க, சந்தேகத்தில் அவரும் தீற்றிச் சோதித்துவிட்டு 'என்னங்காணும் 18 காரட்தானே பேசுது . . . ம் . . .' என்று உதட்டைச் சுழித்துவிட்டு நிர்த்தாட்ஷண்யமாக அத்தனையும் திருப்பிவிட்டார்.

'இந்தத் தடவை புதுஆள் வேலை, ஏதோ கொஞ்சம் பிசகிப்போச்சு' என்று மெழுகிப் பார்த்தார் காசிலிங்கப்பத்தர். அவர் மசிவதாய் இல்லை. மாசிலாமணியின் யோக்கியாம்சங்கள் முழுவதும் அறிந்த காசிலிங்கப்பத்தருக்குக் கவலையாக இருந்தது.

இருவரும் கூட்டுவியாபாரம் செய்த காலத்தில் ஒருமுறை ஒரு இளைஞன் அவரிடம் மோதிரம் ஒன்றை விற்பதற்காகக் கொண்டுவந்தான். அதை வாங்கி கண்ணுக்கு அணுக்கமாகப் பிடித்துப் பார்த்த மாசிலாமணி அதைத் தீற்றிப் பாராமலே "என்ன தம்பி 18 காரட்டுக் கூடத்தேறாது போலக் கிடக்கு. எங்கே வாங்கின்னீர், உம்மை நல்லாய்ப் பேய்க்காட்டிப் போட்டாங்கள் ஐசே" என்றார்.

"அப்பிடிப் பேய்க்காட்டினதென்றால் அது நீங்களாய்த்தான் இருக்கும்."

"என்ன சொல்லுறீர், சாய் ஒருநாளும் இது எங்கட வேலை யாயிருக்காது, எங்கடை வேலை கையில் எடுத்தவுடன தெரியும் என்ன, எதிரியின் கையில்தான் இருந்தாலும் லக்ஷ்மியின் அம்சம்

அது. எங்களுக்குத் தங்கத்தின் மாற்றோட விளையாடிற பழக்கம் இல்லை. நாம் என்றைக்கும் மாற்றுக்குறைஞ்ச நகைகளை வாங்கிறதுமில்லை, விற்கிறதுமில்லை” என்று உதட்டைச் சுழிக்கவும் மோதிரக்கார இளைஞன் படியில் இறங்கிக் கடைக்கு வெளியே வந்து அவர்களின் முகப்புப் பலகையைப் பார்த்துவிட்டுவந்து கேட்டான்:

“ஐயா இந்தக் கடைக்கு போன ஆண்டும் இதே பெயர்தானே இருந்தது.”

“ஓமோம் . . . இதே பெயர்தான் ஒருமாற்றமும் இல்லை” என்றார் மாசிலாமணி. பின்னர் அவன் சூதானமாகத் தன் பர்ஸிலிருந்த காதாம்பரீஸில் அம்மோதிரம் வாங்கிய சிட்டையை எடுத்து அவரின் மேசையில் வைத்தான்.

மொக்கேனப் பட்டுக்கொண்டிருந்த மாசிலாமணியை உள்ளேயிருந்து வந்த உதவியாள்தான் காப்பாற்றினார்.

மோதிரத்தைக் கையில் வாங்கிப் பார்த்த உதவியாள் தானும் யோசிப்பதுபோலக் கண்களை மேலே சொருகி பாவ்லா பண்ணி விட்டு “ஐயா . . . ஒரு கஷ்டமர் கொஞ்சம் பெரிசாக்கிறதுக்குக் கொண்டுவந்து தந்திருந்த ஒரு மோதிரத்தை நீங்கள்தான் தவறுதலாக விற்றுவிட்டீர்கள், அப்புறமா அவருக்கு நாங்கள் புதிசாய்ப் பண்ணிக் கொடுத்தோமல்லா, மறந்திட்டீங்களா . . . இதுதான் ஐயா அந்த மோதிரம்” என்றவர் இளைஞனைப் பார்த்து “என்ன தம்பி ஒரு இரண்டு வருஷம் இருக்கும் என்ன” எனவும் அவனும் சிட்டையுடன் சரிபார்த்துவிட்டும் ‘இருக்கும் இருக்கும்’ என்றான்.

இப்படியான மாசிலாமணியின் ஆரியக்கூத்துக்கள் முழுவதும் அறிந்தவர் காசிலிங்கப்பத்தர்.

மாலை நாலு மணியாகிவிட்டிருந்தும் பகல் முழுவதும் நகரத்தின் தார்வீதிகளால் வாங்கிச் சேமித்து வைத்துக்கொண்ட உஷ்ணத்தின் தகிப்பு இன்னும் கனன்று கொண்டிருந்தது. எதிரில் கல்லூரி முடிந்து கொன்வென்ட் கல்லூரி மாணவிகளும், வேம்படி மகளிர் கல்லூரி மாணவிகளும் கலந்து வந்துகொண்டிருந்தனர். காலையில் குடித்த கோப்பிக்குப் பிறகு பகல் முழுவதும் ஒன்றுமே இன்னும் சாப்பிடாதது நினைவுக்கு வந்தது.

காங்கேசன்துறை வீதியில் நேராக தாமோதர விலாஸை நோக்கி நடந்தன அவரது கால்கள். முதுகுப்பக்க பெனியன் ஷேர்ட்டுக்குள் வியர்வையில் தோய்ந்துவிட்டிருந்தது. அங்கே இட்லிக்குச் சொல்லிவிட்டுக் காத்திருந்தார்.

100 சவரன்களுக்குக்குமேல முதல்விட்டு இணக்குவித்த சரக்கைத் தள்ளமுடியாது போனால் பெருத்த நஷ்டமாகிவிடும், அடுத்த வேலைகளுக்கான முதலும் முடங்கிப்போய்விடும் முன்னொரு நாள் கடையின் 'அடுத்தாட்கள்', வாடிக்கையாளர்கள் இருக்கையில் மோதிரம் விற்கவந்த இளைஞனால் மொக்கேனப்பட்ட மாசிலாமணியின் நினைவுதான் அவரின் மனதில் திரும்பத்திரும்ப வந்துகொண்டிருந்தது. தானொரு யோக்கியவானென்று இன்றைக்கு நடிக்கிறார். யாழ்ப் பாணத்தைப் பவுனாக்கினாலும் வாங்கிப்போடக்கூடிய மாசிலாமணி தன்னுடைய சரக்கைத் திருப்பிவிட்டது பெரும் வெப்பிகாரமா யிருந்தது.

கண்டுபிடிக்கப்பட்ட காலத்திலிருந்தே தன் பளபளப்பையும் ஜொலிப்பையும் மதிப்பையும் தேவையையும் இழந்துவிடாத ஒரே உலோகம் தங்கம். சர்வதேசச் சந்தையின் நிதிநிலவரத்தையே நிர்ணயிக்கும் இத் தகதக உலோகத்துக்கு என்றைக்கும் தீராத தேவை இருந்தாலும் எல்லா நாடுகளிலும் அதை அடித்து ஆபரணங்களாக உருமாற்றிக் கிலோக்கணக்கில் விற்பனைசெய்யும் முதலாளிவர்க்கத்தினர்தான் ஆண்டுதோறும் கோடாதிபதிகளாக மாறிக்கொண்டிருக்கின்றனரேயன்றி அதை ஆபரணங்களாக வார்த்துக்கொடுக்கும் தொழிலாளர்கள் பொன்னாசாரிகளின் வாழ்வுநிலை மாறுவதே இல்லை. ரியல் எஸ்டேட் முதலீட்டாளர்கள் ஆண்டுதோறும் கோடாதிபதிகளாக மாறிக்கொண்டிருக்க, அவர்களை உயர்த்திவிடும் கொத்தன்களும் சித்தாள்களும் எப்படி வாழ்நிலையில் மாறாமல் இருக்கிறார்களோ அதைப்போன்றே இந்தப் பொற்றொழிலாளர்களில் செம்பகுதியினர் என்றைக்கும் அன்றாடங்காய்ச்சிகளே.

தங்கத்தில் வியாபாரம் என்று பேச்சு. அவனவன் தரகு, சேதாரம், கூலி என்று பிடுங்கல்கள் போகப் புண்ணாக்கு வியாபாரத்தில் வரும் இலாபம் உண்டோவென்றால் கிடையாது. தங்க வியாபாரத்தை விட்டுவிட்டுப் புண்ணாக்கு மண்டி ஒன்று ஆரம்பித்தால் பரவாயில்லை, மாரிகாலத்திலாவது ஏதோ நாலுகாசைப் பார்க்கலாமே என்றிருந்தது. கூலியில் கொஞ்சம் ஆதாயத்தைப் பார்த்து அவசரப்பட்டு மொத்தத் தங்கத்தை அவனிடம் கொடுத்ததும் எத்தனை முட்டாள்த்தனம். நூறு பவுனுக்கும்மேல் வியாபாரமாகாமல் தொங்கிப் போச்சென்றால் சமாளிப்பதுவும் கஷ்டமாகிவிடும். இனிமேல் 18 காரட்டே தேறும் இத்தனை ஜிமிக்கிகளையும் உருக்கிப் புடம்போட்டு வழமையான *22 காரட்டாக்குவதில் 20 பவுண்வரையில் கரையும், ஐந்து இலக்ஷம் ரூபா இழப்பேற்படும்.* ஆடிகழிந்து ஆவணி தொடங்கவும் அடுத்துக் கல்யாண முகூர்த்தங்கள் வரப்போகின்றன. ஒரு பத்து

வனம் திரும்புதல் 163

தாலிக்கொடிகளாவது இழைப்பித்திருக்கலாம் . . . சே, என்ன முட்டாள்த்தனம் இவனிடம் போய் மாட்டிக்கொண்டோம். தன்னையே நொந்துகொண்டிருந்தார்.

அப்போது இவருக்கு மேசையின் எதிர் இருக்கையில் நாஷனல் ஷேர்ட்டும், வேட்டியுமணிந்த நடுவயதுக்காரர் ஒருவர் களைத்துப்போய் வந்தமர்ந்தார். பரிசாரகனை அழைத்து போண்டா வடை தேநீருக்கும் சொல்லிவிட்டுச் சுற்றுமுற்றும் பார்த்துக்கொண்டு காத்திருந்தார். நாலுநாள் சௌவுரம் பண்ணாத முகத்திலும் பார்வையிலும் பேச்சிலும் மனிதர் வெளியூர்க்காரரென்று தெரிந்தது. பத்தர் அவரிடம் பேச்சுக் கொடுத்துப் பார்த்தார். அவர் தானொரு கல்யாணத்தரகர் என்றும் வாழைச்சேனையிலிருந்து ஒரு சம்பந்த விஷயமாக நல்லூரில் ஒரு பகுதியைப் பார்த்துப் பேசுவதற்காக வந்திருப்ப தாகவும் சொன்னார். காசிலிங்கப்பத்தரின் மூளை துருதுருவென வேலைசெய்ய ஆரம்பித்தது. அவரின் போண்டா, வடை தேநீருக்கான ரசீதையும் இவரே சேர்த்துச் செலுத்தி பீடாவும் ஒன்று வாங்கிக்கொடுத்துவிட்டுத் தனக்கான ஒரு விண்ணப்பத்தையும் அவரிடம் முன்வைத்தார்.

“உங்களால் எனக்கொரு சிறு சகாயம் ஆக வேண்டும் சகோ.”

“எதென்னாலும் சொல்லுங்க அண்ணாச்சி, உங்களைப்போல நல்லவங்களுக்குப் பண்ணாமல் யாருக்குப் பண்ணப்போறேன்.”

“வேறொன்றுமில்லை அதோ தெரிகிற காதம்பரீஸ் நகைமாளிகையிலபோய் நீங்கள் வாழைச்சேனையிலிருந்து வந்திருக்கிற ஒரு நகைக்கடைக்காரர் என்றும், உங்களுக்கு 100 ஜோடி ஜிமிக்கிகள் தேவை என்றும் கேளுங்கள். அநேகமாக ஸ்டொக் இல்லை என்றுதான் சொல்வார்கள். இரண்டு நாட்கள் தள்ளிவந்தால் கிடைக்குமாவென்றும் கேளுங்கள். சம்மதித்தார்களாயின் இரண்டுநாட்கள் கழித்து வருவதாகச் சொல்லிவிட்டு வாருங்கள் . . . அவ்வளவுதான் விஷயம்.”

காசிலிங்கப்பத்தர் வீடு வந்துசேரவில்லை. காதம்பரீஸ் நகைமாளிகையின் ‘அடுத்தாள்’ ஒருவன் அவர் வீட்டு வாசலில் சிகெரெட் புகைத்தபடி காத்திருந்தான். இவரைக் கண்டதும் அதைத்தூர வாய்க்காலில் வீசிவிட்டு,

“வணக்கம், முதலாளிக்கு உடனடியாக 100 சோடி ஜிமிக்கிகள் தேவையாம், உடனடியாய் உங்களைச் சரக்கோடு கூட்டிவரச் சொன்னார்” என்றான்.

உடனே சம்மதித்துவிடுவாரா ஆசாரியார் கொஞ்சம் ‘பிறியம்’ காட்டலானார்.

"இன்றைக்கு முடியாது பாரும், பார்க்கவேண்டிய சில அவசரசோலிச் சித்தாயங்கள் இருக்கு, அதுகள முடிச்சிட்டு நாளை முன்மதியம் வந்து பார்க்கிறதாய்ச் சொல்லும் முதலாளியிட்ட."

மறுநாள் அவர் எடுத்துப்போன 100 ஜிமிக்கிகளையும் ஒரேயடியாக விற்கப்போகும் கனவோடு மறுபேச்சின்றி மாசிலா மணி வாங்கி உள்ளே இரும்புப்பெட்டியுள் அடுக்கி வைத்தார்.

○

காசிலிங்கத்தாருக்கு முதல் நாள் இறக்கிய மெண்டிஸ் ஸ்பெசலின் கைங்கரியத்தால் நல்ல தூக்கம் பிடித்தது. அடுத்த நாள் காலை உதயத்துடன் அவர் மனதில் அதிர்வுகள் ஆரம்பித்தன. ஒரு அயோக்கியனை அதே அயோக்கியத்தாலேயே வென்றுவிடுவது அறந்தானா? பகல் முழுவதும் தீராத சிந்தனைகள் சுழன்றுசுழன்று தொடர்ந்தன. இரவு தூக்கம் அவரை அணுகப் பயந்தது. நல்ல காலம் அன்று அவர் மனைவி பிள்ளைகளோடு தாய்வீடு போயிருந்தார்.

மாசிலாமணிக்கு ஜிமிக்கிகள் எதுவுமே விலைப்படா விட்டாலும் அவருக்கு அது ஒரு விஷயமே அல்ல. அதனால் அவர் ஸ்தாபனம் குடைசாயப் போவதுமில்லை. வியாபாரத்தில் கொஞ்சம் பொய், கொஞ்சம் நடிப்பு எல்லாம் அனுமதிக்கப் பட்டதுதான். ஆனாலும் தன்னை ஏமாற்றிவிட்ட ஒரு பிரகிருதியை மேலே நின்று பார்க்கும்போது மாசிலாமணி சிறு புள்ளியாகத் தெரிந்தார். மூன்றாநாள் மாலைநேரம் மிராண்டாஸ் & சன்ஸ் மோட்டோர்ஸ் உதிரிப்பாகங்கள் விற்பனைச் சாலையின் மூன்றாவது படியில் நின்றுகொண்டு காசிலிங்கம் காதாம்பரீஸை நோட்டம் விட்டார். மாசிலாமணி வழமைபோல வந்திருந்த வாடிக்கையாரிடம் பேசி வியாபாரத்தில் மும்முரமாக இருந்தார். வாடிக்கையாளர்கள் குறைந்த ஒரு நேரத்தில் நேராக மாசிலாமணியிடம் போய் "இம்முறை ஜிமிக்கிகளின் மாற்றுக் குறைச்சலாக இருப்பதிலை எனக்கும் மனத்திருப்தி இல்லை, நான் சீக்கிரமே அசல்தங்கத்தில இணக்குவித்துக் கொண்டுவாறன், சிரமத்துக்கு என்னைப் பொறுத்தாற்ற வேணும்" என்று சொல்லி பணத்தைக் கொடுத்து ஜிமிக்கிகள் அனைத்தையும் திருப்பிவாங்கிக்கொண்டு வீட்டை நோக்கி நடந்தார். அப்போதுதான் அவருக்கு முன் எப்போதையும் விட மனதும் உடலும் லேசாக ஆரம்பித்தன.

ஜீவநதி (இலங்கை)
மார்ச் இதழ் 2016

வனம் திரும்புதல்

ஸோபிதாவுக்கு பெர்லின் காட்டுதல்

ஜெகன் ஆகப்பட்ட இந்த இளைஞனுடைய இயற்கையை நெருங்கிப் பார்த்தால் ஒரு சமகாலச் சராசரி இளைஞனின்றும் வேறுபட்ட ஒரு ஆதர்ஸன், இலட்சியன் என்ற வகைக்குள் வரமாட்டான். புதுசுகளில் ஆர்வம், வர்ணங்களால் ஈர்க்கப் படுதல், சினிமாமேல் விமர்சனங்களற்ற கவர்ச்சி, நடிகைகள் ஆராதனை, அவர்களின் அணுக்கத்தில் ஆனந்தப் பரவசமடைதல், கொஞ்சம்போல ரஞ் சக, காதற்கவிதைகளில் நாட்டம் என இருப்பான். மற்றும்படி ஆடம்பரமாக உடுத்தவோ வாசனாதிகள் விசிறவோ, புகைவிடவோ மாட்டான். அடுக்ககத்தின் மின்னுயர்த்தி எப்போதாவது இயங்காது போனால் எந்த மாமி கேட்டாலும் அவர்கள் வண்டியிலிருக்கும் 100 லிட்டர் தண்ணீரையும் நாலாம் மாடிவரை படிகளில் சுமந்துவந்து குசினிக்குள்ளேயே கொடுப்பான்.

தானுண்டு தன் சோலியுண்டென்று வாழும் ஜெகனுக்கும் ஏனைய தமிழ் இளைஞர்களைப் போலவே தங்கையின் திருமணத்துக்காகவும் உழைக்க வேண்டிய பொறுப்பும் கடமையும் இருக்கின்றன. நித்திரை விழித்து மிகைநேரப் பணிகள் செய்து, சிக்கனமாக வாழ்ந்து சீட்டுக்கட்டி ஏழாயிரத்துச்சொச்ச இயூரோக்கள் சேமித்து வீட்டுக்கு அனுப்புவதற்காக வைத்திருந்தான்.

பொ. கருணாகரமூர்த்தி

ஜெகனுடன் கூடவதியும் அவர்களது அடுக்ககப் பங்காளரும், இவனைவிட 12 அகவைகள் மூத்த பிரமச்சாரியுமான மாதேஷ் அங்கிள்தான் இணையத்தில் இயூரோவின் நிகர்த்த விலை இலங்கை ரூபாவில் இறங்குமுகமாக இருப்பதைக் கண்டு அவனை "ஊருக்குப் பணம் அனுப்பிறதுக்கு அவசரப்படாதை ஜெகன், றேட்டுகள் வேகமாய் இறங்கிக்கொண்டிருக்கு" என்று வெள்ளந்தியாகச் சொல்லித் தடுத்து வைத்திருந்தார். இந்த மாதேஷ் அங்கிளின் வாழ்விலும் ஒரு தவிர்க்கமுடியாத முன்னிகழ்வு உண்டு. அதையும் செப்பினாலே நாம் மேலே வேகம் நகரலாம்.

❍

மாதேஷ் 90களில் இளைஞனாக அச்சுவேலியின் தனியார் கல்வித் தலங்களை வலம்வந்துகொண்டிருந்தபோது அவருக்கும் 'டியூட்டரிகால–ஷகி' ஒருத்தி இருந்தாள். நாலு நோட்டுப்புத்தகங்களின் பாரத்துக்கே ஒடிந்து வளைந்து துவண்டுகொண்டு தோப்பிலிருந்து வந்து அவர்கூடப் படித்த மின்னற்கொடியள் அருந்ததிமேல் மனதைப் பறிகொடுத்தார். அருந்ததி குடும்பத்தினர் மாதேஷின் சாதியப் படிநிலைப் பேதங்களைக்கண்டு அவர்களது ஒழுங்கைக்குள்ளேயே அவரை நுழையவிடாது கம்பைச் சுழற்றினர். அருந்ததியின் கண் அழகால் பலகாறும் கொத்துண்ட ரணங்களோடும் அவளை இழந்துவிட விரும்பாது அருந்ததியின் வீட்டருகே செழித்து வளர்ந்திருந்த மரவள்ளிக்கூடலுக்குள் சந்தித்து அவளிடம் "நட்டாங்கண்டலில எங்க மாமாவுக்கு கன்னிக்காடு ஒன்று இருக்கு ... வாரும் நாம் ஓடிப்போய் அதுக்கை ஒரு வருஷம் ஒளிச்சிருந்திட்டு வருவம்" என்றபோதும் கேட்டுக்கொண்டிருந்தவள், அவர் வேறுபக்கம் பார்த்துக்கொண்டு "ஒரு குழந்தையோடு திரும்பி வந்தமென்றால் எல்லாற்றை கோபமும் பிறகு தணிஞ்சிடும்" என்றபோது ஓங்கி அவரது நடுமண்டை போருறமாதிரி ஒரு 'கொட்டு' வைத்தாள். அவருக்கு மண்டைக்குள் மின்மினிகள் தட்டாமாலையாடி வட்டமடித்துப் பறக்கவும் "முழு லூஸன்மாதிரிக் கதைக்கிறீர் ... ஐசே, எட்டாவது படிக்கையில புத்தகக்கட்டை புல்லுக்கார சீதேவியின்ர கடகத்துக்க போட்டிட்டு இயக்கத்துக்கு ஓடிப் போன என்ர சித்தப்பன்தான் அங்கே இப்ப மேற்கு வன்னிப் பிரதேசம் முழுவதுக்கும் உளவுபடைத் தலையாளி அவங்களுக்கு இனம் சனமென்ற பிலாதியெல்லாம் கிடையாது அவன் தான் பேரெடுக்க தன்ரை அணிப்பெடியளை வைச்சே எம்மைப் போட்டுத்தள்ளிவிட்டுக் கண்டதார், கேட்டதாரென்று காட்டுக்கோழி வாட்டித் தின்றுகொண்டிருப்பான்" என்று ஒரேயடியாய் மறுக்கவும் மனது ஒடிந்துபோய் ஜெர்மனிக்கு

விமானம் ஏறியவர்தான். ஜெர்மன் அரசும் மாதேஷுக்கு ஒருத்தியை அழைத்துத் தன்னுடன் வைத்து வாழும் வலுவுள்ள வதிவிட அனுமதியை வழங்காமல் இழுத்தடித்தமையானது அவ்இணையின் வாழ்க்கைப் பாதையையே மாற்றிப்போட்டு விட்டிருந்தது.

❍

அருந்ததியும் காத்திருந்து காத்திருந்து பொறுமையிழந்து தவித்துக்கொண்டிருந்த அவத்தையில்தான், அவுஸ்திரேலியா விலிருந்து மாதவன் எனும் ஒரு பொறியாளன் இணைதேடி யாழ்ப்பாணம் வந்தடைந்தான். ஊரிலுள்ள அனைவரினதும் சாதகப் பிரதிகளையும் கணினியில் சேகரித்து வைத்திருந்த பொருத்துநர் ஒருவரின் பார்வையில் இவர்கள் குறிப்புகளில் சாதி, கோத்திரம், ராசி, ரச்சு, நக்ஷட்திரம், கணம், வசியப் பொருத்தங்கள் ஒத்துப்போவது வெளித்துவிடவும், தகவல் அருந்ததியின் பெற்றோரைத் தாமதமின்றிப் போயடைந்தது. அவர்கள் இராப்பகலாய் அருந்ததியின் கன்னத்தை ஆட்டுக் குட்டிக்குப்போலத் தடவி "பார்த்தியோ கடவுள் உனக்கு மாதேஷுக்குப் பதிலாய் ஒரு மாதவனை அனுப்பியிருக்கிறார். இரண்டும் ஒரு தெய்வந்தான் ... இதிலயிருந்து இதுதான் அவர் உனக்கு அனுப்புயிருக்கிற கடைசி பஸ் என்கிற சூசகச் செய்தியைப் புரிந்துகொள் மகள்" என்று பெற்றோரின் தர்க்கத்தையும் கடமையையும் வற்புறுத்தி உருகவும், யதார்த்தத்தை யோசித்த அருந்ததி மாதேஷின் மீதான காதல் முழுவதையும் ஒரு நனோ–கிராம் குறையாமல் அப்படியே மாதவன்மேல் சுமத்திக்கொண்டு – எத்திக்கும், எல்லாமும் அரனே– என்று மெல்போர்ண் நோக்கிச் சிறகுகளை விரித்தாள். இப்போ மாதவனுடன் மூன்று குழந்தைகள் பெற்றுக்கொண்டபிறகு மெல்போர்ண் பல்கலையில் – மானுஷக் காதல்களும் அநுபோக வாழ்க்கையும் – எனும் தலைப்பில் முனைவர். அருந்ததி ஆவதற்கான ஆய்வொன்றை மேற்கொண்டுள்ளதாகத் தகவல்.

❍

மாதேஷ் அங்கிளுக்கு ஆகும் அகவைகள் நாற்பத்திமூன்று. வந்த காலத்திலிருந்தே வீடுகளுக்கு தினசரிப் பத்திரிகை விநியோகித்தல் பணியையே விரும்பி இரண்டு 'டூர்கள்' செய்கிறார். யாழ்ப்பாணத்தில் சிகரெட்டுக்கள், தேயிலையும், சிங்களப்பகுதிகளில் பாணும் விநியோகிக்கப் பயன்பட்ட முன்னே சிவப்புநிறத்தில் *1.5mx1mx1m* பெட்டி பொருத்திய முச்சக்கர மிதியுந்துகள் மத்திய வயதினருக்கு ஞாபகமிருக்கலாம்.

அப்படியொரு மிதியுந்துள் பத்திரிகைகளை அடுக்கிவைத்து எடுத்துப்போய் அதிகாலை இரண்டு மணியிலிருந்து ஆறுமணிக் கிடையில் 300 பிரதிகள் விநியோகிக்க வேண்டியது அவரது சுதந்திரமான ஒரு பணி. விண்டரில் பனிவீழ்ச்சி அதிகமிருந்தால் சைக்கிள் மிதிப்பதுதான் சற்றுச் சிரமம், தள்ளிக்கொண்டும் போகவேண்டியுமிருக்கும். 'சரி எந்தப் பணியில்தான் வியாகூல மில்லை' என்றுவிட்டு அதையே தொடர்ந்து இயற்றிக் கொண்டிருக்கிறார்.

○

அது மூன்றாவது சமாதான காலம். தென்னிந்திய சினிமா இசைக்கலைஞர்கள் கொஞ்சப்பேர் படவாய்ப்புக்கள் ஓய்ந்திருந்த நடிக நடிகையர்களைச் சாய்த்துக்கொண்டு 15 பேர்கொண்ட குழுவாக லண்டனுக்கு வந்து அங்குள்ள உள்ளூர் வாத்தியக் கலைஞர்களுடனும் பாடகர்களுடனும் இணைந்துகொண்டு 'இசை மாருதம்' என்றொரு இசைவிருந்து நிகழ்ச்சியை விம்பிள்டன் அரங்கில் நடத்தினர்.

நிகழ்ச்சியின் விளம்பரங்களையும் ஆடம்பரத்தையும் பார்த்த டோட்முண்ட் ஐவுளி மாளிகை வியாபாரியும் பிரசித்த சீட்டுப்பிடிகாரனுமான நாகஞானத்துக்கு இசைமாருதத்தை இங்கேயும் வீசவிட்டால் கொஞ்சம் காசு பார்க்கலாமென்று நடுமண்டையில் குறுகுறுக்கவும் அவன் லண்டன் நிகழ்ச்சி முகவர்களுடன் கலந்து வியாபாரம் பேசி அக்கலைஞர்களை டோட்முண்டுக்கும் இறக்குமதி செய்து அங்கேயுமொரு கலைநிகழ்ச்சியை அரங்கேற்றினான்.

கலைஞர்களின் சம்பளங்கள், விமானப் பயணச் செலவுகள், அரங்க வாடகை, விளம்பரங்கள், ஹொட்டல் ரசீதுகள், சாப்பாட்டுச் செலவினங்கள் அனைத்தையும் கணக்குப் பார்க்கையில் நாகஞானம் தன் கணிப்புகள் கொஞ்சம் பிசகிவிட்டதை உணர்ந்தவுடன் அவ்விழப்பை ஈடுசெய்ய அவன் பெர்லின் குணத்தின் கால்களைப் பற்றியிழுத்தான். இயல்பிலேயே விலாசத்தை விரும்புபவனும், அதுக்காக யோசிக்காமல் செலவழிக்கக்கூடியவனும், ஏவலில் எழும்பி நின்றாடக் கூடியவனுமான குணம் வாகாக நாகஞானத்திடம் அகப்படவும் ஆளை ஓரங்கட்டி அவன் காதில்,

"காசென்ன மச்சான் காசு . . . கணக்கென்று பார்த்தால் கொஞ்சம் முன்னபின்னயானாலும் டிவி, பேப்பரென்று திக்கெல்லாம் உன்னுடைய பெயர் அதிர்ந்து கலக்கும் என்ன . . ." என்று போட்டான்.

அப்படியொரு இசைமாருதத்தை பெர்லினில் நடத்தி முடிப்பதால் கிடைக்கவிருக்கும் வெளிச்சமும் விலாசமும் குணத்தின் மனதின் பெருந்திரையில் பலவர்ண ஜாலங்களோடும் ஜொலித்து மின்னிச் சிமிட்டவும் அவனது மண்டைக்குள்ளும் குறுகுறுப்பும் மென்னதிர்வுகளும் ஆரம்பிக்க ‘காசென்ன காசு … ஓராய்ச்சல் ஆடித்தான் பார்க்கிறது’ என்று வெளிக்கிட்டான்.

சித்திரை மாதம். வசந்தத்தில் ஈஸ்டர் வர ஜெகனுக்கு அடுத்து நாலுநாட்கள் விடுமுறை வந்தது. அதைத் தெரிந்துவைத்திருந்த குணத்தான் விஷயத்தைப் போனில் கேட்டால் முகத்தைப் பாராமல் லேசாக மடுத்துவிடுவான் என்பதால் இவனுடைய அடுக்ககத்துக்கே வந்து லண்டனுக்கு வருகைதந்து இப்போது டோட்முண்டில் நிலைகொண்டிருக்கும் இசைமாருதத்தைப்பற்றி விதந்தோதி ஜெகன் போன்றவர்கள் தனக்குக் கொஞ்சம் ‘சப்போர்ட்’ பண்ணினால் மட்டும் தானும் அதை பெர்லினுக்கு நகர்த்தி இட்டுவந்து இங்கேயும் அதைப் பிரவகித்தோடச் செய்யலாம் என்று ஆசைகாட்டித் தனக்கு உதவுமாறும் விநயமாக விண்ணப்பித்தான். ‘திரைக் கலைஞர்களுடனான நாட்கள் பைம்பலாகத்தான் இருக்கப் போகிறது’ என்று உள்ளூர விரும்பினாலும், குணத்தானுக்குத் தான் சீட்டுக்கட்டிக் காசுவைத்திருக்கும் விடயம் எங்கே கசிந்துவிட்டதோவென்று உசாரான ஜெகன் “குணம் அண்ணை ஏதும் ஃபினான்ஸியல் சப்போர்ட்டென்றால் என்னால ஏலாது … அந்த நிலைமையிலும் நானில்லை, தங்கச்சியின் கல்யாணத்துக்காக இருந்த காசெல்லாம் போன கிழமைதான் ஊருக்கு அனுப்பிப்போட்டு இருக்கிறன் … வேறேதும் விதத்திலான சப்போர்ட்டென்றால் சொல்லுங்கோ … என் சக்திக்குட்பட்டதென்றால் செய்வன்.” பிடிகொடுக்காமல் பதிலிறுத்தான்.

“சாய்ச்சாய் . . . நான் ஃபினான்ஸியலாய் எதுவும் கேட்கேல்ல … கொஞ்சம் சரீர உதவியைத்தான் எதிர்பார்க்கிறன்.”

“என்ன அல்ப்ஸை கிழக்கே நகர்த்தி வைக்கிறதா இல்லை … றைனை மறிச்சு பெர்லினுக்குத் திருப்புகிறதா சொல்லுங்கோ ?”

“எப்பவும் பகிடிதான் உமக்கு.”

“சரி, சொல்லுங்கோ அண்ணை … எப்பிடி என்ன உதவியாக வேணும்.”

“ஈஸ்டர் நேரமிப்போ உமக்கும் லீவுதானே . . . டோட்முண்டுக்குப்போய் அந்த ஆர்டிஸ்ட்களைக் கூட்டி வாறதுக்குக் கொஞ்சம் உதவி செய்தால் சரி.”

“மொத்தம் 15 ஆர்டிஸ்ட்டுகள் என்றியள் . . . குறைஞ்சது நாலைஞ்சு காருகளாவது வேணும்… அதோட என்ர கறள்கட்டின கோல்ஃபில சினிமா ஆர்டிஸ்ட்டுகள் ‘ஏற்பு’ ஆக்கிப்போடுமென்று ஏறவும் மாட்டாங்கள் . . . யாரும் நல்ல லக்ஷுரியான காருகள் வைச்சிருக்கிற காயளைப் பார்த்துப் பிடியுங்கோ . . . பிளீஸ்.”

“மியூசிக் – இன்ஸ்ருமென்டுகளைக் கொண்டுவாறதுக்கு ராஜனுடைய பிக்–அப்பை அரேஞ்ஜ் பண்ணியிருக்கு . . . நான் உமக்கு *Inter Rent*இல சூப்பர் *Audi Avant* அல்லது *Quattro* எடுத்துத் தாறன் ஓகேயா . . .”

“மெய்யாய்த்தானோ . . .?”

குணத்தான் மாறிமாறிச் சூடிய வெல்வெட் குல்லாக்களில் ஜெகன் வசைந்துவிட . . .

குணத்தின் *Merceds,* அவன் வாடகைக்கு எடுத்துக்கொடுத்த *Audi Avant,* வேறும் இரண்டு குத்தியன்களின் இரண்டு மகிழுந்துகளுடன் மொத்தமாக நான்கு மகிழுந்துகள் டோட்முண்ட் நோக்கிச் சீறின. அங்கத்தைய நிகழ்வுகள் முடிவடையவும் நாகஞானம் கலைஞர்களுக்குக் கொடுத்த விருந்தை நிறைத்துக்கொண்டு லேசான உலாஞ்சலுடன் அவர்களைப் பெர்லினுக்கு அழைத்து வந்தார்கள். திரையில் அண்ணார்ந்து பார்த்தவர்களை அருகில் வைத்துப் பார்ப்பதுவும் அழைத்துக்கொண்டு திரிவதுவுமென்றால் சும்மாவா… கலைஞர்கள் பெர்லின் வந்தடைந்ததும், அவர்களை ஹொட்டலில் தங்கவைப்பது, உணவகங்களுக்கு அழைத்துச் செல்வதென்று ஒத்தாசைகள் பண்ண அங்கே உதிரியாக இருந்த பெடியன்களும் தன்னார்வத்தில் இணைந்து முன்வந்தார்கள். வந்திருந்த நடிகைகளுள் அஜந்திகாவும், செவ்வந்தியுந்தான் அப்போதும் சிலபடங்களில் நடனங்களிலும், சிறியசிறிய வேடங்களிலும் தலை காட்டிக்கொண்டிருந்தனர். குணசித்திர நடிகையான காவியாவை அந்நேரத்தில் படங்களில் அதிகம் காணவில்லை. ஆனால் தான் இப்போது தெலுங்கில் ‘படுபிஸி’ என்றார். திரும்பிவந்து இப்போது பல தமிழ்ப்படங்களில் அம்மா வேடங்களில் கலக்குகிறார். பாடகர்களில் ஒருவரே பெண். இப்பாடகி ஒருகாலத்தில் இளையராஜாவின் இசையில் தெய்வீக ராகங்கள் இசைத்தவர். மீதி ஆண்கள் அனைவரும் நடிகர்களும் பாடகர்களுமாவர்.

ஈஸ்டர் ஞாயிறு இரவு இசைமாருதத்தில் செவ்வீதமும் கேட்டுக்கேட்டுக் காதுகள் புளிப்பேறிய சினிமாப் பாடல்கள் தான் எழுந்து வீசின. நிகழ்ச்சியைத் தொகுத்து வழங்கிக் கொண்டிருந்த மணிக்குரல் அறிவிப்பாளர் ஆரம்பத்தில்

ஒலிவாங்கியைப் பிடித்த நேரத்திலிருந்து இன்று நடிகை ஸோபிதாவைப்பற்றிய ஒரு 'இரகசியத்தைத்' தான் நிகழ்வின் மறுபாதியில் அவிழ்த்துவிடப்போவதாகப் பீடிகைகள் போட்டுக் கொண்டிருந்தார்.

தொடர்ந்து வீசிய இசைமாருதத்தின் நடுவில் றோல்ஸ், பற்றீஸ், கட்லெட், வடை , கோப்பி, கோலா, ஃபன்ரா, ஒறேஞ், அப்பிள் ஜூஸ்கள், பியர் விற்பதற்காக ஒரு இடைவேளை விட்டார்கள். மீண்டும் நிகழ்ச்சி ஆரம்பிக்கையில் நிகழ்ச்சிநிரலில் இல்லாத ஒரு புதுநிகழ்ச்சியை அக்கலைஞர்கள் புகுத்தினார்கள்.

வந்திருந்த நடிகர்களுள் இரண்டுபேர் நகைச்சுவை நடிகர்கள், ஒருவர் மிமிக்கிரிக்காரர், இவர்கள் எல்லாம் சேர்ந்து ஒரு 'திடீர் நாடகம்' போட்டனர். மிமிக்கிரிக்காரர் மேடையில் தோன்றுவதற்காக ஜெகனின் புதிய ஜம்பரையும் ஜாக்கெட்டையும் கேட்டார், பிறகு திருப்பிக் கொடுக்கவே யில்லை. நாடகமும் மொக்கையிலும் மொக்கை. அவர்களின் ஜோக்குகள் எதுவும் இங்கே எடுபடவே இல்லை. கலைக் குழுவினருடன் பின்னர் தனியாகப் பேசியபோது 'வெளிநாட்டு நிகழ்ச்சிக்குப் போகும்போதாவது தரமான நகைச்சுவையைத் தயார்பண்ணிக்கொண்டு வந்திருக்கலாமே' என்றதுக்கு 'இல்லீங்க . . . எல்லாமே சரியாத்தான் இருந்திச்சு . . . ஹிஹிஹி . . . சிலோன்காரங்களுக்குத்தான் ரசனை கம்மி' என்றனர். 'லியோனியும் இப்படி ஒருமுறை சொல்லியிருக்கிறார். சினிமாக்களில் இடம்பெற்ற அரதப்பழசான ஜோக்குகளை மீண்டும் மேடையில் அவிழ்த்துவிட்டால் எவன் சிரிப்பான்' என்று திருப்பிக் கடித்துத் திருப்திப்பட்டோம். இனிமேல் கலைஞர்கள் தரமான பிரதிகளுடன்தான் வெளிநாட்டுகளுக்குப் புறப்படுகிறார்களா என்பதைக் குறைந்தபட்சம் தமிழ் படிக்கத் தெரிந்த சுங்கத்தினராவது கண்காணித்தாலே தமிழ் நாடகக்கலை வளம் பெறும் காண்.

○

ஆளாகி ஆண்டுகளாகி நெகுநெகுவென்று மதர்த்து வளர்ந்திருக்கும் மடந்தையரை அப்போதுதான் சமைஞ்சதாகச் சொல்லிச் சினிமாவில் பூப்புனித நீராட்டுவிக்கும் சினிமாக் கலைஞர்களின் 'மொக்கை' நாடகம் முடியவும், மணிக்குரல் அறிவிப்பாளர் நடிகை ஸோபிதாவைப்பற்றிய அந்த இரகசியத்தைக் கட்டவிழ்க்கப்போவதான கட்டியத்தை மீண்டும் அறிவித்தார். மகாஜனத்தின் தவிப்பும் பரபரப்பும் குருதியழுத்தமும் எகிறலாயிற்று. இறுதியாக மணிக்குரலோன் பலத்த கரகோஷத்தினிடையே 'இன்று நீளநயனசுந்தரி,

கொடியிடைநாயகி ஸோபிதாவின் 23வது பிறந்தநாள்' என்றும், அவர் கடல்கள் பல கடந்துவந்து இத்தனை இரசிகர்களோடு விமரிசையாக அதைக் கொண்டாட வேண்டுமென்பது பெர்லின் மயூரபதி முருகனின் திருவுளமேயன்றி வேறல்லவன்றும் உடல் விதிர்க்கையில், ஸோபிதா மேடையில் உதயமானார். சனங்களின் ஆரவாரமும் விசில்களும் அரங்கமே அதிர்ந்தது. 'இன்றைய உங்களின் சங்கீதம் வாழ்நாள் முழுவதும் தொடரட்டும்' என அவருக்கான வாழ்த்தை முதலில் வழங்கிய மணிக்குரலோன் அவரிடமும் ஒரு ஒலிவாங்கியைத் தந்து அவரை ஒரு குறுஞ் செவ்வி காணலானார்.

"நீங்கள் ஒருவேளை சினியுலகத்துக்கு வந்திருக்காவிட்டால் என்ன செய்திருப்பீர்கள்?"

"டாக்டர் ஆக வேண்டும் என்பதுதான் என்னதும், என் குடும்பத்தினரதும் விருப்பம், கனவு எல்லாம். . . அத்திசையில் பாச்சுலர் இன் பயோ சைன்ஸை நான் படிச்சுக் கிட்டிருந்தப்போதான் டைரக்டர் பாஸில் அவர்கள் எங்க வீடு தேடிவந்து என்னைத் தன் சினிமாவில் நடிக்கும்படி வற்புறுத்திக் கேட்டாங்க, பெரியதொரு டைரக்டரே ரொம்பக் கேட்டதால என்னால மறுக்க முடியலை . . ."

"இயக்குனர் பாஸிலுக்கு உங்களை எப்படித் தெரிய வந்தது மாடம்?"

"எங்க கல்லூரி ஆண்டுவிழாவுக்கு வந்திருந்த டைரக்டர் நான் ஆடிய ஒரு டான்ஸை அங்கே பார்த்திட்டுத் தன் அடுத்த படத்தில என்னையே போடத் தீர்மனிச்சிருக்காரு."

மணிக்குரலோன் இந்தவகையிலான தன் செவ்வியை முடித்து இரசிகர்களை அறிவூட்டிய பின்னால் "செல்வி ஸோபிதாவை வாழ்த்த விரும்புபவர்கள் முண்டியடிக்காமல் ஒவ்வொருவராக மேடைக்குவந்து வாழ்த்தலாம்" என்று அறிவித்தார்.

URANIA எனப்படும் அந்த அரங்கத்தின் மேடைக்கு இரண்டு பக்கங்களிலிருந்தும் ஏறிச்செல்வதற்கான படிக்கட்டுகள் இருக்கின்றன. அன்று ஸோபிதாவுக்குப் பிறந்தநாளென அறிவித்தானதும் அவளுக்குப் பிறந்தநாள் வாழ்த்துச் சொல்ல இளைஞர்களும் இளைஞிகளும் மேடையின் வலது – இடது பக்கங்களில் இரண்டு வரிசைகளில் முண்டியடிக்கத் தொடங்கினர். இந்த ஏற்பாடுகளையெல்லாம் முதலிலே தெரிந்துவைத்திருந்த குணம் மூன்று பெரிய கூடைகளில் றோஸாப்பூக்களும், மலர்க்கொத்துகளும் தயாராகக் கொண்டுவந்து ஸோபிதாவை வாழ்த்தப் போனவர்கள் மேடைக்கேறும்போதே அவற்றை

வாங்கிச்செல்ல வசதியாக படிகளின் அருகாக வைத்து விற்பனைசெய்யவும் சில அணங்குகளையும் தயார் நிலையில் வைத்திருந்தான்.

இளசுகள் செண்டுகளைக் கொடுத்துச் ஸோபிதாவை வாழ்த்திக் கையை, கன்னத்தைத் தொட்டுப் பார்த்துச் சேர்ந்து படம்பிடித்து மேடையைவிட்டு மனமிலாது இறங்கவும், இப்போது வயதுவித்தியாசமின்றிப் பெரிசுகளும் வரிசையில் ஏதோ திருமணவீடுகளில் 'மொய்' எழுத நின்றகோலத்தில் அணிதிரண்டனர்.

ஜெர்மனியின் வேறொரு நகரத்திலிருந்து வந்திருந்த, பெர்லினில் முன்னே பின்னே யாரும் ஒருபோதும் கண்டிராத ஒரு அகலமான ஆன்டி, தொலைக்காட்சித் தொடர்நாடகங்களில் விளம்பரங்களில் வரும் அணங்குகளைப்போன்று பெரிய கொண்டையும் நிறைய நகைகளும் ஒப்பனைகளோடும், கையிலொரு பூச்செண்டுடன் அந்த மேடையில் மிகவும் உரிமையுள்ளவர் போன்றதொரு தோரணையுடன் மேடைக்கு ஏறினார். அம்மணியை யாரென்று அறியாததால் முண்டியடித்த இரண்டு வரிசையினரும் பின்வாங்கி அவரை வழிவிட, நேராகச் சென்று ஸோபிதாவிடம் பூங்கொத்தை வழங்கிவிட்டு, தலையைத் திருப்பி அரங்கத்தினரைப் பெருமிதமாகப் பார்த்தபடி தன்விரலிலிருந்த மோதிரம் ஒன்றை உருவி அவரின் விரலில் மாட்டவும் ஸோபிதா அவரைக் கட்டியணைத்து முத்தமிட்டார். பின் ஏதோ பள்ளித்தோழிகளைப்போலப் பரஸ்பரம் குசலம் விசாரித்தபடி இருவரும் தோள்களில் கைகளைப் போட்டுக் கொண்டு படங்களும் எடுத்துக்கொண்டனர்.

குணத்துக்கு நெருக்கமாகவும் ஒத்தாசையாகவும் இயங்கிக் கொண்டிருந்த ஜெகனுக்கும் இப்போதொரு 'திடுப்' குறுகுறுப்பு உண்டானது... அவனையும் மற்றவர்களைப்போல் வரிசையில் எவர் நிற்கச் சொல்லப்போகிறார்கள், அகலமான ஆன்டி பரந்த சிரிப்புடன் மேடையால் இறங்கவும், ஜெகன் அடுத்ததாக மேடைக்கு ஏறிப்போய் தன் கழுத்திலிருந்த சங்கிலியை 'விசுக்'கெனக் கழற்றிச் ஸோபிதாவின் கழுத்திற்போட்டு அவளின் புறங்கையில் முத்தமிடவும் அரங்கிலிருந்து பரவலாக விசில்கள் கிளம்பின. சனம் ஆரவாரித்து ஓயவும் அவன் உள்ளூரப் பெருமை தாங்காமல் தவித்தான்.

பெர்லின் பிள்ளையார் பால்குடித்த விந்தைக்கு அடுத்த படியாக... ஒரு 500 இயூரோ கைமாத்துக் கேட்டாலே ஏதோ கிட்னியைக் கேட்டமாதிரித் திகைச்சு மூஞ்சூறுமாதிரி மாமாங்கம் யோசிக்கிற பயல் ஐந்து சவரன் தங்கச் சங்கிலியைத் தூக்கிக்

கடாசின அற்புதத்தைப் பெர்லினில் பறையாத வாய்களே இல்லை. அவனது நல்ல நண்பர்களும் ஆற்றாமையில் தமக்குள் 'ஒருநாளைக்கு இளித்துவிட்டுப் போகிறவளுக்குத் தங்கச் சங்கிலியைக் கழற்றிக்கொடுத்தானே லூஸுப் பன்னாடை . . .' என்று புறுபுறுத்தனரே தவிர, 'தற்கால இளைஞர்களுக்கு அறிவுரைகள் பிடிக்காது' என்பதால் ஜெகனிடம் நேரிடையாகக் கருத்துச் சொல்லத் தயங்கினர்.

சதா கதையும் கலகலப்புமாய் மென்னகை பரவிய முகத்தோடு *Audi Quattro* மகிழுந்தில் தங்களை ஏற்றிவலம் வந்துகொண்டிருக்கும் நவயுவனும், தனக்குத் தங்கச் சங்கிலியே பரிசளித்தவனுமாகிய ஜெகன் பெர்லினின் இளம் புரவலர்களில் ஒருவனாக ஸோபிதாவுக்குக் காட்சியளித்தான்.

மீண்டும் சினிமாப் பாடல்கள் மேடையில் தொடங்கியபோது ஒப்பனை அறைக்குள் கலைஞர்களுக்கு பியர், கோலா, அப்பிள், ஒறேஞ் ஜூஸ்கள் பரிமாற உள்ளேபோன ஜெகனைப் பார்த்து மலர்ந்து வசீகரமாகப் புன்னகைத்துக் கண்களால் அழைத்த ஸோபிதா அவனை நெருங்கிவந்து கேட்டாள்:

"சார் . . . உங்க *Audi Qattro* ரொம்ப அழகா அம்சமாயிருக்கு . . . கேக்கறேன்னு கோச்சுக்கப்படாது . . . அது சாரது சொந்த வண்டிங்களா . . ."

இதுவரை ஜெகனின் 90 கிலோ ஸ்தூலத்துள்ளே மறைவாகத் தூங்கியிருந்த சைத்தான் மெல்லெழுந்து நுனி நாக்குக்கு நகர்ந்து அவனுக்கு லேசானதொரு பொய்க்கோபத்தை வருவிக்க நடிகையின் முன்னாலேயே நடித்தான்.

"ஆமாமா . . . என்ன நெனைச்சுக்கிட்டீங்க . . . சார் ஜெர்மனிக்கு வந்து பன்னிரண்டு வருஷமாச்சுதாம் . . . எல்லாம் என் சொந்த வண்டிதான் . . . *How comes such an awkward doubt Mam?*"

"*Mam* எல்லாம் வேண்டியதில்லைங்க . . . நீங்க என்னை ஸோபிதான்னோ ஜஸ்ட் சோபின்னே கூப்பிடெல்லாம்."

" ஓகே . . . ஓகே . . . ஸோபிதா"

"இல்லைச் சும்ம்ம்மாத்தான் . . . கேட்டேன், *First time* பெர்லினுக்கு வந்தேனா . . . எனக்கு இங்கே கொஞ்சம் சுற்றிப் பார்க்கவேணும்போல ஆசையாக இருக்கு . . . *What a beautiful City Ja*" என்றுவிட்டு விழிகளைத் தலைமன்னார்க் கடலில் பிடிக்கப்படும் சேர்ச்லைட்களைப்போல அரைவட்டமாகச் சுழற்றினாள்.

"It's a simple matter ma . . . உங்களுக்கு பெர்லின்ல என்ன ஆகணுமோ அதையெல்லாம் எங்கிட்டத் தயக்கமில்லாமல் சொல்லுங்க ஸோபிதா ... இதைக்கூடச் செய்யலைன்னா அப்புறம் நாம இங்கே தமிழர்களென்று இருந்தென்ன பிரயோசனம்..."

"I love your kindness . . . and deeply appreciate it Sir."

"நீங்ககூட ஜெகன்னே என்னைக் கூப்பிடலாம் ... 'சார்' ரொம்பக் கூச்சப்படுத்திறதோட அந்நியமாயுமிருக்கு."

○

நிகழ்ச்சிகள் முடிந்து ஹொட்டலுக்குத் திரும்பும்போது வண்டியின் முன் இருக்கையில் ஜெகனுக்குப் பக்கத்தில்போய் அமர்ந்துகொண்டாள் ஸோபிதா. அவளது வாசமும் நெருக்கத்தின் அதிர்வலைகளும் ஜெகனுள்ளும் மெல்லப் பரிவலைகளைக் கிளர்த்தின. வண்டி சென்றுகொண்டிருக்கும்போது பின்னுக்கு உரையாடல் போய்விடாதபடியான ஒரு பாவனையுடன் அவன் பக்கம் மிகையாகச் சாய்ந்து தோள்கள் உரச அவன் காதுகளில்,

"அப்புறம்... உங்களுக்குச் சிரமம் கொடுக்கலைன்னா நான் நாளைக்கு இங்கேகொஞ்சம் ஷொப்பிங்கும் பண்ணவேண்டியிருக்கு ஜெகன் ... உங்களுக்கு டைம் இருந்திச்சின்னா ... என்னைக் கொஞ்சம் கூட்டிட்டுப் போவீங்களா ..." என்றாள்.

அவனை உரிமையுடன் ஜெகன் என்றதன் சமிக்ஞையும், அவளாகவே வந்து என்னைத் தள்ளிட்டுப்போ என்பதான திடும் இணக்கமும் ஜெகனுக்குள் லாகிரி ஏற்றவும் தான் ஆசீர்வதிப்பட்டதாக உணர்ந்தான்.

"Don't worry Shobitha......... I'm here to fulfill all your desires......... right" என்றான். அம்மகிழுந்தில் கூடவந்த வேறும் இருவரை அவர்களுக்கான ஹொட்டலில் இறக்கிவிட்டு அன்று இரவு முழுவதும் ஸோபிதாவுக்குப் பெர்லினைச் சுற்றிக் காண்பித்தான். பாதிவட்டத்திலேயே அவளுக்குக் கட்டடங்களைப் பார்ப்பதில் அத்தனை இஷ்டமில்லை என்பது ஜெகனுக்குப் புரிந்துபோனது. இடையில் குணத்துக்குப் போன்செய்து 'அண்ணை ... நாங்கள் கொஞ்சம் பெர்லினைச் சுற்றிப் பார்க்கப் போறம் எங்களைத் தேடவேண்டாம் சரியா' என்று ஜெர்மனில் பகரவும்,

"ஏதோ ... நடக்கட்டும் நடக்கட்டும் காட்டுறியோ ... இல்லைப் பார்க்கிறியோ அதெல்லாம் உன்னுடைய வல்லபம் கண்ணா ... கையோட உன்னைக் கட்டுறியோவென்றும் மெல்ல நூலைவிட்டுப் பார்" என்றான் 'புத்தெழுச்சி'யில் நின்ற குணம்.

பொ. கருணாகரமூர்த்தி

இரவின் கேளிக்கை உலகங்களுக்குள் புகுந்தார்கள். பெர்னில் புகழ்வாய்ந்த கிளப்புகள் சிலவற்றை எட்டிப் பார்த்தார்கள். *Eastside Gallery* பகுதியிலுள்ள *Berghain* நைட்கிளப்பின் 'செட் அப்'தான் ஸோபிதாவுக்கு பார்த்தவற்றுள் அதிகம் பிடித்துப்போக அதற்குள் நுழைந்தார்கள். அங்கே *Sex on the beach Cocktail* குடித்து நடனமும் ஆடினார்கள். ஸோபிதாவுக்கு அன்று சிறப்பாகச் செய்யப்பட்டிருந்த சிகையலங்காரத்தில் அலைகள் புரளும் அவளின் கீரிக்கேசம் ஆட்டத்துக்கு துள்ளிக்குதித்தது. அவன் மேலும் அவள் சாய்ந்தபோதெல்லாம் இவனுடலும் கிளர்ந்து ரோமாஞ்சனம் செய்தது. ஆட்டம் போதுமென்றானபோது இரவு குணம் ஏற்பாடு செய்திருந்ததைவிடுத்து அதைவிடச் சௌகரியங்களும் ஆடம்பரமுமான *ESTREL* ஹொட்டலுக்கு அவளை அழைத்துப் போனான்.

ஹொட்டலின் 15வது தளத்திலிருந்த இவர்களின் அறையின் நிலாமாடத்திலிருந்து வெளியே பார்க்க நகரத்தின் விளக்குகளும் அதன் கட்டடக் கலையழகும் உல்லாசப்படகுகள் ஊரும் *Neukölln* கால்வாயும் ரம்மியமாக இருக்கவே, சற்று நேரம் இருவரும் வெளியே வேடிக்கை பார்த்தனர். அதேதளத்தில் பிறிதொரு அறையிலிருந்து நிலாமாடத்துக்கு வந்த இளைய ஜெர்மன் இணையொன்று இவர்களை நல்ல வசதியான இந்திய இணை ஒன்று தேன்நிலவுக்கு வந்திருப்பதாக நினைத்திருக்கலாம்; இவர்களுக்கு 'மாலை வணக்கம்' தெரிவித்தனர். பின் தாமாகவே தாங்கள் அடுத்த ஆண்டு இந்தியாவுக்கு வரவிருப்பதாகவும் சொன்னார்கள். கன்னியை அருகில் வைத்துக் கண்டறியாதன காணத்தவிக்கும் தருணத்தில் ஜெர்மன் இணையுடன் உரையாடலை வளர்ப்பதில் அவனுக்கு எப்படி ஆர்வம் வரும்?

கால்வாயோடு குலவிவந்து நிலாமாடத்தில் முகங்களை வருடிய சீதளக் காற்றினாலும், ஸோபிதாவின் உரசல்கள், தழுவல்கள், உடல்மொழிகளாலும் கனன்றுபோயிருந்த ஜெகனால் மேலும் தாங்க முடியவில்லை. ஸோபிதாவின் கேசத்துக்குள் விரல்களைப் புகுத்தி நிலவுமாடத்தின் அரைச்சுவரோடு பின்பக்கமாகச் சாய்த்து உதடுகளில் அழுந்த முத்தமிட்டான். நீடித்த முத்தத்தால் ஹோர்மோன்கள் குதித்தோடி விசைக்கத் தொடங்கவும் உள்ளூர மேலும் அதிர்ந்தான். அவனது சொக்கிப் போன கண்களில் தெறித்த தாபத்தையும் தவிப்பையும் புரிந்து கொண்டு தொடர்ந்த அவன் சாங்கியங்களுக்கு எல்லாம் ஸோபிதா இசைந்துழைத்தாள்.

அவனது புஜத்தில் புடைத்துத் திரண்டிருந்த தசைகளை பத்துவிரல்களையும் சேர்த்து அமுக்கிப் பார்த்துவிட்டு "சார் …

ஜிம்மிலேதான் வாழ்வீங்க போலிருக்கு...” என்றாள் கிண்டலாக. ‘இல்லீங்க . . . அதெல்லாம் பத்துவருஷமாய் பிட்ஷாவுக்கு மாப்பிசைந்ததால் விளைந்தவை’ என்பதைச் சொல்லிவிடுவானா அவன்? ஸோபிதாவின் சரியான சேர்ந்திசைவில் பால்வழிக்கு மேலும் சில உச்சங்களுக்குச் சென்றுமீள்கையில் அவனது வேகத்தையும் கனத்தையும் கட்டுடலையும் மெச்சியவள் அவன் காதுகளில் கிசுகிசுப்பாக “*You are rich.... my Sex master*” என்றாள்.

தேன்நிலவு கழித்து காலையில் எழுந்து குளித்து உணவை முடித்தானதும் ஷொப்பிங் புறப்பட்டார்கள். ஸோபிதா அவன் கைகளைப் பிடித்து “*Please take me to the Best shopping Centre in the City*” என்றாள் உரிமையுடன்.

‘என்ன மிஞ்சிப்போனால் இரண்டு ஜீன்ஸும், நான்கு டீ–ஷேர்ட்டும் எடுத்தாளில்லை’ என்று நினைத்தவன், கொஞ்சம் விலாசமாய்த்தான் இருக்கட்டுமே என்று அவளை *KaDeWe* எனும் ஆடம்பர அங்காடிக்கு அழைத்துப்போனான்.

பிளாட்டினத்தில் நடுவில் நீலப்புஷ்பராகமும், சுற்றிவர முத்துக்களும், சிவப்பு ரூபிகளும், பதித்த ஒரு சிறிய நெக்லெஸைக் கழுத்தில் வைத்துப்பல கோணங்களில் கண்ணாடியில் பார்த்துக் கொண்டே “இதொண்ணும் ஞங்களுடெ நாட்டில கிட்டத்தில்ல” என்று பறையவும் அது ‘பாக்’ செய்யப்பட்டது. மேலும் *Rich-master*-ரிடமிருந்து முனகலோ, செருமலோ வாராதிருக்கவும், அவளது கொள்வனவு நிரலின் நெகிழ்திறம் மெல்ல அதிகரித்தது. அவனை இலத்திரனியல் தளத்துக்கு அழைத்துப்போய் அங்கே மடிக்கணினி, ஐ–பாட், ஸ்மார்ட்போன்கள் கொள்ளப்பட்டன; உடுப்புகளின் தளத்தில் *Zara* வர்த்தகக் குறியுள்ள நவீனபாணியிலான விலை யுயர்ந்த கவுண்கள், பாவாடைகள் & ஜம்பர்கள், அவள் அக்கா அண்ணா பிள்ளைகளுக்கு ஜீன்ஸ்கள், டீ–ஷேர்ட்டுக்கள், உள்ளாடைகள், லோங்டொப்ஸ், லெக்கின்ஸ், ஜம்ப்சூட், வண்சீ, வாசனாதிகளாக நீட்சி கண்டது. ஸோபிதாவை ‘எனக்கெனப் பிறந்தவ . . . ஜெட்டேறி வந்தவ இவதான்’ என்று பாடாத குறையாக அணைத்துக்கொண்டு சுதியுடன் மிதந்து திரிகையில் பெர்லின் அவனுக்கு வேறொரு புதிய இந்திர நகரம்போலவும் வித்தியாசமாகவும் காட்சியளித்தது. புதியவகைச் சங்கீதங்கள் அவனுக்குக் கேட்கத் தொடங்கின. விமானத்தில் கொண்டுபோய் *Disneyland*இல் இறக்கிவிடப்பட்ட ஒரு சிறுவனைப்போல் உள்ளூரக் குதூகலித்தான்.

ஏற்கெனவே அவளில் காலிய *Naomi campbell cat deluxe perfume* சுகந்தத்தில் சித்தம் கிறங்கிக்கொண்டிருந்த ஜெகனுக்கு ஏதோ தானே பெர்லினின் ‘பில் கேட்’ ஆகவும், காலங்காலமாக

ஸோபிதாவுடனே இங்கே ராஜபோகமாக வாழ்வதைப்போலவும் அவளும் பிரிந்துவிட்டால் தான் சூனியமாகிவிடுவேன் போலுமிருந்தது. இப்பயொரு அழகியுடன் தான் திரிவதை வேறும் நாலு பேர் கண்டால் பெர்லினில் இனித் தனக்குக் கொஞ்சம் சங்கையாக இருக்கும் என்றும் ஒரு கணம் நினைத்தான். ஒருவாறு கச்சடங்கள் முடிவுக்கு வரவும், ஸோபிதாவின் வலதுகை ஜெகனைப் பிரிந்துவிடாமல் அவனது தோள்களை வளைத்திருக்க பொதியுருளியை அவனே பணம் செலுத்தும் மாடத்தை நோக்கித்தள்ளிக் கொண்டுவந்தான். மாடத்தை அவர்கள் நெருங்கநெருங்க ஸோபிதாவின் அந்நியோன்யமும் குலாவலும் நெருக்கமும் பாசமும் எகிறிக்கொண்டிருந்தன. ஜெகனது காமத்தின் மீதியைச் சோரவிடாமல் நிறுத்திவைத்திருக்கும் சாகஸம் தெரிந்திருந்த ஸோபிதா அவனைப் பின்னாலிருந்து சீரான ஆவர்த்தனங்களில் மொத்தி மொத்திச் சூடாக்கினாள். ஜெகனுக்குள் இம் மெத்தல்கள் மெல்லமெல்ல ஹீலியத்தைச் செலுத்தவும் மேன்மேலும் உயரங்களில் மிதக்கலானான். முதுகில் சேர்ந்த மெத்தல்களின் லாகிரியில் பணத்தைச் செலுத்தப் பர்ஸிலிருந்து அவன் கடனட்டையை உருவியபோது ஸோபிதா ஒப்பாசாரத்துக்குக்கூட மறுக்கவில்லை . . . ஒரு பறவையின் லாவகத்துடன் மறுபுறம் திரும்பிக்கொண்டு வேறுபொருட்களைத் தீவிரமாக ஆராய்ந்துகொண்டிருந்தாள்.

❍

லேசான மாறுகண்ணும், கோணல் வாயுமுடைய சின்ன நகைச்சுவை நடிகர் மட்டும் "நானொரு சாமானியனப்பா, எனக்கு ஸ்டார் ஹொட்டல் எதுவும் வேணாம்பா . . . உங்க வீட்டுக்கட்டில் ஒன்றைக் காட்டிவிட்டாலே போதும்பா . . . எம்பாட்டுக்குப் படுத்துப்பேம்பா . . ." என்று சோஷலிசம் பேசிவிட்டுப் பதிலாக "ஒருநாளும் பார்த்தில்லை . . . எனக்கு ஒரு 'வெள்ளைக்குட்டி' மட்டும் பிடிச்சுத் தந்திடுங்க... ஹிஹிஹி" என்றார்.

"இங்கத்தைய அரம்பையளுக்கு அச்சம் மடம் நாணம் ஒரு பருப்பும் கிடையாது ஜி" என்றதுக்கு "அத்தெல்லாம் நான் கெடைக்கிற எடத்தில பார்த்துப்பேன் . . . லா" என்றுவிட்டு சினிமாவில் பண்ணுவதைப் போலவே கண்களைச் சுழற்றிமேலே சொருகியபடி, மோவாயின் கீழாக எங்கேயோ இருந்த கௌுத்திமீன் வாயை ஒரு பக்கமாய்த் திறந்து மூடினார். தம்புரானின் அலுப்பும் அரிபட்டியுந் தாங்கமுடியாமல் பிறகு யாரோ *Annebelle* என்றொரு பாலியல்கூடத்துக்கு கூட்டிப்போய்த் தாகம் தணிவித்தனர்.

இதுக்குள்ள அழகன் என்றொரு அல்லக்கை, எவரிடமாவது ஒரு *100* இயூரோ கைமாற்று வாங்கினாற்கூடத் திருப்பிக் கொடுத்தறியாதவன் (ஆளை அறிய இச்சிறுகுறிப்பே போதும்) 'ஜெகன் ஸோபிதாவைத் தள்ளிக்கொண்டு கிளம்பிவிட்டான்' என்பதை அறிந்து வெம்பி அவனுக்கு ஒட்டான இன்னும் இரண்டு அல்லக்கைகளைச் சேர்த்துக்கொண்டு அவர்கள் எங்கெல்லாம் திரிகிறார்கள் என்பதை வேவு பார்க்க *Pierce Brosnon* பாணியில் கையில் துப்பாக்கிகளுக்குப் பதிலாக பியர் புட்டிகளுடன் ஒரு பகலும் இரவும் முழுவதும் பெர்லினின் பேருந்துகள், சுரங்கத் தொடரிகள், வேகத் தொடரிகள் அனைத்திலும் ஒன்றுமாறியொன்றாக ஏறியிறங்கி அலுத்து ஓய்ந்தனர்.

❍

இரண்டுநாட்கள் தொடர்ந்த தேனிலவும் உல்லாசங்களும் முடிவுக்கு வரவும் அடுத்தநாள் அதிகாலை கலைக்குழுவினரோடு ஸோபிதாவையும் அவள் வாங்கிச் சேர்த்தவற்றை இரண்டு பாரிய கனதியான பயணப்பொதிகளுள் அடைத்துப் பட்டிகளால் வரிந்துகட்டி விமானம் ஏற்றிவிட்டுவந்து உடல் ஓய்ச்சல் தீரக் குளித்துக் கையையும் காலையும் எறிந்து ஜெகன் படுத்திருந்தான்.

அருகிலிருந்த அடுத்த கட்டிலில் போடத் தொடங்கிவிட்ட தன் இளந்தொப்பையைத் தடவியபடி மாதேஷ் படுத்திருக்கிறார். அவரது வாழ்க்கையும் நோக்கம் எதுவுமில்லாமல் நகர்ந்து கொண்டிருக்கிறது. என்ன அருந்ததியைக் கட்டியிருந்தாராயின் அவள் பெற்றிருக்கக்கூடிய நாலும் நாலுதிசையில் பிடித்து இழுத்துக்கொண்டிருக்க ஒரு தினப்படி அஜெந்தாவுடன் ஓடிக்கொண்டிருந்திருப்பார். மாதேஷ் சுல்தானின் அந்தப்புரத்தில் ஸ்திரீ வாசமென்பது அறவே கிடையாது. அவரும் ஷகி அருந்ததியை என்றாவது ஈரப்படுத்தியதோ, அவளின் ஒருவாய் முத்தத்தையோ சுகித்ததில்லை. பிரான் அவளிடம் பெற்றதெல்லாம் இன்றைக்கும் வலிக்கும் அந்தக் 'கொட்டு'த்தான். நித்திரை வராமல் விட்டத்தைப் பார்த்துக்கொண்டு படுத்திருந்தவருக்கு இசைமாருதத்தோட ஜெகனின் போக்குகள், உழட்டல்கள், ஊடாட்டங்கள் வேறொரு சாங்கமாக இருப்பது உறுத்தவும் கேட்டார்:

"உள்ளதைச் சொல்றா ... ஜெகன் நடிகைகளில்ல அப்பிடி என்னடா விஷேசம், இரண்டுநாளாய் ஆளையே காணேல்ல ... எங்கே எங்கே எல்லாம் சுத்தின்னீங்கள் ..."

“பெரிசாய் அப்படியெல்லாம் சுத்தேல்ல அங்கிள், ஸோபிதா பெர்லின் நைட்லைஃபைக் கொஞ்சம் பார்க்க ஆசைப் பட்டா . . . அதுதான் *Berghain*க்குப்போனம், அவவும் நல்ல டான்ஸர்தானே… சில ஸ்டெப்புகள் காட்டித் தந்தா… சேர்ந்து கொஞ்சம் ஆடின்னாங்கள்.”

“*Berghain*ல ஆட்டங்கள் முடிய . . . அப்பக் கூத்தெங்கே *ESTREL* ஹொட்டல்லயோ . . .?”

ஒரு கணம் உள்ளூரத் திடுக்கிட்டான் ஜெகன். ‘*ESTREL*’ ஹொட்டல்லயோ’ என்று சுட்டிப்பாய் கேட்குது கிழவன், கதை எப்பிடியோ கசிஞ்சிட்டுதுபோல. புரண்டு ஓரவாக்கில் படுத்துக் கொண்டு வழியத் தொடங்கினான்.

“சும்மா போங்கோ அங்கிள் . . . அப்பிடி ஒன்டுமில்லை, அதொரு தங்கமான பெடிச்சி. நடிக்க வந்தாப்போல எல்லாரும் மிச்சம் வசதியாய்த்தான் இருப்பினம் என்றில்லைத்தானே . . . ஏற்றங்கள் இறக்கங்கள் எல்லாம் இருக்குந்தானே . . . ஏதோ என்னாலியன்ற சகாயத்தைப் பண்ணின்னன்… அவ்ளோதான்.”

“உண்டு . . . உண்டு . . . உண்டு . . . தங்கமாய் வாங்கின பெடிச்சி தங்கமாய்த்தான் இருப்பா… உன்னைச் சென்னைக்கும் வரச்சொல்லிக் கேட்டிருப்பாவே… விசிட்டிங் கார்ட்டெல்லாம் தந்தவவோ.”

திடுப்பென அவனுக்குள் ஒரு ‘ஜோதிப்பிரகாசம்’ தோன்றி விஸ்வரூபமானது. ஸோபிதா அவனைச் சென்னைக்கு வரச் சொல்லி மாத்திரமல்ல . . . அவனைப்பற்றியோ, அவன் குடும்பத்தைப் பற்றியோ இருந்தவரை ஒரு வார்த்தைகூடக் கேட்கவில்லை. வார்த்த பாலைக் குடித்துவிட்டுத் திரும்பியே பாராது இருளுள் கலந்துவிடும் ஒரு பூனையைப்போல் மறைந்தும் விட்டாள்.

இப்போதெல்லாம் கடுப்பும் ஆற்றாமையும் சேர ஜெகன் ஒருவகைத் தத்தளிப்பில் தவிக்கிறான். வழக்கத்தைவிடவும் கூடுதலாகக் கீறுகிறான். சோஷலிஸம், அல்றூயிஸம், ரேஷனலிஸம், ஃபெமினிஸம் என்றெல்லாம் பல புதிய விஷயங்கள்பற்றிக் கதைக்கிறான். இந்த இருபத்தோராம் நூற்றாண்டிலும் சீதனம் கோரும் தமிழ்ப் பூர்ஷுவாக்களின் அடாவடிப் புத்தியைத் தூஷிக்கிறான்.

அவனாகத் தன் திட்டத்தை மாற்றி ஒரு மகிழுந்தையோ, வீட்டுத் தளபாடங்களையோ வாங்கியிருந்தாலாவது பரவா யில்லை… தங்கையின் சீதனத்துக்காகச் சேர்த்துவைத்திருந்ததில்

5,000 இயூரோவையும் ஒரு நங்கை ஒரேநாளில் 'பூரண–காலி' பண்ணியதை நினைத்துப் பார்க்க ஜெகனுக்கு நிகழ்ந்தேறியவை ஒரு கொடுங்கனவைப்போல வலிக்கின்றன. அன்று மாலை லேசான கீறலின் சுதியிலிருந்து யோசித்ததில் 'குணம் அண்ணையிட்டைக் கொஞ்சம் காசு புரட்டித்தரச் சொல்லிக்' கேட்டுப் பார்த்தால் என்னவென்று தோன்றியது. போன கிழமைதான் அவருக்கே 'அண்ணை ஏதும் ஃபினான்ஸியல் சப்போர்ட்டென்றால் என்னால ஏலாது என்று வாய் கூசாமல் சொன்னவன், என்றாலும் தங்கையை நினைத்து அதைத் துடைச்சுப்போட்டுப் போன் பண்ணிக் கேட்டான். "ஐயோடா அப்பா . . . இசைமாருதத்தோட இரண்டு பாங்கிலும் எடுக்கக் கூடிய மாக்ஸிமம் கடனை எடுத்துப்போட்டிருக்கிறன் . . . வேணுமெண்டால் உனக்காக ஒருக்கா நாகஞானத்திட்டைத் தட்டிப் பார்க்கிறன்" என்றுவிட்டுத் துண்டித்தவன் மறுநாள் இரவு மறக்காமல் திருப்பிப் போன் பண்ணினான்.

"நாகஞானம் இப்போ இரண்டு வட்டிக்கு அதுவும் பவுணுக்குத் தானாம் கொடுக்கிறது, பவுணுக்கும் 200 இயூரோவுக்கு மேல இல்லையாம்" என்றான்.

'ஐயாயிரம் இயூரோவுக்கும் அப்ப இருபத்தைந்து பவுணை வை' என்கிறான். இருபத்தைந்து பவுணென்றால் அவனே ஒரு கல்யாணம் கட்டினால்தான் உண்டு. அதெல்லாம் ஒரு சோஷலிசவாதி / அல்றூயிஸ்ட் பண்ணக்கூடிய காரியங்களா . . . தூ . . !

இப்போ மாதேஷ் அங்கிளைத்தான் ஜெகன் தனக்கும் ஒரு 'பேப்பர்–டூர்' எடுத்துத் தரச்சொல்லிக் கேட்கிறான். என்ன ஐயாயிரமோ பத்தாயிரமோ எப்படியும் இன்னும் இரண்டுமூன்று ஆண்டுகள் சென்றாவது பொறுப்பாய் உழைத்துக் கொடுத்துத் தங்கையைக் கரைசேர்த்துவிட மாட்டானா மறவன்?

காலம் (கனடா) வசந்தம் இதழ் 51.
ஜனவரி 2018.